കുഞ്ഞുലച്ചുമി

kunjulachumi

•

raju k vasu

•

first edition
march 2018

•

published
chintha publishers, thiruvananthapuram

•

typesetting
star communications, thiruvananthapuram

•

cover
ambeesh

വിതരണം

ദേശാഭിമാനി ബുക്ക് ഹൗസ്

H O തിരുവനന്തപുരം-695 035
Ph: 0471-2303026, 6063020
www.chinthapublishers.com
chinthapublishers@gmail.com

ബ്രാഞ്ചുകൾ

ഹെഡ്ഡാഫീസ് ബ്രാഞ്ച് കുന്നുകുഴി • സ്റ്റാച്യു തിരുവനന്തപുരം • കെ എസ് ആർ ടി സി ബസ് സ്റ്റേഷൻ ആലപ്പുഴ • കെ എസ് ആർ ടി സി ബസ് സ്റ്റേഷൻ എറണാകുളം • മച്ചിങ്ങൽ ലെയ്ൻ തൃശൂർ • ഐ ജി റോഡ് കോഴിക്കോട് • മാവൂർ റോഡ് കോഴിക്കോട് • എൻ ജി ഒ യൂണിയൻ ബിൽഡിങ് കണ്ണൂർ • സെൻട്രൽ ബസ് ടെർമിനൽ കോംപ്ലക്സ് താവക്കര കണ്ണൂർ

CO - 2826 / 4560
ISBN - 978-93-87842-00-7

കുഞ്ഞുലച്ചുമി

(നോവൽ)

രാജു കെ വാസു

ചിന്ത പബ്ലിഷേഴ്സ്
തിരുവനന്തപുരം-695 035

രാജു കെ വാസു

കാഞ്ഞിരപ്പള്ളിയിൽ 1956 ൽ കൊടിത്തോട്ടം വാസുവിന്റെയും തങ്കമ്മയുടെയും മകനായി ജനനം. കാഞ്ഞിരപ്പള്ളി പേട്ട ഗവ: ഹൈസ്കൂൾ കെ ഇ കോളേജ് മാന്നാനം, സെയ്ന്റ് തോമസ് കോളേജ് പാലാ, നിർമ്മല കോളേജ് മൂവാറ്റുപുഴ എന്നിവിടങ്ങളിലൂടെ കൊമേഴ്സിൽ ബിരുദവും ബിരുദാനന്തര ബിരുദവും. 2003 ൽ കുസാറ്റിൽനിന്ന് നിയമ ബിരുദവും നേടി. ഏജീസ് ഓഫീസും റിസർവ്വ് ബാങ്കും, കഴിഞ്ഞ് എസ് ബി ഐയിൽനിന്ന് 2016 ഒക്ടോബറിൽ വിരമിച്ചു. ആദ്യ നോവൽ *ചാവുതുള്ളൽ* 1911 ൽ പ്രസിദ്ധീകരിച്ചു. 2011 ലെ ഏറ്റവും നല്ല 10 പുസ്തകങ്ങളിൽ ഒന്നായി നാലു പ്രസിദ്ധീകരണങ്ങൾ *ചാവുതുള്ളലി*നെ തെരഞ്ഞെടുത്തു. 2012 ൽ എം ജി യൂണിവേഴ്സിറ്റിയുടെ മലയാളം പാഠ്യപദ്ധതിയിൽ എം എ മലയാളം വിദ്യാർത്ഥികൾക്കു സിലബസ്സിൽ ഉൾപ്പെടുത്തി.

ഭാര്യയും രണ്ടു മക്കളും. ഇപ്പോൾ എറണാകുളത്തു താമസം.

പ്രസാധകക്കുറിപ്പ്

രാജു കെ വാസുവിന്റെ *കുഞ്ഞുലച്ചുമി* എന്ന നോവൽ കൊളോണിയൽ കാലത്തെ ഹൈറേഞ്ച് മേഖലയിലെ ദളിത് ജീവിതത്തെ ആവിഷ്കരിക്കുകയാണ്. കൊളോണി യൽ ആധുനികത കീഴാള ജനതയിൽ സൃഷ്ടിച്ച പുതിയ ആകാശവും പുതിയ ഭൂമിയും സൂക്ഷ്മമായി അടയാളപ്പെ ടുത്താൻ നോവലിസ്റ്റിന് കഴിയുന്നു. ദളിത് സ്ത്രീ ജീവി തവും, അവരുടെ സംഘർഷവും മുന്നേറ്റവും ഈ കൃതിയെ മിഴിവുറ്റതാക്കുന്നു. ചരിത്ര സംഭവങ്ങൾ ഇവിടെ നേർത്ത കാഴ്ചയും പശ്ചാത്തലവുമായി വരുന്നത് നോവലിന്റെ ആഖ്യാനശൈലിയെ കൂടുതൽ മനോഹരമാക്കുന്നു.

രാജു കെ വാസുവിന്റെ ഏറ്റവും പുതിയ നോവൽ അവത രിപ്പിക്കുന്നതിൽ ഞങ്ങൾക്ക് സന്തോഷമുണ്ട്.

ചിന്ത പബ്ലിഷേഴ്സ്

ഒന്ന്

കാരിക്കൽ വീട്ടിൽ ശങ്കരപ്പിള്ള വാൾ വീശി. തെരുവ് വിളക്കിന്റെ മങ്ങിയ പ്രകാശം വാളിൽ തട്ടി ചിതറി. അയാൾ അലറി:

"ധൈര്യമുള്ള പെലേനും പറേനും ഉണ്ടെങ്കിൽ വാടാ. അരിഞ്ഞു വീഴ്ത്തും ഞാൻ"

രാത്രിയുടെ മറവിൽ കുടിയിലേക്കു അത്യാവശ്യം വേണ്ടത് വാങ്ങാനെത്തിയ പറേമ്മാരും പെലേമ്മാരും ഇരുട്ടിൽ ഒളിച്ചു നിന്നു. പുല്ലു വില്ക്കാൻ കാളവണ്ടിക്കാരെ കാത്തുനിന്ന പെലേത്തികളും പറേത്തികളും പുല്ലുകെട്ടുമെടുത്ത് മറവിലേക്ക് മാറി നിന്നു. കവലയിൽ ചുറ്റിത്തിരിഞ്ഞ നായന്മാർ ശങ്കരപ്പിള്ള ഏതെങ്കിലും പെലേനെയോ പറേനെയോ ശിക്ഷിക്കുന്നത് കാണാൻ കൗതകത്തോടെ കാത്ത് നിന്നു. ചോകോന്മാർ അയാളുടെ കൺവെട്ടത്ത് പെടാതിരിക്കാൻ അകന്നു നിന്നു. അടുത്തകാലത്ത് ആലപ്പുഴയിലും ചങ്ങനാശ്ശേരിയിലും യോഗം കൂടി നിവർത്തന പ്രക്ഷോഭണത്തെ അംഗീകരിച്ചതിനുശേഷം ചോകോന്മാർക്ക് അല്പം വീറ് കൂടിയിട്ടുണ്ട്. എന്നാലും ശങ്കരപ്പിള്ളയുടെ കോപം തങ്ങളുടെ നേരെ തിരിയാതിരിക്കാൻ അവർ ശ്രദ്ധിച്ചു. ജാതിയിൽ താഴ്ന്ന പെലേനേം പറേനേം ആരെങ്കിലും ദ്രോഹിക്കുന്നത് കണ്ടു നില്ക്കാൻ അവർക്കും താല്പര്യമാണ്. അംബുട്ടൻ നാണു മിണുമിണാന്നു കാണാപ്പുറത്തു നടക്കുന്നുണ്ട്. വാദ്ധ്യാരുടെ കാലത്ത് അവമ്മാരെ തൊടാൻ സമ്മതിച്ചിരുന്നില്ല.. അങ്ങേരു പോയപ്പം പിന്നേം പഴേപടി തന്നെ. പെലേനും പറേനും തങ്ങളെ തീണ്ടുന്നതു സഹിക്കാൻ പറ്റില്ല. അതുകൊണ്ടു ശങ്കരപ്പിള്ള എന്തെങ്കിലും ചെയ്തേ പറ്റു. മുടിവെട്ടാൻ കേറിവരുന്ന പെലേനേം പറേനേം അതുമിതും പറഞ്ഞു ഒഴിവാക്കി മടുത്തു. ഇനി ഇതൊരു കാരണമാക്കി അവരെ ഒന്നടങ്കം ഒഴിവാക്കാമല്ലോ.

പഴയ പടക്കുറുപ്പമ്മാരുടെ പാരമ്പര്യപ്പെരുമ വിളമ്പുന്ന ശങ്കരപ്പിള്ള വാളു വലതു പാങ്ങിനു ഉയർത്തി വെട്ടി, ഇടത്തേക്ക് വീശി വെട്ടി, മുമ്പോട്ടു കോരി വെട്ടി. കടകം പതിഞ്ഞു വെട്ടി. ആകാശത്തേക്ക് ഉയർന്നു ചാടി ഇരുന്നുവെട്ടി. അയാൾക്ക് ചുറ്റും ഒന്നും അനങ്ങിയില്ല. അതുവരെ തുള്ളിയാടിപ്പാടി നടന്ന കാറ്റ് പോലും.

"പറേനോ പെലേനോ അടുത്ത് വാടാ?" ശങ്കരപ്പിള്ള ഗർജ്ജിച്ചു.

കാണാമറയത്ത് പുല്ല് വില്ക്കാൻനിന്ന പെലേത്തിമാരു വായ്കൈ പൊത്തി. മൂന്നു നാളു മുന്നേ കണ്ട കാഴ്ച അവരുടെ മനക്കണ്ണിലൂടെ ഒന്നുകൂടി കണ്ടു വിരണ്ടുനിന്നു. ശങ്കരപ്പിള്ളയുടെ പടക്കളത്തിലെ പരാക്രമങ്ങൾ പല കഥകളായി നാട്ടിലെങ്ങും പരന്നിരുന്നു. എപ്പോഴും ഉടവാളു കൈയിൽ ഉണ്ടാകും. അതുകൊണ്ടു ജാതിയിൽ താഴ്ന്നവർ ശങ്കരപ്പിള്ളയിൽനിന്നു അകലം പാലിച്ചിരുന്നു. മൂന്നു ദിവസം മുമ്പ് കുഞ്ഞിച്ചാലി ചോത്തി അവളുടെ തറ ചാണകം മെഴുകാൻ കൊതിച്ചു. തമ്പ്രാക്കമ്മാരു മാത്രം തറ മെഴുകി കിടന്നാ മതിയോ? പെണ്ണു ഒരുമ്പെട്ടാ എന്താ നടക്കാത്തെ. കുഞ്ഞിച്ചാലി ഒന്നു ഉലഞ്ഞു. പനങ്കൊല ഉലഞ്ഞു തിർന്നു. തുണിയുരിഞ്ഞുടുത്തു. കടന്നുപോയ കാറ്റ് ആ നിർവൃതിയിൽ ഒന്നു ചുറ്റിത്തിരിഞ്ഞുവന്നു. ഉടലൊന്നിളക്കി. മദയാനകൾ മദംപൊട്ടി വിടർന്നു. പൂച്ചക്കാലുകൾ ചരൽവഴികൾ താണ്ടി. ചേരപ്പുളപ്പുകൾ വെളിമ്പ്ര ദേശങ്ങളും. ശങ്കരപ്പിള്ളയുടെ തൊഴുത്തിൽനിന്നു ചാണകം വാരി കുട്ടയിലാക്കി എടുത്തു പൊക്കാൻ ആഞ്ഞപ്പോളാണ് വാളും വീശി പടത്തലവന്റെ വരവ്. വാളുചൂണ്ടി അതേപടി നിർത്തി. പിന്നിലെ ഇത്തിരി തുണിപൊക്കി ചാവേർപ്പടയെ മുന്നോട്ടു നയിച്ചു. പടപ്പെരുക്കങ്ങൾ തകൃതികൊള്ളുമ്പോൾ വാളു വലിച്ചെറിഞ്ഞ് യുദ്ധമുഖത്തേക്ക് കുതി കുതിച്ചു. തിങ്ങിനിറഞ്ഞ മലക്കറിത്തോട്ടത്തിൽ പുല്ലു പറിച്ചുകൊണ്ടിരുന്ന പെലേത്തികളും പറേത്തികളും കണ്ണടച്ചു കീഴോട്ടു നോക്കിയിരുന്നു. തേറുകത്തി എളിയിൽ തിരുകി തെങ്ങിന്റെ പാതിയിറങ്ങിയ ചോകോൻ തെങ്ങിൽ നിന്നിറങ്ങാൻ മടിച്ചു. വാളും കൈയകലത്തിൽ വെച്ചു പൊരു തുന്ന ശങ്കരപ്പിള്ളയെ ശല്യപ്പെടുത്തിയാൽ തലപോകും. എന്തോ വീഴുന്ന ശബ്ദം കേട്ടാണ് അവർ നോക്കിയത്. ചോത്തി ചാണകക്കുട്ടയിൽ മുഖ മടച്ചു വീണുകിടക്കുന്നു. ഈർക്കിലിപ്പരുവത്തിലുള്ള ചാവേറു മണ്ണിര പരുവ ത്തിലാകുന്നതു കണ്ടു പെലേത്തികളും പറേത്തികളും മുഖം തിരിച്ചു.

"വെറുമെനാ[1] നായരച്ചിക്കു കുട്ടന്തമരുടെ[2] ഒളിചേവ.."

വെള്ളയ്ക്കു പറയാണ്ടിരിക്കാൻ കഴിഞ്ഞില്ല.

വേലിപ്പടർപ്പിലെ പച്ചില പറിച്ചു ശങ്കരപ്പിള്ളയെ വൃത്തിയാക്കുമ്പോൾ ഞെരിയൊടിയുന്ന ശബ്ദം. അയാൾ പടക്കളത്തിലേതുപോലെ ജാഗരൂ കനായി. പണിയാത്തികൾ മറവിലേക്ക് വലിഞ്ഞു. ഒന്നും അറിയാത്ത ഭാവത്തിൽ ശങ്കരപ്പിള്ള സഹിതം വാളും വീശി നടന്നു.

---

1. വെറുതെയാണോ
2. കുട്ടന്തമ്പുരാൻ

ആ ശങ്കരപ്പിള്ളയാണു അന്തരീക്ഷം വെട്ടിമുറിച്ച് അലറുന്നത്.

നിവർത്തനക്കാരുടെ ആവശ്യങ്ങൾ രാജാവ് അംഗീകരിച്ചെന്നു കേട്ടപ്പോൾ തുടങ്ങിയ കലിയാണ്. കണ്ട ചോകോമ്മാരും തുലുക്കമ്മാരും വടുകമ്മാരും രാജാവിനെ പറഞ്ഞു പറ്റിച്ചു എല്ലാം തട്ടിയെടുത്തു. അവരെ തൊട്ടുകളിക്കാൻ പറ്റില്ല. പിന്നെന്തു ചെയ്യും.

"വാടാ പറപ്പട്ടികളെ.....പെല പന്നികളെ, തായോ ....കളെ."

പെലേമ്മാരും പറേമ്മാരും നിവർത്തന സമുദായങ്ങളിൽപ്പെടുന്ന വരല്ല. അവരെ കൂട്ടാൻ അവിടന്നും ഇവിടന്നും ഏതോ അലവലാതികളു പറയുന്നുണ്ടാരുന്നു. ആരും വകവെച്ചില്ല. അതുകൊണ്ടു പെലേന്റേം പറേന്റേം സഹായത്തിനു ആരും വരില്ല.

ആ ചാന്നാൻ കേശവനാണ് ചോകോമ്മാരെയെല്ലാം കയറൂരി വിട്ടത്. അവൻ ദിവാനെവരെ തെറി വിളിച്ചു. ശങ്കരപ്പിള്ള കോപം കൊണ്ടു വിറച്ചു, പക്ഷേ, ചോകോമ്മാരെ വെല്ലുവിളിക്കാൻ ശങ്കരപ്പിള്ളയുടെ ചുണ സ്വന്തം ഞാഞ്ഞൂലുപോലെ ചുളിഞ്ഞുപോയി. അവമ്മാരുടെ പിന്നിൽ തേറുകത്തിയുണ്ട്. അവർക്കു മുന്നിൽ എന്തിനുംപോന്ന കേശവനും. തിരുവല്ലാ ക്രിസ്ത്യാനികളു മുഴുവനും ആ കേശവന്റെ പിന്നാലെയാ. തുലുക്കമ്മാരും അതുപോലെതന്നെ. പിന്നെ ശങ്കരപ്പിള്ള എന്തു ചെയ്യും

"മുലപ്പാലു കുടിച്ചു വളന്ന ഏതെങ്കിലും പെലേനോ, പറേനോ ഒണ്ടെങ്കി വാട. നിന്റെ അളിഞ്ഞ മോന്ത കാണട്ടെ. കഴുത്തേൽ തലയുണ്ടാകേല."

കുറ്റിക്കാട്ടിൽ പതുങ്ങിയിരുന്ന പറേമ്മാരു പിന്നിലേക്കു വലിഞ്ഞു അപ്ര ത്യക്ഷരായി. പുല്ലുംകെട്ടുമായി കാളവണ്ടിക്കാരെ കാത്തുനിന്ന പെലേത്തി കൾ അതു ആണുങ്ങളെ ഏല്പിച്ചു സ്ഥലം വിട്ടു. പെലേമ്മാരു അതു കുറ്റി ക്കാട്ടിലൊളിപ്പിച്ചിട്ട് അടുത്ത മരത്തിന്റെ മുകളിൽ കയറിയിരുന്നു കാഴ്ച കണ്ടു.

രാജാവ് നിവർത്തനക്കാരുടെ ആവശ്യങ്ങൾ അംഗീകരിച്ചതിനു കലിതുള്ളി കരയോഗം പിരിഞ്ഞുവന്ന നായമ്മാരു ശങ്കരപ്പിള്ളേടെ കലി ഉൾക്കൊണ്ടു. വാട്സ് സായ്പ് തുടങ്ങിവെച്ച കറന്റു വിളക്കിന്റെ മങ്ങിയ പ്രകാശത്തിൽ മുഖം തിളക്കി കാണിച്ചു. അതു കണ്ടു ഊറ്റംകൊണ്ട ശങ്കരപ്പിള്ള ഇരുട്ടിലേക്കു വിളിച്ചുകൂവി. നായമ്മാരു പക്ഷേ, കലി തീർക്കാൻ ഒറ്റമൂലി തേടി വീടകം പൂകിയിരുന്നു. "ഒളിച്ചിരിക്കാതെ അണ്ടിക്കുറപ്പുള്ളോനുണ്ടെങ്കി എറങ്ങി വാടാ."

അതു കേട്ടുനിന്ന ഏതോ പറക്കള്ളിക്കു ചിരി പൊട്ടി.. മുറുക്കാൻ ചണ്ടി തുപ്പി വിവരം അടുത്ത നിക്കുന്ന പറക്കള്ളികൾക്കും പെലക്കള്ളി കൾക്കും തെര്യപ്പെടുത്തി.

പെട്ടെന്നു ചന്ത കഴിഞ്ഞു മടങ്ങുന്ന ഒരു ലോറി സഡൻ ബ്രേക്കിട്ടു. ഒരുത്തൻ വാളും പിടിച്ചു വഴിനടുക്കുനിന്നു ഡാൻസു കളിക്കുന്നതും ചാടി ക്കളിക്കുന്നതും കണ്ടുകൊണ്ട് ഡ്രൈവർ ലോറി കുറെ മുമ്പോട്ടു നീക്കി വശം ചേർത്തു. എഞ്ചിൻ നിർത്തി, ലോറിയിൽനിന്നിറങ്ങി ശങ്കരപ്പിള്ള യുടെ കോപ്രായങ്ങൾ കുറെനേരം നോക്കി നിന്നു. അതു കണ്ടിട്ടായിരിക്കും, ശങ്കരപ്പിള്ള അങ്കക്കലികൊണ്ടു. ലോറിക്കാരൻ തന്റെ നേരെ വരുന്നതു

കണ്ടു അലറി ചോദിച്ചു:

"ഏതാടാ നീ."

ഡ്രൈവർ കുറേക്കൂടി ശങ്കരപ്പിള്ളയുടെ അടുത്തുവന്ന് അക്ഷോഭ്യനായി എന്നാൽ, കടുത്ത ശബ്ദത്തിൽ പറഞ്ഞു:

"നിങ്ങാ വെല്ലു വിളിക്കണ കൂട്ടക്കാരനാ."

ശങ്കരപ്പിള്ള അവന്റെ കഴുത്തു നോക്കി വാളു വീശി. കുനിഞ്ഞൊഴിഞ്ഞ് വലതു കൈയികൊണ്ടു വാൾകൈ പിടിച്ചു ഇടതുകൈ മേലേക്കു തട്ടി ശങ്കരപ്പിള്ളയുടെ വാളു അയാളുടെതന്നെ നെഞ്ചിൻകുഴി തുളച്ചു പുറത്തേക്കുനീണ്ടു.

ഒരു തള്ളിൽ വാളിൽ കോർത്ത ശങ്കരപ്പിള്ളയെ നിലത്തിട്ടിട്ട് ഒന്നും സംഭവിക്കാത്തതുപോലെ ഡ്രൈവർ തിരിച്ചു ലോറിയിൽ കയറി ഓടിച്ചു പോയി. ആരാണയാൾ. എന്താണ് സംഭവിച്ചത്. മിഴിച്ചുനിന്ന ജനം സ്വബോധത്തിലേക്കു തിരിച്ചു വന്നപ്പോൾ ലോറി കുറ്റാക്കൂരിരുട്ടിൽ അലിഞ്ഞു പോയിരുന്നു.

രാത്രി തകർന്നുടഞ്ഞു. കടന്നൽക്കൂടിളകി. തിരുവല്ലാ ആളിക്കത്തി. പറയരും പുലയരും, കുഞ്ഞുപിഞ്ഞടക്കം തല്ലുകൊണ്ടു. വെട്ടുകൊണ്ടു ചത്തു. കൂത്തികളെ ആളും വാളും വെട്ടിക്കീറി. അടുപ്പു കത്താത്ത കുടികൾ മൊത്തം കത്തി. മരത്തിൽ നിന്നിറങ്ങിയവർ നായമ്മാരുടെ വാൾമുനയിലൊടുങ്ങി. മരത്തിൽ പിടിച്ചു തൂങ്ങിയവർ ഏറുകൊണ്ടു വീണു ചത്തു. ഒരുപാടുപേർ സ്വന്തക്കാരുടെയും ബന്ധക്കാരുടെയും നാട്ടിലേക്കോടി. റാന്നി, കോന്നി, കാഞ്ഞിരപ്പള്ളി, മുണ്ടക്കയം, പീരുമേട്. കാട്ടിലൊളിച്ചവർ ഏറെ. ആറ്റിൽ ചാടിയവരിൽ ചിലർ മുട്ടാറിൽ പൊങ്ങി. എങ്ങും പൊങ്ങാത്തോരേറെ.

നായമ്മാർ തിരുവല്ലാ പട്ടണം ഇളക്കി മറിച്ചു. ഇരുട്ടിലേക്കു കുരച്ചു, വിജനതയിലേക്കു കൂവിവിളിച്ചു. പറേമ്മാരുടെയും പെലേമ്മാരുടെയും അപ്പനും അമ്മയ്ക്കും, ചത്തുപോയ സകലരെയും ഉൾപ്പെടെ എല്ലാവരെയും തെറിയിൽ തീട്ടം കലക്കി എറിഞ്ഞു. ഇരുണ്ട യാമങ്ങൾ ഉരുകിത്തീർന്നപ്പോൾ എല്ലാമൊന്നു കെട്ടടങ്ങി. പക്ഷേ, അന്നു നേരം വെളുക്കാൻ ഏറെ വൈകി. കിളികൾ പകലിനെ ചിലച്ചുണർത്തിയില്ല. പൂമ്പാറ്റകൾ പൂക്കളെ ചിറകടിച്ചുണർത്തി ഇക്കിളിയിട്ടില്ല. ഒരു മടിപിടിച്ച കാറ്റ് കുറ്റിക്കാടുകൾക്കിടയിലൂടെ ഇഴഞ്ഞു പോയി. കാട് അനങ്ങിയില്ലെങ്കിലും ഒന്നുരണ്ടിലകൾ ഞെട്ടറ്റു ചെറുശബ്ദത്തോടെ നിലത്തു വീണു. പുഴ ഏറെ തളർന്നിരുന്നു. കഴിഞ്ഞരാത്രി അവർക്കേറെ വേലയുണ്ടായിരുന്നു. ഒരുപാടാളുകളെ മറുകരയെത്തിച്ചു; മുട്ടാറിലെത്തിച്ചു. കുറെ പേരെ എങ്ങും എത്തിക്കാൻ കഴിഞ്ഞില്ല. അവർ മുതുമുത്തപ്പമ്മാരെ പിന്തുടർന്നു. തമ്പ്രാക്കമ്മാരുടെ ദൈവങ്ങളിരിക്കുന്ന ആകാശത്തേക്കല്ല, ഈ ഭൂമിയിൽത്തന്നെ സ്വന്തം കൂട്ടക്കാരോടൊപ്പം കാണാമറയത്ത്.

എന്നിട്ടും പുഴയൊഴുകി.

രണ്ട്

എന്നാ തണു

കുഞ്ഞാച്ചിയെ കെട്ടിപ്പിടിക്കുമ്പോൾ ചോതനു തണുപ്പ് സഹിക്കാൻ കഴിയുന്നില്ല. അടുത്തു ഞരക്കവും മൂളലും കേട്ടപ്പോഴാണ് കുട്ടാങ്ങളെ കുറിച്ചോർത്തത്.

"അടീ"

ചോതൻ ഇടതു കൈയും കുഞ്ഞാച്ചി വലതുകൈയും കുത്തി പനയോലപ്പായിൽ ഞെട്ടിത്തെറിച്ചു എഴുന്നേറ്റിരുന്നു. കുട്ടാങ്ങളു നിരന്നു കിടന്നുറങ്ങുന്നു.

"എന്താണ്ടി?"

കുഞ്ഞാച്ചി ഒച്ചയെടുത്തു ചോദിച്ചു.

"തണുക്കുണു."

ചിക്കുപായുടെ അങ്ങേ അറ്റത്തു കിടക്കുന്ന മൂത്ത പെണ്ണ് ചിണുങ്ങി. ഒരു പായ് കിടക്കാനും മറ്റൊന്നുപുതയ്ക്കാനും കിട്ടിയതുതന്നെ ഭാഗ്യം. പക്ഷേ, അറ്റത്തുകിടക്കുന്നവർക്കു ഇടയ്ക്കിടക്കു പായ് മാറിപ്പോകും. നിരന്നു കിടക്കുന്ന നാലെണ്ണത്തിന്റെയും മേത്തു പായ് മുടി ചോതനും കഞ്ഞാച്ചിയും വീണ്ടും കിടന്നു. കഞ്ഞാച്ചി ചോതന്റെയും ചോതൻ കുഞ്ഞാച്ചിയുടെയും ചൂടിലേക്കു ചുരുങ്ങി. ചോതനു പക്ഷേ, ഉറക്കം വന്നില്ല.

മൂന്നാലു ദിവസമായി അലച്ചിലു തുടങ്ങിയിട്ടു. ദേശത്തു തമ്പുരാനെ ആരാനും കൊന്നേനു കരയ്ക്കാരു നായമ്മാരു കണ്ടോരെ കണ്ടോരെ തച്ചും വെട്ടീം കൊല്ലണേക്കു മുന്നെ ഓടീതാ. കുടീലെത്തി കുഞ്ഞാച്ചിയെം കുട്ടാങ്ങളെയും എടുത്തും നടത്തീം കൈയിൽ കിട്ടിയ കൂറയും അതിനുള്ളിൽ വാക്കത്തിയും പിച്ചാത്തിയും[3] പൊതിഞ്ഞു ഓടിയതാണ്. മല്ലപ്പള്ളിയിലെ മച്ചുനൻ വണ്ടിക്കാശുതന്നു പറഞ്ഞുവിട്ടതാണ്. പീരുമേട് എന്തെങ്കിലും വേല കിട്ടാണ്ടിരിക്കില്ല. പോരാത്തേനു അവന്റെ അളിയൻ അവിടുണ്ട്. അവന്റെ പെങ്ങളെന്നു പറയുന്നതു തന്റേം പെങ്ങളാണ്. അതുകൊണ്ട് മച്ചുനന്റെ അളിയൻ തന്റേം അളിയനാ. എല്ലാ സഹായവും അയാള് ചെയ്യും. പറഞ്ഞപോലെതന്നെ. ഇത്തിരി പോന്ന കുടിയിൽ അവരു മൂന്നുപേരും പുറത്തു കിടന്നു. തണുപ്പു പരിചയമില്ലാത്തതു കൊണ്ടു ചോതനും കുടുംബത്തെയും അകത്തു കിടത്തി. ഉണ്ടായിരുന്ന കമ്പിളി പുറത്തുകിടക്കുന്നവർക്കുവേണ്ടി വേണ്ടെന്നു നിർബ്ബന്ധിച്ചു തിരിയെ കൊടുത്തു. എങ്ങനെയെങ്കിലും നേരം വെളുത്തെങ്കിൽ. കുഞ്ഞാച്ചിയെ ഒന്നുകൂടിചേർത്തുപിടിച്ചു. പാവം നല്ലപോലെ തണുക്കുന്നുണ്ട്.

കണ്ണുതുറന്നപ്പോൾ കുഞ്ഞാച്ചീമില്ല കുട്ടാങ്ങളുമില്ല. കുട്ടാങ്ങളു പുതച്ചിരുന്നതെല്ലാം ചോതന്റെ മേത്തുണ്ട്. അവിടെ കിടന്നുകൊണ്ടു

---

3. ഈറ്റ അല്ലെങ്കിൽ ഒട്ടലു വെട്ടാൻ ഉപയോഗിക്കുന്ന പണിയായുധങ്ങൾ. എവിടെ പോയാലും തൊഴിലായുധങ്ങൾ കൊണ്ടു നടക്കും.

തന്നെ അല്പം മാറിയിരിക്കുന്ന ഓലമറയുടെ വിടവിലൂടെ പുറത്തേക്കു നോക്കി. എല്ലാവരും കരിയില കത്തിച്ചു തീ കാഞ്ഞിരിക്കുന്നു. കുറിയോണ്ടു മുറിക്കിക്കൊണ്ടു ചോതനും ആ കൂടെ കൂടി. ഏറ്റവും ഇളയ ഒറ്റ ക്ടാത്തൻ മടിയിലേക്കു തിരികിക്കയറി.

ആളിക്കത്തുന്ന തീച്ചൂടിൽ തണുപ്പുമാറിയ ക്ടാങ്ങൾ പിന്നോക്കം കുത്തിയിരുന്നു. മച്ചുനന്റെ അനിയത്തി പെണ്ണു മൺകോപ്പയിൽ കട്ടനുമായി വന്നു. ഒരിറക്കു ചെന്നപ്പോ എന്തോ മാതിരി. പിന്നെ എന്തുമാട്ടെ എന്നു വെച്ചു കുടിച്ചു.

“ഇതെന്നതാടീ?”

മച്ചുനന്റെപെങ്ങള് സ്വന്തം പെങ്ങള്. പടിഞ്ഞാറ്റുനിന്നു വരുന്നോരുടെ പങ്കപ്പാടെല്ലാം കണ്ടറിഞ്ഞിട്ടു ഒരു നൂറ്റാണ്ടു കഴിഞ്ഞമാതിരിയാണു അവ്ള്. പിന്നെ ചോദിക്കണേനെന്താ.

“അണ്ണാ ഇതു കാപ്പിയല്ല. തേനീരാ.”

“ദിവസവും കാലത്ത് പറമ്പിലെറങ്ങണേക്കു മുന്നേ ചുട്ടു പൊള്ളണ കാപ്പി കുഞ്ഞാച്ചി ഒണ്ടാക്കിത്തരും. അതും കുടിച്ചിട്ടൊരു ഇരുത്താങ്ങു വെച്ചാലു അന്നത്തേക്കു പിന്നൊന്നും ബാക്കീണ്ടാല.”

പക്ഷേ, ഇതു അതിനേക്കാൾ മുന്തിയതാണെങ്കിലും ഒന്നും തൊറന്നു പറയാൻ പറ്റില്ല. മച്ചുനന്റെ പെങ്ങളായാലും അളിയന്റെ പെങ്ങളായാലും നിങ്ങക്കൊരുപോലാണെന്നാ കുഞ്ഞാച്ചീടെ പക്ഷം. അവ്ളു പറേന്നതിൽ തെറ്റില്ലാന്നറിയാഞ്ഞിട്ടല്ല. പക്ഷേ, മച്ചുനൻ പെണ്ണു സ്വന്തം പെങ്ങളു തന്നെ.

“അതെന്നാന്ന്ച്ചാലു,”

“അവക്കടെ അമ്മി പേറ്റു നൊമ്പലം തൊടങ്ങണേക്കുമുന്നേ മ്മ്ടെ മേലേകണ്ടത്തിലു കൊയ്തോണ്ടു നിക്കാരുന്നു.” ചോതനു സ്വന്തം അമ്മീടെ വാക്കുകൾ ഇപ്പോഴും കാതിൽ മുഴങ്ങുന്ന മാതിരി തോന്നി. “അന്നേക്കു പതളന്നാങ്ങിക്കഴിഞ്ഞപ്പളേ[4] അന്റെ തൈവേ നിക്കാനും വയ്യ ഇരിക്കാനും വയ്യ. മ്മക്കടെ ക്ടാത്ത്യല്ലെ, ഇങ്ങാട്ടു കൊണ്ടന്നു. ഈടപ്പന്നു കേറീപ്ളെ തെണ്ണീക്കുടം പൊട്ടി. ഒരു തൊന്തരവുമില്ലാണ്ടു ദാ ഇവ്ളു പൊറത്തു.”

വിരുന്നുവന്ന അച്ചനെയും അമ്മായിയെയും സ്വന്തം അവകാശം ബോധിപ്പിച്ചു ചക്കിയുടെ പുറത്തു തലോടിക്കൊണ്ടു അമ്മി തുടർന്നു: “ദാണ്ടെ. അവൻ നെന്നെ നിലത്തും വെക്കാണ്ടു തലേലും വെക്കാണ്ടു കൊണ്ടാടക്കാറുന്നു.”

ഇപ്പോൾ കുഞ്ഞാച്ചിക്കതു ബോദ്ധ്യപ്പെട്ടിട്ടുണ്ട്. മറ്റുള്ളോരുടെ കാര്യം പറേണമാതിരി ചക്കീട കാര്യം അവ്ളു മിണ്ടണില്ല.

ഈ തേനീർ ഇമ്മിണി കടുത്ത സാമാനം തന്നെ.

അപ്പളാ ഓർത്തെ. ഏടാ പറമ്പി പോണെ. അയാൾ ചുറ്റും കണ്ണോടിച്ചു. എല്ലാം കാടുതന്നെ. പിന്നെന്നേത്തിനു പേടിക്കണം.

ഒരിറക്കു കുടിച്ചപ്പളേ തോന്നി കുഞ്ഞാച്ചി ഉണ്ടാക്കിയതിനേക്കാൾ കടുത്ത സാധനം തന്നെ.

---

4. പതം അളന്നു വാങ്ങി കഴിഞ്ഞപ്പോൾ

"എന്നതാ പെണ്ണേ ഈ തേനീറു?"

"അതണ്ണാ, ദാണ്ടെ ആ കാണണ നമ്മടെ ആടത്തെ കുറുന്തോട്ടി മാതിരി ചപ്പില്ലെ. അതിന്റെഎലാ. അതന്നാ ഈടത്തെ തോട്ടെല്ലാം"[5]

അയാൾ ഒരിറക്കുകൂടി കുടിച്ചു..

"താതനം ചൊവ്വൊള്ളതു തന്നെ."

അയാൾക്കു സമ്മതിക്കാതെ നിവൃത്തിയില്ല. അയാൾ കുഞ്ഞാച്ചിയുടെ മുഖത്തു നോക്കി. ഇന്നലെവരെ കണ്ട മറുതാ കൂടിയ മാതിരിയുള്ള മുഞ്ഞിയല്ല. അയാൾ അടുത്ത ഇറക്കു ഇമ്മിണി കൂടുതലാക്കി. കുഞ്ഞാച്ചീടെ മുഞ്ഞി തെളിഞ്ഞതു കണ്ടായിരിക്കാം നല്ല രുചി. അയാൾ കണ്ടുകൊണ്ടു കുടിക്കുകയും കുടിച്ചുകൊണ്ടു കാണുകയും ചെയ്തു. ക്ടാങ്ങളും അന്യക്കാരും കാണെ നാലെണ്ണത്തിന്റെ തന്തപ്പറേൻ നോക്കണ നോട്ടം കണ്ടില്ലെ. കുഞ്ഞാച്ചി നാണിച്ചു അടുപ്പിൽ തീ കൂട്ടാനെന്ന ഭാവത്തിൽ തിരിഞ്ഞു നടന്നു. കുഞ്ഞാച്ചി തിരിഞ്ഞു നടക്കുന്നതു ചെറുചിരിയോടെ ചോതൻ നോക്കിയിരുന്നു. അതെന്നാ ഇന്നലെ കാണാത്ത ഒരാട്ടം.

ക്ടാങ്ങളുടെ കളി കാര്യത്തിലേക്കു കടന്നു. മച്ചുനന്റെ അളിയന്റെ മോളു ഒരു കാന്താരി തന്നെ. അവളു കുടിക്കുള്ളിൽനിന്നു ഒരു ടിന്നിൽ കപ്പലണ്ടി[6] കൊണ്ടുവന്നു തീയുടെ ഒരു വശത്ത് കനലിന്മേൽ ഇട്ടു. കുറച്ചുകഴിഞ്ഞപ്പോൾ അതെല്ലാം കത്താൻ തുടങ്ങി. കത്തിക്കഴിഞ്ഞതെല്ലാം തോണ്ടിയെടുത്തു. ഇത്രയുമായപ്പോൾ അവൾ നേതാവായി. മറ്റുള്ളവരെ വിളിച്ചുകൊണ്ടുപോയി രണ്ടുകല്ലു വീതം കൊണ്ടുവന്നു. ചുട്ടെടുത്ത കപ്പലണ്ടി അതിൽവെച്ചു പരിപ്പെടുത്തു തിന്നാൻ തുടങ്ങി. ചോതന്റെ മൂത്തപെണ്ണു ഇടത്തും വലത്തുമിരിക്കുന്ന എളേത്തുങ്ങടതു പൊളിച്ചു കൊടുത്തു. തിരഞ്ഞും മറിഞ്ഞുമിരിക്കുമ്പോൾ അവളുടെ ഇത്തിരി കൂറ വഴിമാറി. കുഞ്ഞാച്ചി അതുകണ്ടു അരിശം കൊണ്ടു:

"കാലു ചൊട്ടിച്ചിരീടി.[7] കുറുമ്പാടു[8] കാണുണ്"

"ക്ടാങ്ങളല്ലേ ഇച്ചേച്ചി." മച്ചുനന്റെ പെങ്ങള് ചക്കി ഇടപെട്ടു.

"ആരാപറഞ്ഞേ. ചൊരപ്പാവ്[9] വന്നു. കെട്ടിച്ച് വിടാൻ കാലായി."

മൂത്തകുട്ടി കാലടുപ്പിച്ചുവെച്ചു കുനിഞ്ഞിരുന്നു. പൊടിച്ച ചേമ്പിൻമുളപോലെ ഇച്ചിരെ വന്നതിനുള്ള ശിക്ഷ.. അവൾ എരിയുന്ന കനലിലേക്കു നോക്കി വെറുതെ ഇരുന്നു. മറ്റൊരു കനലായി..

മച്ചുനന്റെ അളിയൻ ചാഞ്ചൻ പുറത്തെവിടെയോപോയി ഒരു റാത്തലു കപ്പയുമായി വന്നു. ചക്കി അതു വാങ്ങി മുറ്റത്ത് മൂലയ്ക്കു വെച്ചു.

"ബാ അളിയാ" ചാഞ്ചൻ വിളിച്ചു.

മച്ചുനന്റെ അളിയൻ സ്വന്തം അളിയൻ. അളിയൻ വിളിച്ചാ ആരാ പോകാത്തെ. അവരുടെ പിന്നിൽ ചക്കി കുട്ടികളെനോക്കി പറഞ്ഞു:

5. തോട്ടമെല്ലാം
6. കശുവണ്ടിക്കു കോട്ടയം ജില്ലയിൽ പറയുന്നത്.
7. കാലടുപ്പിച്ചു വെച്ചു ഇരിക്കെടി.
8. ഗുഹ്യഭാഗം.
9. മുല

"നിങ്ങാ പോണില്ലെ കൂട്ടാങ്ങളെ പറമ്പിലു"

പകച്ചുനിന്ന കൂട്ടാങ്ങടെ മനസ്സറിഞ്ഞ് ചക്കി തുടർന്നു:

"വെള്ളോക്കെ ദാ തിട്ടേടെ താഴേണ്ടു"

"ബാ ഞാങ്കാണിക്കാം" ചക്കീടെ മോളു മുമ്പെ നടന്നു. ഏറ്റവും ചെറുതു ഏറ്റവും മുമ്പിലും ഏറ്റവും വലുതു ഏറ്റവും പിന്നിലുമായി തൂറൽ കുണ്ടി കൂട്ടമായി നടന്നു.

മൂന്ന്

രണ്ടാം ദിവസം അഞ്ചംഗ സംഘത്തിന്റെ നേതൃത്വം കുഞ്ഞുലച്ചുമി തന്നെ ഏറ്റെടുത്തു കഴിഞ്ഞു. ഇന്നലെത്തേതുപോലെതന്നെ ഏറ്റവും ചെറുതു മുന്നിലും ഏറ്റവും വലുതു പിന്നിലുമായി പറമ്പിൽ പോകാനിറങ്ങി. പിന്നാലെ നടക്കുന്ന കുഞ്ഞുലച്ചുമി സംഘത്തെ വഴിതിരിച്ചു വിട്ടു.

"ദേ അങ്ങാട്ടു പോണ്ടാ", ചക്കീടെ മോളു കുഞ്ഞിപ്പെണ്ണു വിലക്കി.

"ഊം എന്നാ പോകാത്തെ?"

"തായ്പ്പമ്മാരു പോണ വളിയാ. കുതിരെങ്ങാനും തട്ടും" ചക്കി പറഞ്ഞു കൊടുത്തിരിക്കുന്നതാണ്.

സായ്പമ്മാരുടെ വഴിക്കു കാത്തുനിന്നു കാണുക എന്നതു തന്നെയാണ് കുഞ്ഞുലച്ചുമീടെ ഉദ്ദേശവും. ഇന്നലെ മുതൽ തുടങ്ങിയ ആഗ്രഹമാണ്. അവൾക്കതു ഓർക്കുമ്പോളെല്ലാം ദേഹത്തു ചൂടു വരും. മനസ്സിലൊരാന്തലും. എന്നാലും കാണണം. മിണ്ടണം. ഇന്നലെ കാട്ടിലെ കൊച്ചു പാറപ്പുറത്തു കുന്തിച്ചിരുന്നു വെളിക്കിറങ്ങുമ്പോഴാണു ഒരു ഒച്ചു പാറയുടെ ഒരറ്റത്തു നിന്നു ഇഴഞ്ഞു നീങ്ങിക്കൊണ്ടിരിക്കുന്നത് കണ്ടത്. വെറുതെ നോക്കിയിരുന്നു. മറ്റുള്ളവരു തൂറിക്കഴിഞ്ഞിട്ടു എഴുന്നേറ്റാൽ മതിയല്ലോ. ഈ ഒച്ചു ഈടേന്നു ഈടെവരെ എത്താൻ എത്ര സമയമെ ടുക്കും. പെട്ടെന്നു വയറ്റിലെ പെരുക്കങ്ങൾക്കൊപ്പം പിന്നിലൂടെ എന്തോപാഞ്ഞു പോണ ശബ്ദം. വെള്ളക്കുതിരപ്പുറത്തു മഞ്ഞുപോലെന്തോ പറക്കുന്നു.

"അതാ മദാമ്മാ"

കുഞ്ഞുപെണ്ണു പറഞ്ഞു കൊടുത്തു.

കുടിയിലെത്തി അമ്മയോടു പറഞ്ഞപ്പോൾ അതു കേട്ടു ചക്കി ആ മദാമ്മയെക്കറിച്ചു പറഞ്ഞുകൊടുത്തു.

മൺറോ സായ്പിന്റെ മകളാണത്. എന്നും കാലത്തു എസ്റ്റേറ്റിൽ മസ്റോളെടുക്കാൻ[10] പോണതാണെന്നൊക്കെ.

"ഞങ്ങാ പറേണതു വെടിച്ചല്ലു മാദാമ്മേന്നാ. അമ്മാതിരി പോക്കല്ലെ കുതിരപ്പുറത്ത്."

അപ്പോൾ തുടങ്ങിയ ആഗ്രഹമാണു മാദാമ്മെ കാണണം. പക്ഷേ, കുതിര തട്ടുമെന്നു കുഞ്ഞുപെണ്ണു പറഞ്ഞപ്പോഴാണ് ഓർത്തത്. എന്നാലും പിന്മാറാൻ അവൾ തയ്യാറല്ല. കുറച്ചു പുറകോട്ടു മാറി നിന്നു.

10. Muster roll

കുഞ്ഞുപെണ്ണു കുറച്ചേറെ മാറിനിന്നു, ബാക്കിയുള്ളവരെല്ലാം ചേച്ചീടെ പിന്നിൽ നിന്നു. കുറച്ചു നേരം നോക്കിനിന്നപ്പോൾ ഇളയവൻ കുഞ്ഞനു ദേഷ്യം വന്നു.

"ഇദെന്നാ ബരാത്തെ"

"ഇപ്പമ്പരും" ചേച്ചി അവനെ സമാധാനിപ്പിച്ചു.

പറഞ്ഞു തീർന്നില്ല. താഴെ നിന്നു കുതിരക്കുളമ്പടി കേട്ടു. കുഞ്ഞുലച്ചുമിയുടെ ഹൃദയം വേഗത്തിൽ മിടിക്കാൻ തുടങ്ങി. കുഞ്ഞുപെണ്ണു അല്പം പേടിയോടെ ഒന്നുരണ്ടു ചവടുകൂടി പിന്നോട്ടു വെച്ചു. ഒന്നും അറിയാത്ത മറ്റു മൂന്നുപേരും കാഴ്ചകണ്ടു നിന്നു.

വെള്ളത്തൊപ്പിയും വെള്ളത്തുണികൊണ്ടും മുഖം പകുതി മറച്ച്, വെള്ള ഗൗൺ കാറ്റിൽ പറത്തി വെടിച്ചില്ലു അടുത്തെത്തിയതും കുഞ്ഞുലച്ചുമി വിളിച്ചു പറഞ്ഞു:

'"Good morning madam"

കുറച്ചുമുന്നോട്ടോടിയ കുതിര നിന്നു. മാദാമ്മ തിരിഞ്ഞുനോക്കി. കുതിരയും തിരിഞ്ഞു വന്നു. പേടിച്ചരണ്ട കുഞ്ഞുപെണ്ണു കുടിയിലേക്കോടി. അതിന്റെ പിന്നാലെ മറ്റു മൂന്നു പേരും ഓടി. എന്തു ചെയ്യണമെന്നറിയാതെ കുഞ്ഞുലച്ചുമി പകച്ചു നിന്നു. ദേശത്തു അരിക്കാശൊപ്പിക്കാൻ പുല്ലുപറിക്കാൻ അമ്മയുടെ കൂടെ മഠത്തിൽ പോയപ്പോൾ അവിടത്തെ പള്ളിക്കൂടത്തിന്റെ ജനലിലൂടെ കേട്ടുപഠിച്ചത് ഇത്ര വലിയ പൊല്ലാപ്പാകുമെന്നു കരുതിയില്ല, സ്വന്തം സ്കൂളിലെ മലയാളം പഠിത്തം അവൾക്കത്ര പിടിക്കുന്നുമില്ല. മഠത്തിൽ സ്കൂളിൽ കുട്ട്യോളു പറയുന്ന പോലല്ല അവരെ പഠിപ്പിക്കണ മാദാമ്മ പറയുന്നത്. അതാണവൾക്ക് ഇഷ്ടപ്പെട്ടത്. അതുകൊണ്ടു കേട്ടതു അതേപടി പറയാൻ അവളേറെ കഷ്ടപ്പെട്ടതാണ്. എല്ലാ ദിവസവും സ്കൂളിന്റെ ജനാലയിൽക്കൂടി മാദാമ്മ പറയുന്നത് അതേപടി പറഞ്ഞു പഠിച്ചതാണ്. അങ്ങനെ പറയുന്നതു തെറ്റാണെങ്കിൽ മഠം സ്കൂളിലെ കുട്ടികളെ ആരും ഒന്നും ചെയ്യുന്നില്ലല്ലോ. എന്തോ അവൾക്ക് പേടി തോന്നിയില്ല. അടുത്തെത്തിയ മാദാമ്മ മുഖത്തെ തുണി വലിച്ചു താഴ്ത്തി നിറഞ്ഞ ചിരിയോടെ പറഞ്ഞു:

"Good morning"

കുഞ്ഞുലച്ചുമിക്ക് ആശ്വാസം തോന്നി. മാദാമ്മ ചിരിച്ചല്ലോ.

"What's your name?"

തനി ഇംഗ്ലീഷ് പറഞ്ഞ കുട്ടിയോടു മാദാമ്മ തിരിച്ചു ചോദിച്ചു. കുഞ്ഞുലച്ചുമിയുടെ നാവ് വരണ്ടു. അതു മനസ്സിലാക്കി മാദാമ്മ ചോദിച്ചു:

"പേരെന്നാ?"

"കുഞ്ഞുലച്ചുമി"

"Good"

"Com here"

മാദാമ്മ ആംഗ്യമുദ്രകൾ വേണ്ടുവോളം ഉപയോഗിച്ചു. പക്ഷേ, ഒന്നൊന്നരയാൾ പൊക്കമുള്ള കുതിരയെ കണ്ട് കുഞ്ഞുലച്ചുമി വിറുങ്ങ

ലിച്ചു പോയി. സംഗതി മനസ്സിലായ മാദാമ്മ കുതിരപ്പുറത്തുനിന്നു ചാടിയിറങ്ങുന്നത് കുഞ്ഞുലച്ചുമി പേടിച്ചരണ്ട കണ്ണുകളുമായി നോക്കി നിന്നു. അടുത്തെത്തിയ മാദാമ്മ അവളുടെ രണ്ടു ഒരത്തിലും പിടിച്ചു ചോദിച്ചു:

"നിന്റപ്പന്റെ പേരെന്നാ?"

"ചോതൻ"

"എന്നാ വേല?"

"വേലയൊന്നും ഇല്ല. ഞങ്ങാ തിരുവല്ലേന്നം വന്നന"

"'Tell him to meet me"

കുഞ്ഞുലച്ചുമിക്ക് ഒന്നും മനസ്സിലായില്ല.

"നിന്റപ്പനോടു എന്നെ ബന്നു കാണാമ്പറ"

സന്തോഷം തിരതല്ലുന്ന മുഖത്തോടെ കുഞ്ഞുലച്ചുമി തലയാട്ടി.

"'Sweet girl"

അതും കുഞ്ഞുലച്ചുമിക്കു മനസ്സിലായില്ല. പക്ഷേ, കവിളിൽ തലോടിയതുകൊണ്ടു നല്ലതു തന്നെയാണെന്നു മനസ്സിലായി. മാദാമ്മ കുതിരയെ തിരിച്ച് ഓടിച്ചുപോയി.

എന്തോ നേടിയ മട്ടിൽ തിരിഞ്ഞു നടക്കാൻ തുടങ്ങിയപ്പോഴാണ് കുഞ്ഞുലച്ചുമി ആ കാഴ്ച കാണുന്നതു. പടപ്പലച്ചു ഓടി വരുന്ന ചക്കിയെളേമ്മ. അവൾക്കു പിന്നാലെ പാഞ്ഞു വരുന്ന അമ്മി. വാലെ വാലെ എളേത്തുങ്ങളും കുഞ്ഞുപെണ്ണും.

"എന്നാ കന്നംതിരി[11] വാണ്ടി വിളിച്ചു കൂവ്യേ"

ചക്കിയുടെ പിന്നാലെ വരുന്ന കുഞ്ഞാച്ചി വിളിച്ചു ചോദിച്ചു.

"ആനമ്മാതിരിയൊന്നും പറഞ്ഞില്ല. മാദാമ്മ ചിരിക്കേം മിണ്ടേം ഒക്കേനും ചെയ്തല്ലോ,"

അവൾ തിരിഞ്ഞു നോക്കി. അങ്ങകലെ കുന്നിൻ മുകളിലേക്കു പായുന്ന മാദാമ്മ ആകാശത്തേക്കു പറക്കുന്നപോലെ തോന്നും. പുലരിയുടെ നീലിമയിൽ ഒരു തുണ്ടു വെണ്മേഘം പോലെ.

"ആ. അച്ഛനെ കാണണേനു പറഞ്ഞു."

ചക്കി ഒന്നു ഞെട്ടി. നാട്ടുകൂട്ടക്കാരു പറേണതു അവരു ഒരു ഭയങ്കരിയാണെന്നാണ്. എപ്പ്ലും തോക്കു കൈലുണ്ടാവും. അതോണ്ടു വെടിവെച്ചാ എന്നാ ആകും. ചക്കിക്കതു ഓർക്കാൻ തന്നെ പേടിയാണ്. അവരെപ്പറ്റി പല കഥകളും കേട്ടിട്ടുണ്ട്. എതൽ മാദാമ്മ ഒരു കടുവയെ ചുമ്മാ വെടിവെച്ചിട്ടിട്ടുണ്ടെന്നു ചാഞ്ചന്റെ അമ്മൻ പറഞ്ഞുട്ടുണ്ടു. കുതിരപ്പുറത്തു ദേശം ചുറ്റുമ്പ്ളാ ഒരു കടുവാ നേരെ മുമ്പിൽ. കുതിരപ്പുറത്താണെങ്കിലും ഒരിരുപതുവാര മുന്നെ കടുവചാടി വീണാൽ എന്നാ ചെയ്യും. ഞൊടിയിടയിൽ അരയിൽനിന്നു റിവാൾവർ എടുത്ത് ഒറ്റവെടി. കടുവ നിന്ന നില്പിൽ ചത്തുപോയത്രെ. മറ്റു സായ്പമ്മാരു ചെയ്യണപോലെ ഫോട്ടോ എടുക്കാനും തൊലിയുരിഞ്ഞു വീടിന്റെ പൂമുഖത്തു പ്രദർശിപ്പിക്കാനും അവരു മെനക്കെട്ടില്ല. റൈട്ടർമാരുടെയും സുപ്പറണ്ടുമാരുടെയും ഭാഷ

11. വെളിവുകേടു

യിൽ പറഞ്ഞാൽ അതു "മൈൻഡു ചെയ്യാതെ കുതിരയെ ചത്ത കടുവ യുടെ മേലേ ചാടിച്ചു അവരുടെ പാട്ടിന്നു പോയി''. എന്നതാ ആ പെമ്പ്രന്നോരു. അവരെ കാണാനാ പറഞ്ഞിരിക്കുന്നത്!

സായ്പുമാരു വെടിവെച്ചിടുന്ന പക്ഷികളെ കണ്ടിട്ടുണ്ടു. ജീവൻ വിടാനുള്ള ആ പിടച്ചിലു ഒരു വല്ലാത്ത പിടച്ചിലു തന്നെയാ. അതു കണ്ടാ തന്നെ ജീവൻപോകും. ഈ പെണ്ണു അണ്ണനെ കൊലയ്ക്കു കൊടുക്കുമോ. ചക്കി കുഞ്ഞുലച്ചുമിയെ നോക്കി. പിന്നെ കുഞ്ഞാച്ചിയെ ഒന്നു പാളി നോക്കി. ഒന്നും അറിയാത്ത കുഞ്ഞാച്ചി ചിരിക്കുന്നു. പക്ഷേ, വെടിച്ചില്ലു പറഞ്ഞാ കേ ക്കാണ്ടിരിക്കാൻ പറ്റോ. അവരുടെ പറമ്പി കെടക്കുണോരല്ലെ. ചക്കി വേവലാതി പൂണ്ടു.

“അതേപത്തി കവലപ്പെടവേ മാണ്ട”

ചാഞ്ചൻ കുറേ നാളായില്ലെ ഇന്നാട്ടിലായിട്ട്. എസ്റ്റേറ്റിലെ ഏറെ തൊഴിലാളികൾ തമിഴ് പേശുന്നോരാണ്. അവരോടു പേശി പേശി ചാഞ്ചൻ നല്ല തമിഴനായിക്കഴിഞ്ഞു. പക്ഷേ, പേശുന്നതിനിടയ്ക്കു തമിഴിൽ മലയാ ണ്മയാണോ മലയാണ്മയിൽ തമിഴാണോ ഏറെ എന്നതു തിരിച്ചറിയാൻ ഇച്ചിരെ കഷ്ടപ്പെടണമെന്നു മാത്രം. പക്ഷേ, ചക്കിക്കു സംശയം എന്നിട്ടും ബാക്കി യാണ്.

“കാണാമ്പോണൊണ്ടോ ഇല്ലേനോ?”

ആ ചോദ്യത്തിലൊരു കെണിയുണ്ടല്ലോ. ചാഞ്ചൻ ചിന്തയിലാണ്ടു. ചാഞ്ചനു ചിന്തിക്കണമെങ്കിൽ സ്വന്തം കണ്ണുകളുടെ നോട്ടം എവിടെയെ ങ്കിലും ആഴത്തിലുറപ്പിക്കണം. അയാളുടെ പിഴച്ച കണ്ണുകൾതന്നെ പലപ്പോഴും ശ്വാസം മുട്ടിച്ചിട്ടുള്ള ചക്കീടെ വീർത്തു കൂർത്ത മുലകൾ ക്കിടയിൽ ഒരിത്തിരിനേരം തങ്ങി. അവിടെ ഒളിച്ചു വെച്ച തോക്കു കണ്ടു ഒന്നു ഞെട്ടി. തോക്കുമായി നടക്കുന്ന മാദാമ്മയുടെ കാര്യം കങ്കാണി പറേന്ന കേക്കണം.

“എതൽ ദി ലെതൽ”

അതെന്താണെന്നറിയില്ല. പക്ഷേ, പെണ്ണൊരുമ്പെട്ടാലു എന്നതാ നടക്കാത്തെ. അയാൾ സ്വന്തം കണ്ണുകൾ പിഴുതെടുത്തു മേലോട്ടു കൊണ്ടു വന്നു ചക്കീടെ കണ്ണുകളിലേക്കു കൊരുത്തു. എന്നിട്ടു മൊഴിഞ്ഞു:

“കാണാണ്ടിരിക്കാൻ പറ്റോ. ഈ കുടീരിക്കണതാ മാദാമ്മേടെ പറമ്പിലല്ലേ”

ചക്കി വിഷമത്തോടെ തുത്തുകുലുക്കിപ്പക്ഷിയെ സ്വന്തം മോന്തയി ലേക്കു ആവാഹിച്ചിരുത്തി.

“എപ്പാ കാണാമ്പറ്റ്വ”

ചോതൻ ചിന്തിച്ചതു മറ്റൊരു വഴിക്കാണു. വേല വല്ലതും കിട്ടിയാ ഈ കൂാങ്ങടെ പള്ളേലെന്തെങ്കിലും ചെല്ലും. എത്ര കാലാ ആരാന്റെ ഓശാരത്തി കഴിയാമ്പറ്റ്വ..

“അതേപ്പത്തി കവലപ്പെടവേ മാണ്ട”

ചാഞ്ചൻ തന്റെ തമിഴ് വഴക്കം വീണ്ടും വിളംബരം ചെയ്തു.

“ആമാ അവരു പത്തു മണിക്കു തിരിപ്പി വരുവാർകൾ”

ചാഞ്ചനെ കടത്തി വെട്ടിക്കൊണ്ടു ചക്കി മൊഴിഞ്ഞു. പാടിയിലെ തമിഴത്തികളോടുള്ള ബന്ധംകൊണ്ടു ചാഞ്ചനെക്കാൾ നന്നായി തമിഴ് പറയാൻ അവൾക്കു കഴിയും. പക്ഷേ, എവിടുന്നെങ്കിലും തമിഴ് വന്നാലെ അവൾക്കും തമിഴ്നാക്കു മുളയ്ക്കൂ. കെട്ട്യോനും കെട്ട്യോളും തമിഴിൽ പറഞ്ഞതു മനസ്സിലായെങ്കിലും ചാഞ്ചൻ പറഞ്ഞു:

"ഇവ്ളേടേന്നു വന്ന പാണ്ട്യാണ്." മച്ചുനന്റെ പെങ്ങള് സ്വന്തം പെങ്ങള്.

"അയ്യോ അണ്ണാ അവരു പത്തു മണിക്കു ഇതേ വളി വരും."

"എല്ലാ പത്തുമണിയാകച?"

"ദാണ്ടെ ആടെ കാൺണ കലമ്ണ്ടോ."[12]

ചക്കിയുടേതുൾപ്പെടെ പതിനെട്ടു കണ്ണുകൾ കല്ലിനെ കണ്ടമാനം ആക്രമിച്ചു. അതൊന്നു ഇളകിയോ എന്നു സംശയമുണ്ട്. ചാഞ്ചനും കുഞ്ഞു പെണ്ണിനും സംഗതി മനസ്സിലായി. ബാക്കിയുള്ളവർ മിഴിച്ചു നോക്കി നിന്നു.

"ആടേ വേലു[13] വരുമ്പം മണി പത്താന"

ആകാശം നോക്കി സമയം അറിഞ്ഞോണ്ടിരുന്ന ചോതനു അതു മനസ്സിലായില്ല.

"അതെന്നാ?"

"അണ്ണാ തൂര്യൻ ഈടെ വരുമ്പളാ ആടെ വേലു വരണേന" ചക്കി കിഴക്കേ ദിശ ചൂണ്ടി പറഞ്ഞു. ചോതന്റെ സംശയം അപ്പോഴും തീർന്നില്ല. അതിനു തൂര്യനേടാന്നു പറഞ്ഞാ പോരെ എന്നോർത്തു മേലേക്കു നോക്കിയപ്പഴാണു അയാൾക്കു ശരിക്കു സംഗതി പിടികിട്ടിയത്. വീടിരിക്കുന്ന പറമ്പിൽ മരങ്ങൾ തിങ്ങി വിങ്ങി നില്ക്കുന്നു എന്നതു പോട്ടെ, കുറുന്തോട്ടി മാതിരിയുള്ള, ചക്കി പറേണ തേല[14] നിക്കുന്നേടത്തു മഞ്ഞു കാരണം ഒന്നും കാണാൻ പറ്റുന്നില്ല.

"അതിനു വേലു കാണാനേല്ല.[15] അപ്പെങ്ങനാ?"

"വേലു വന്നാലുമില്ലേലും ദാ കല്ലിന്റെ കീളെ കാണണ പൂ മലക്കും."

അപ്പഴാ ചോതനും കുഞ്ഞാച്ചിയും കുട്ട്യോളും അതു കാണുന്നത്.

"അതാ പത്വണിപ്പൂ"

പത്തുമണിപ്പൂവിനു ഇത്രേം ഉപയോഗം ഉണ്ടെന്നു മനസ്സിലാകുന്നതു ഇപ്പോഴാണ്. തേശത്തു തൂര്യനെ നോക്കി തന്നാപടിച്ചതു. തേശം മാറുമ്പം അതും മാറണോല്ലോ.

"മ്മക്കുബെല്ലോം തിന്നാം. മാദാമ്മ വരണേക്കു മുന്നെ ഇണ്ടു[16] വന്നാ മതീല്ലോ"

മാദാമ്മ വരുന്ന വഴിക്കു ഒന്നുകൂടി തിരിഞ്ഞു നോക്കി കുഞ്ഞുലച്ചുമി നടന്നു. ക്ടാങ്ങൾ കൂട്ടങ്ങളോടു തൂറാമ്പോക്കു പിന്നാകാം എന്നവൾ

12. കല്ലുകണ്ടോ?
13. വെയിൽ
14. തേയില
15. കാണാനേയില്ല
16. ഇങ്ങോട്ടു ഇവിടേക്കു.

കണ്ണും കൈയും കൊണ്ടു ഉത്തരവിട്ടു. മാദാമ്മയോടു കിന്നരിച്ച അവളെ ആരാ അനുസരിക്കാത്തെ.

"നീ എന്നാണ്ടി മാദാമ്മോടു പറഞ്ഞെ" ചക്കിക്കു അറിയാഞ്ഞിട്ടു മേല.

"ഗുഡ്മോണിങ്ങെന്നു"

അതു ചക്കി കേട്ടിട്ടുണ്ടു. വണക്കം ചൊല്ലുന്നതുതന്നെ.

"അത്രേള്ളോ"

അതുതന്നെ പറഞ്ഞേന്റെ ബുദ്ധിമുട്ടു ആരോടു പറയാൻ.

നാല്

മലമുകളിലെത്തിയപ്പോൾ കുതിരയുടെ വേഗം കുറച്ചു. അല്പം ക്ഷീണം തീർത്തിട്ടു വേഗംകൂട്ടി അടുത്ത വിക് ഗേറ്റു ചാടിക്കടന്നു. തട്ടിയോ എന്നറിയില്ല ഒന്നുലഞ്ഞു. എതലിനു ചിരിക്കാതിരിക്കാൻ കഴിഞ്ഞില്ല. ഒരിക്കൽ ഇതേ ഗേറ്റിൽ ജാർ ഒന്നു വീണതാണ്. വീണ്ടും വേഗം കുറച്ചു കടിഞ്ഞാൺ ഇടതുകൈയിൽ ഒതുക്കി മുഖം മറച്ചിരുന്ന സ്കാർഫ് വലിച്ചഴിച്ചു. ശുദ്ധവായു വലിച്ചെടുത്തു. പണ്ടു ജാറു[17]മായി ഇങ്ങനെ കുതിര കളെ അലസമായി വിട്ടു ഇതുവഴി നടക്കുമ്പോൾ എന്തു സന്തോ ഷമായിരുന്നു. കുതിരവേഗങ്ങളുടെ പരീക്ഷണ പറക്കലുകളായിരുന്നു കുതിരപ്പുറത്തും കിടപ്പറയിലും. തന്റെ വേഗത്തിനൊപ്പമെത്താൻ കഴിഞ്ഞില്ല, പലപ്പോഴും ജാറിന്. പലപ്പോഴും വഴിമാറി കുറുക്കുവഴിയി ലൂടെ തന്റെ മുമ്പിലെത്തും. പിന്നെപ്പിന്നെ വഴിമാറിത്തന്നെയായി യാത്ര. കണ്ടുമുട്ടലുകൾ ഒഴിവാക്കാൻ ജോലിക്കെന്ന പേരിൽ കൊച്ചിയിലേക്കും പിന്നീട് ജന്മനാട്ടിലേക്കും.

എന്നു മുതലാണ് താനകലാൻ തുടങ്ങിയത്. അതേ ആ കൊലുന്നനേയുള്ള പെണ്ണിന്റെ അമ്മ തന്റെ മുമ്പിൽ വന്നു കരഞ്ഞതു മുതൽ. കൊച്ചിയിലും തിരുവനന്തപുരത്തും മറ്റും പോകുമ്പോൾ ആരൊക്കെയോ അയാളെ ക്ഷണിക്കാറുണ്ടത്രേ. അതൊക്കെ കേട്ടില്ലാന്നു വെക്കാം. പക്ഷേ, ഇന്നാട്ടിൽ അപ്പനപ്പൂപ്പമ്മാരു ഉണ്ടാക്കി വെച്ച സൽപ്പേരു കളഞ്ഞു കുളിക്കാൻ താൻ സമ്മതിക്കില്ല

വേണ്ട. ഓർമ്മകളെ കുടഞ്ഞെറിഞ്ഞു എതെൽ താഴേക്കും മേലേക്കും നോക്കി. മേലെ ബോൺ അമി. റോബർട്ട് ഷിപ്ടൺ ഇമ്രെയുടെ ഓർമ്മകളുറങ്ങുന്ന മലമടക്കുകൾ. അദ്ദേഹത്തിന്റെ മുഖം ഇന്നലത്തെ പോലെ ഓർമ്മയിൽ പച്ചച്ചു നില്ക്കുന്നു. ഇസബെല്ല എന്നു മോം സ്നേഹത്തോടെ വിളിക്കുന്ന റോസാ ഓൺസ്ലോ ലെസ്ലി ക്രോസിയറുടെ ഭർത്താവ്. എന്തു സ്നേഹമായിരുന്നു അവരു തമ്മിൽ. ഫ്രാങ്ക് ക്രോസ്യർ കപ്പൽ ദുരന്തത്തിൽ മരിച്ചതിന്റെ തകർച്ചയിൽനിന്നു ഇസബെല്ലയെ കൈപിടിച്ചു കരകേറ്റുകയായിരുന്നു ഇമ്രെ. ഇമ്രെയുടെ

17. J A Richardson (JAR)

മരണംവരെ പിന്നെ അവർ കരഞ്ഞിട്ടില്ല. ഇന്നും കൊടുങ്കാറ്റു താണ്ഡവമാടുന്ന രാത്രികളിൽ പ്രിയ സുഹൃത്തിന്റെ ഭാര്യയെ സാന്ത്വനിപ്പിക്കാൻ മലമുകളിൽനിന്നു വെളുത്ത കുതിരപ്പുറത്തു ഇമ്രെ പാമ്പനാർ ബംഗ്ലാവിൽ എത്താറുണ്ടെന്നു നാട്ടുകാർ പറയുന്നു. താഴെ പാമ്പനാർ ബംഗ്ലാവിനെ ഇപ്പോഴും മഞ്ഞു മൂടിപ്പുതപ്പിച്ചിരിക്കുന്നു. അതിനുള്ളിൽ ഇസബെല്ലാന്റി സുഖമായുറങ്ങുന്നുണ്ടാവും.

എസ്റ്റേറ്റ് ഓഫീസ് എത്തി. അസിസ്റ്റന്റു മസ്റ്റർ റോൾ എടുത്തു കൊണ്ടിരിക്കുന്നു. എതൽ മാഡം വന്നതറിഞ്ഞപ്പോൾ അയാളൊന്നു തലതിരിച്ചു നോക്കി. പക്ഷേ, ചെയ്തുകൊണ്ടിരിക്കുന്ന പണി നിർത്താൻ പാടില്ലെന്നു കർശന നിർദ്ദേശമുണ്ട്, അയാൾ ജോലി തുടർന്നു. ഓഫിസ് ബോയ് കുതിരയെ പിന്മുറ്റത്തു കൊണ്ടുപോയി വെള്ളവും മുതിരയും മറ്റും കൊടുത്തു പുൽമേട്ടിൽ മേയാൻ വിട്ടു. മാദാമ്മയെ പേടിക്കുന്നതു പോലെതന്നെ മാദാമ്മേടെ കുതിരയെയും അവൻ പേടിക്കുകയും ബഹുമാനിക്കുകയും ചെയ്തു. കുതിരച്ചാണകം തൊടാതെയുള്ള നടപ്പു കണ്ടാലെ അറിയാം അതിന്റെ ആക്കോം തൂക്കോം എത്രയുണ്ടെന്നു. അവസാനത്തെ ബാച്ചു കുറെ പെണ്ണുങ്ങളായിരുന്നു. അവരെ എസ്റ്റേറ്റിന്റെ വടക്കെ തലക്കലേക്കു നിയോഗിക്കുന്നതു കണ്ടു എതൽ ഇടപെട്ടു.

"പൊൺകളെ അന്ത എടത്തുക്കു വിടക്കൂടാതു. മെൻ ഒൺലി. അണ്ടർസ്റ്റാന്റ്."

"യെസ് മാഡം" അസിസ്റ്റന്റ് തോക്കിൻ മുനയിലായി. മുമ്പേ പോയ കുറെ പേരെ തിരിയെ വിളിച്ചു ആണുങ്ങളെ വടക്കെ തലയ്ക്കലേക്കും പെണ്ണുങ്ങളെ അടുത്ത സ്ഥലത്തും പറഞ്ഞുവിട്ടു. കൃതജ്ഞതാഭരിതമായ കണ്ണുകൾ മാദാമ്മയുടെ നേർക്കു വിടാൻതന്നെ പേടിച്ചു പെണ്ണുങ്ങൾ വെടിച്ചില്ലുകളായി ഓടി.

"മേണ്ട, നാളേക്കും ഇതുപോലെ ചെയ്താ മത്യാർന്നു,"

"ഠേ" ശബ്ദം എപ്പോഴാ കേക്കുന്നതെന്നു പേടിച്ച് നിക്കുന്ന ആണുങ്ങളെ എന്തിനാ വേണ്ടാത്തേം തൂക്കി നടക്കണേന്ന ചോദ്യം കണ്ണിൽ കൊരുത്ത് പെണ്ണുങ്ങൾ വേലസ്ഥലത്തേക്കു കുതിച്ചു. മാദാമ്മ ഇപ്പം കുതിരപ്പുറത്തെത്തും. അതിനുമുന്നേ വേല തുടങ്ങണം. എല്ലാർക്കും പേടിയാണെങ്കിലും "മനുഷ്യപ്പറ്റുള്ളവരാ. ഇവരുടെ അമ്മ വളരെ പാവമായിരുന്നു." കാലത്തു കൊമ്പു വിളിക്കണേക്കു മുമ്പേ ഇറങ്ങി മസ്റോളും കഴിഞ്ഞു വരണോരാ. എതൽ മാദാമ്മ പരിസരത്ത് എവിടെയെങ്കിലും ഉണ്ടെന്നറിഞ്ഞാൽ കാലത്തേക്കും ഉച്ചത്തേക്കും കൊണ്ടുവന്ന പൊതികൾ ഉച്ചയ്ക്കു ഒന്നിച്ചു കഴിക്കും. എന്നാലും വേണ്ടില്ല. ആ പെമ്പ്രന്നോരുടെ ശാപം കിട്ടാതിരുന്നാ മതി. കിട്ടിയാ പിന്നെ പടിക്കു വെളീലായെന്നു പറയാണ്ടു തന്ന റിയാം..

ഓഫീസിൽ തലേന്നത്തെ കണക്കുകൾ നോക്കി. പ്രൊവിഷൻ സ്റ്റോറിൽ ആവശ്യത്തിനു സ്റ്റോക്കുണ്ടോ എന്നു തിരക്കി. മുറ്റവും പരിസരവും വൃത്തിയാണെന്ന് ഉറപ്പു വരുത്തി. 1924 ലെ ഓർമ്മകൾ ആഷ്ലി എസ്റ്റേറ്റിലെ തേയില കുരുന്നുകൾപോലെ ഇന്നും പച്ചച്ചു

നില്ക്കുന്നു. പുല്ലേപ്പാറയിലെ ഉരുൾപൊട്ടലിൽ മുണ്ടക്കയത്തേക്കുള്ള രണ്ടു പാലങ്ങളും അപ്രത്യക്ഷമായി. ഒന്നര മൈൽ ദൂരം ചെളിയും കല്ലും വേരറ്റ് ഒഴുകിയെത്തിയ മരങ്ങളും പുതിയൊരു ലോകം തന്നെ സൃഷ്ടിച്ചു. കോട്ടയത്തുനിന്നു പലചരക്കു ലോറി മുണ്ടക്കയം വരെയെത്തും. അവിടെനിന്നു വണ്ടിക്കാളകൾ വലിച്ചു പീരുമേടെത്തിക്കും. അതാണു അന്നുവരെ നടന്നിരുന്നത്. ഒന്നര മൈൽ വഴിയില്ലാതായാൽ പിന്നെന്തു ചെയ്യും. പോരാത്തേതിനു ടെലഗ്രാഫ് പോസ്റ്റുകൾ തന്നെ ഒഴുകി പോയിരിക്കുന്നു. തൊഴിലാളികളെ പട്ടിണിക്കിട്ടാൽ നാളെ അവർ മലയിറങ്ങും. തോട്ടക്കാരെല്ലാം ചേർന്നു പുതിയ റോഡ് വെട്ടിച്ചു. അതുവഴി തലച്ചുമടായും കഴുതപ്പുറത്തും ഒന്നര മൈൽ കൊണ്ടുവരാനുള്ള ചിലവ് കോട്ടയത്തുനിന്നു മുണ്ടക്കയംവരെ കൊണ്ടുവരാനുള്ളതിനേക്കാൾ കൂടുതലായിരുന്നു. അതിന്റെ കൂട്ടത്തിൽ റൈട്ടർമാരുടെ കള്ളക്കളികളും. എതൽ ഗേറ്റിലേക്കു നടന്നു. ഓഫീസ് ബോയ് കുതിരയെ മുമ്പിലെത്തിച്ചു. എതൽ കുതിരപ്പുറത്തേക്കു ചാടിക്കയറുന്നതും ഓടിച്ചു പോകുന്നതും പത്തിരുപതോളം ആളുകളുടെ ഇരട്ടി കണ്ണുകൾ നോക്കി നിന്നു.

നേരേ വടക്കോട്ടു തിരിച്ച എതൽ വഴി തിരിഞ്ഞു പടിഞ്ഞാട്ടേക്കു പോകുന്നതു ആരും കണ്ടില്ല. അവരെപ്പോഴും അങ്ങനെയാണ്. പോകുന്ന വഴിയിൽ ദിശമാറ്റി പോകുക. അപ്രതീക്ഷിതമായി തൊഴിലാളികളോടു കുശലം പറയുക. ആഷ്ലി എസ്റ്റേറ്റിലെ എല്ലാ പെണ്ണുങ്ങൾക്കും എതൽ മാദാമ്മയെ ഇഷ്ടമാണ്. മിണ്ടാൻ പേടിയാണെങ്കിലും. മടിപിടിച്ചവരെ പുറത്തും പനിപിടിച്ചവരെ ആശുപത്രിയിലും എത്തിക്കുന്നതും അവരു തന്നെയാണ്. അവർക്ക് ഒരു തെറ്റേ പറ്റിയിട്ടുള്ളു. കാണാൻ കൊള്ളാവുന്ന ഒരുത്തനെ കേറിയങ്ങു പ്രേമിച്ചു വശായി. എങ്ങനെ പ്രേമിക്കാതിരിക്കും. ഇന്ത്യയിലും ഇംഗ്ലണ്ടിലും കണ്ടുമുട്ടുന്ന ഏതൊരു പെണ്ണും വീണു പോകും. അനാരോഗ്യത്തിന്റെ മൂർദ്ധന്യത്തിൽ എതലിന്റെ അമ്മ ഹെൺറീറ്റയ്ക്കു സമ്മതം മൂളുകയല്ലാതെ മറ്റു മാർഗ്ഗങ്ങളൊന്നും ഉണ്ടായിരുന്നില്ല. പാവം എതൽ. പതിനൊന്നു വർഷം ആഷ്ലിയിൽ തൊട്ടും തൊടാതെയുമുള്ള ജീവിതം. കാതറിനു പത്തു വയസ്സുള്ളപ്പോൾ മധുര കമ്പനിയിൽ പണിക്കെന്നു പറഞ്ഞു ജാർ കൊച്ചിക്കു പോയി. കാലുഷ്യങ്ങൾ പ്രകടിപ്പിക്കാതെ ജീവിക്കാൻ പഠിച്ചവൻ. വല്ലപ്പോഴും തോട്ടം നോക്കാൻ വരും. മറ്റു പ്ലാന്റേഴ്സുമൊപ്പം തിരുവനന്തപുരത്ത് മഹാരാജാവിന്റെ ഡർബാറിനു പോകും. പണ്ട് സ്വന്തം ഭാര്യ ബോൺ അമിയുടെ മാനേജരോടൊപ്പം പോയപ്പോൾ ജാറിലെ വില്ലനുണർന്നു. അവരെ മലയായിലേക്കു നാടുകടത്തിയ ശേഷമാണ് അയാൾ അടങ്ങിയത്. രണ്ടു വർഷത്തിനുള്ളിൽ എതലിനെ കെട്ടി. പതിനെട്ടുവർഷം കഴിഞ്ഞ് എതലിനെ വിട്ടു ഇംഗ്ലണ്ടിലേക്കു പോയതിന്റെ രണ്ടാം വർഷം അടുത്തത്. അഞ്ചു വർഷം മുമ്പ് മരിച്ചപ്പോൾ കാതറിനു കമ്പി വന്നിരുന്നു. മഴ മുടക്കിയ ടെലഗ്രാം കിട്ടിയതു ഒരു മാസത്തിനു ശേഷം.

എതൽ വീണ്ടും വഴിതിരിഞ്ഞു. അപ്പോഴാണു കാലത്തു കണ്ട

പെൺകുട്ടിയെക്കുറിച്ചോർത്തത്. കുതിരവേഗങ്ങളിൽ നിന്നൊരു തിരയോട്ടം. ഇംഗ്ലണ്ടിലെ ക്ലാസ് മുറികളിലെവിടെയോ കേട്ട കരുത്തുറ്റ ശബ്ദം. അതാണു തന്നെ പിടിച്ചുനിർത്തിയത്. ഇന്ത്യൻ കാടുകളിൽനിന്നു ചെല്ലുന്നവർ കുറച്ചുനാൾ വരെയെങ്കിലും അനുഭവിക്കേണ്ടുന്ന വിവേചനത്തിൽ നിന്നു കൈപിടിച്ച് മുമ്പിലേക്കു നടത്തിച്ച ശബ്ദം. അതൊന്നുകൂടി കേൾക്കാനാണ് തിരിച്ചു ചെന്നത്. പക്ഷേ, ഗുഡ്മോണിങ്ങിനപ്പുറത്തേക്ക് ആ കുട്ടിക്ക് ഒന്നും അറിയില്ല. അവളുടെ അപ്പനെ കാണണമെന്നു പറഞ്ഞിരുന്നു. പാവം കാത്തിരിക്കുന്നുണ്ടാകും. എതൽ വീണ്ടും വഴിതിരിഞ്ഞു.

അഞ്ച്

"**.......ഇ**ത്ര ആഡംബരപൂർവ്വമായ ഒരു സ്വീകരണം എനിക്കു ലഭിക്കുവാൻ തക്കവണ്ണം ഞാൻ ചെയ്ത മഹാകാര്യം എന്താണെന്നു ഞാൻ ആശ്ചര്യപ്പെടുന്നു. വല്ലതും ഒരുകാര്യം ഞാൻ സാധിച്ചിട്ടുണ്ടെന്നുള്ള സങ്കല്പത്തിലാണ് ഈ വലിയ ഉപചാര സല്ക്കാരങ്ങളും ബഹുമതികളും എനിക്കു ചെയ്യുകയും വാത്സല്യപൂർണ്ണവും ദയാമസൃണവുമായ വാക്കുകളും ആശയങ്ങളുമടങ്ങിയ ഈ മംഗളപത്രങ്ങളും ഭാരമേറിയ ഈ പണക്കിഴികളും എനിക്കു സമ്മാനിക്കുകയും ചെയ്തതെങ്കിൽ ഈ എല്ലാ ബഹുമതികൾക്കും ഇതിൽ കൂടുതലായ ബഹുമതിക്കും പൂർണ്ണാവകാശിയായ ഒരു മഹാനുഭാവൻ ഇതിലൊന്നും സംബന്ധിക്കാൻ നിർവ്വാഹമില്ലാത്ത ശരീരാസ്ഥ്യത്തോടുകൂടി 40 നാഴിക അകലെ നിരണം എന്ന സ്ഥലത്ത് വിശ്രമിക്കുന്നു. മിതവാദികളിൽവെച്ചു മിതവാദിയും, ന്യായവേദികളിൽവെച്ചു ന്യായവേദിയും, ധർമ്മിഷ്ഠരിൽ വെച്ചു ധർമ്മിഷ്ഠനുമായ ആ പരമസാത്ത്വികന്റെ നേതൃത്വത്തിൽ ആരംഭിച്ചു നടന്നിരുന്ന നിവർത്തന പ്രക്ഷോഭണത്തിനു എന്തെങ്കിലും നേട്ടം ഉണ്ടായിട്ടുണ്ടെങ്കിൽ അതു ആ മഹത്തായ നേതൃത്വത്തിന്റെ[18] വിദഗ്ദ്ധഹസ്തങ്ങളിൽ ഒരായുധം മാത്രമേ ആയിരുന്നുള്ളു........................."

സി കേശവന്റെ പ്രസംഗം കിടങ്ങാംപറമ്പു ക്ഷേത്രമൈതാനം കടന്ന്, ആരവങ്ങളൊഴിഞ്ഞ പള്ളിക്കൂടത്തിന്റെ മേല്ക്കൂരകൾക്കു മുകളിലൂടെ കിഴക്കൻ വെനീസിന്റെ ജലരാശികളിൽ പ്ലവം ചെയ്ത്, പടിഞ്ഞാറൻ കാറ്റിന്റെ തോളത്തേറി കോട്ടയത്തിറങ്ങി പടലപിരിഞ്ഞ് ഒരുഭാഗം തെക്കോട്ടും മറുഭാഗം മനോരമത്താളുകൾവഴി ഹൈറേഞ്ചു മലമടക്കുകൾ കയറിയിറങ്ങി. തെക്കോട്ടു ഗമിച്ചതു തിരുവല്ലയിൽ നിരണം പ്രഭൃതികളുടെ ചാർത്തുകാർക്കും, ചെങ്ങന്നൂരു പുത്തൻകാവു മാത്തൻ തരകന്റെ സിൽവന്ധികൾക്കും കായംകുളത്ത് കൊച്ചുണ്ണികൾക്കും കൊല്ലത്ത് കോടതി ഗുമസ്തരുടെ ചാർച്ചക്കാർക്കും എണ്ണം തികച്ചു വണ്ണം കുറച്ചു പിന്നേം തെക്കോട്ട്. വർക്കലയിൽ, തമ്പാന്നൂര്, വാൻസ് റോഡിൽ.

18. സി കേശവന്റെ ആലപ്പുഴ പ്രസംഗത്തിൽ നിരണത്തെ നിവർത്തന നേതാവിനെ പരാമർശിക്കുന്നു. അന്വേഷണം വായനക്കാർക്കു വിടുന്നു.

അവസാനം സർ സി പിയുടെ ഉറക്കറയിലുമെത്തി ഉറക്കം കെടുത്തി.

"രാജ്യത്തെ ക്ഷേത്രങ്ങളായ ക്ഷേത്രങ്ങളെല്ലാം അവർണ്ണർക്ക് തുറന്നുകൊടുത്തത് ആ തെണ്ടിപ്പരിഷകള് ക്രിസ്ത്യാനികളുടെ പിന്നാലെ പോകണ്ടന്നോർത്താണ്. പൊന്നുതമ്പുരാന്റെ കൃപകൊണ്ടു ജയിൽമോചിതനായ കേശവൻ പത്മനാഭസ്വാമി ക്ഷേത്രത്തിൽപോയി തൊഴുതു കാഴ്ചനേർച്ചകൾ നടത്തി വീട്ടിൽ സ്വസ്ഥമായിരുന്നു കൊള്ളുമെന്നാണ് കരുതിയത്.[19] പത്മനാഭസ്വാമി ക്ഷേത്രത്തിൽ പോയില്ലന്നതു പോട്ടെ, ക്രിസ്ത്യാനീടെ പള്ളീ പോയി നേർച്ചയിടേണ്ട വല്ല കാര്യോം ഉണ്ടാരുന്നോ. തോമാശ്ലീഹാ പണിയിച്ച നിരണം പള്ളിയിൽ നേർച്ചയിട്ടാൽ എന്തോന്നു കിട്ടുമെന്നാ അവന്റെ വിചാരം. വെറുതെ വിടില്ല ഒരുത്തനേം."

സർ സി പി സ്വന്തം മുറിയിൽ നാലു ചാലു നടന്നു. പണ്ടു ജഡ്ജാകാൻ ക്ഷണം കിട്ടിയപ്പോൾ താൻ കൊടുത്ത മറുപടി ഓർമ്മ വന്നു.

"'I prefer, Mr. Chief Justice, to talk nonsense for a few hours each day than to hear nonsense every day and all day long."[20]

ഇപ്പോൾ, ഇതുരണ്ടും ചെയ്യേണ്ടിവരുമെന്നു സ്വപ്നത്തിൽപോലും വിചാരിച്ചിരുന്നില്ല. ജമ്മു കാശ്മീറിന്റെ ഭരണഘടന എഴുതാൻപോലും തനിക്കിത്ര ബുദ്ധിമുട്ടു തോന്നിയിട്ടില്ല. പക്ഷേ, വിടില്ല ഞാൻ. ഇവമ്മാരൊക്കെ രാഷ്ട്രീയത്തിലിറങ്ങുന്നതിനുമുമ്പ് രാഷ്ട്രീയം പയറ്റിത്തെളിഞ്ഞവനാതാൻ. ആ എന്നോടാ കളി. ഇന്നു സൂട്ടും കോട്ടുമിട്ടു നെഞ്ചത്തൊരു റോസാപ്പൂവും വെച്ചു നടക്കുന്നവനും മുമ്പേ കാൺഗ്രസ് പാർട്ടീടെ സെക്രട്ടറിയായിരുന്നു താൻ. അതു ഇവമ്മാർക്കറിയില്ലെങ്കിലും ഗാന്ധിക്കറിയാം.

അയാൾ കിടക്കറയിൽത്തന്നെ സജ്ജീകരിച്ചിരിക്കുന്ന ബാറിലെത്തി. തനിക്കു ഇഷ്ടപ്പെട്ട പിങ്ക് ലേഡി ഫിക്സ് ചെയ്തു. ഒറ്റ വലി.[21]

മണികൊട്ടി. ഏറാൻമൂളി വന്നു തൂറാൻമുട്ടി നിന്നു.. ആസ്ഥാന ഷെർലക്ഹോംസിനെ ആളയച്ചു വരുത്തി.

റിപ്പോർട്ട്.

"ഇവിടേന്നെപ്പം പോയി?"

"എങ്ങോട്ടു പോയി?"

തുടരെത്തുടരെയുള്ള ചോദ്യങ്ങൾക്കു പെട്ടെന്നുത്തരം കൊടുക്കാൻ കഴിയാതെ ഷെർലക് ഹോംസ് വിഷണ്ണനായി.

പിങ്ക് ലേഡി ഉൾക്കാമ്പുകൾ തേടിപ്പിടിച്ചു.

"where is the report?"

സർ സി പി ഗർജ്ജിച്ചു. തറ്റുടുത്തെങ്കിലും അഴിഞ്ഞൂർന്നു പോകുമോ

---

19. ടി എം വർഗ്ഗീസ്, പ്രൊഫ. പുത്തൻകാവ് മാത്തൻ തരകൻ, 2004 പേജ് 74
20. *ദ് ഹിന്ദു*-ഓൺലൈൻ പേപ്പറിൽ 2003 ജനുവരി 20 നു സി പിയുടെ ജീവചരിത്രം പ്രകാശനത്തോട് അനുബന്ധിച്ച് പ്രസിദ്ധപ്പെടുത്തിയ S. Muthiaha യുടെ അവലോകനം
21. He had no dietary or drinking inhibitions "The strange case of Sir C P Ramaswamy Iyengar. "Ramachandra Guha, *The Hindu*, online edition, May 25, 2008.

എന്നു പേടിക്കുന്നതുപോലെ ഷെർലക് ഹോംസ് ഓടി. ചുരുക്കെഴുത്തുകാരനെ കൈയോടെ കൂട്ടിക്കൊണ്ടുവന്നു. ചുരുക്കെഴുത്തുകാരൻ ഇന്നലെ രാത്രി വന്നു ഷെർലക് ഹോംസിനെ കണ്ടു ചുരുക്കുകൾ വിടർത്താൻ തുടങ്ങിയപ്പോഴെ പട്ടർക്കു ഇങ്ങനൊരവസ്ഥ ഉണ്ടാകുമെന്നു നേരത്തെ തോന്നിയിരുന്നു. അതുകൊണ്ടുതന്നെ ശൂദ്രനാണെങ്കിലും ബ്രാമ്മണസേവയ്ക്കു പറ്റിയവനായി കണക്കാക്കി എങ്ങും വിടാതെ ചാവടിയിൽത്തന്നെ കൂടിയത്. ഇതുകഴിഞ്ഞിട്ടുവേണം ഒന്നു മുങ്ങിനിവരാൻ. ശൂദ്രന്റെ ചൂരിനേക്കാൾ അശുദ്ധാണല്ലോ സി പി അയ്യാവുടെ വായീന്നു വരുന്നത്.

റിപ്പോർട്ടിന്റെ സൂക്ഷ്മാംശങ്ങളിലൂടെ കയറിയിറങ്ങിയ സി പി കൂനിക്കൂടി വല്ലാതെ ചുരുങ്ങിനിന്ന ചുരുക്കെഴുത്തുകാരനെ നോക്കി കരിമ്പാറ നിരക്കി:

“നാളെ കാലത്തു ഒന്നുകൂടി ഓർത്തു നോക്കി വിശദമായിട്ടെഴുതി കൊടുക്കു.”

ഷെർലക്ക് ഹോംസും അനുചരന്മാരും നടകൊണ്ടു. പിങ്ക് ലേഡികൾ കയറിപ്പിടിച്ചപ്പോൾ രുദ്ര താളങ്ങളുണർന്നു. പ്രക്ഷുബ്ധഭോഗങ്ങളുടെ രാത്രികൾ. ഭക്തിവിലാസത്തിന്റെ ഗർഭഗൃഹത്തിൽനിന്ന് ഇണ്ടാസിറങ്ങി:

നൂറ്റൊന്നു കതിനാവെടികൾ രാജാവിന്റെ അവകാശം.
മുത്തുക്കുടകൾ രാജാവിന്റെ അവകാശം
“എന്റെ ജനങ്ങൾ” രാജാവിന്റെ അവകാശം
മഹായുദ്ധം പ്രഖ്യാപിച്ചിരിക്കുന്നത് മഹാരാജാവിനെതിരെ.
ഉത്തരവാദഭരണത്തിനപ്പുറവും ചില ഗൂഢോദ്ദേശ്യങ്ങൾ.
യോഗങ്ങൾ നിരോധിക്കപ്പെട്ടു.

കിള്ളിയാറു കലങ്ങിയൊഴുകി. പ്രക്ഷുബ്ധതകളൊരുപാടു താങ്ങിയ കോണകങ്ങൾ കുതിർന്നു ഈറനണിഞ്ഞു. സർ സി പിയുടെ മൃഷ്ടാന്നം ഒരുപാടു ചെലുത്തുവീർത്തവർ, പത്മനാഭസന്നിധിയിൽ സാഷ്ടാംഗം വീണു.

ആറ്

പത്തുമണിപ്പൂ ചിരിച്ചു. കൂടെ കുഞ്ഞുലച്ചുമിയും.

അതുവരെ മൂടിക്കിടന്ന മഞ്ഞ് എവിടെയോ പോയി മറഞ്ഞു. തേയിലക്കാടുകളിലേക്ക് സ്വർണ്ണവർണ്ണം പെയ്തിറങ്ങി. കാലത്തു ചക്കിയുണ്ടാക്കിതന്ന തേനീരിനു നിറം കിട്ടുന്നതു എവിടെനിന്നാണെന്ന് ചേതനു ഇപ്പഴാ മനസ്സിലായത്.

“അച്ഛൻ വാ“

കാലത്തു മാദാമ്മ പിടിച്ചതിന്റെ ചൂട് ഇപ്പഴും തന്റെ ദേഹത്തുനിന്ന് വിട്ടു മാറീട്ടില്ല. ആ ചൂടിനോടൊപ്പം പകർന്നു കിട്ടിയ ധൈര്യവും.

ചോതനു പേടിയുണ്ടെങ്കിലും പിടിച്ചുനില്ക്കാനുള്ള സകല തന്ത്രങ്ങളും ജന്മാവകാശമായി കൊണ്ടുനടക്കുന്നവനാണ്. കുഞ്ഞാ

ച്ചിക്കും കൂാങ്ങയ്ക്കും അതുതന്നെയാണു അവസ്ഥ. നാടിനെ കുറിച്ചറിയാത്തതിന്റെ കുഴപ്പം തന്നെ. പക്ഷേ, ചക്കിക്കും ചാഞ്ചനും അങ്ങനല്ല. കുറെ നാളായില്ലേ ഇവിടായിട്ട്.

ആരെല്ലാം ഏടെല്ലാം തായിപ്പമ്മാരുടെ വെടിയേറ്റു ചത്തിട്ടുണ്ടാം. പക്കികളെപോലെ പെടഞ്ഞു. എത്ര പക്കികളെയാ തായിപ്പമ്മാരു തെവതോം വെടിവെച്ചിടുന്നേ. അതിലൊന്നെന്നു കൂട്ടാൻ പറ്റ്വോ. കുഞ്ഞുന്നാൾ മുതൽ അണ്ണനെ കാണുന്നതാ. അമ്മിക്കാണെ സ്വന്തം മക്കളെക്കാൾ കാര്യാ. തനിക്കു സ്വന്തം അണ്ണനേക്കാളും. ചക്കി കരച്ചിലിന്റെ വക്കത്താണ്.

“ദാ വരണൊണ്ട്”

കുഞ്ഞുലച്ചുമി കൈചൂണ്ടിയിടത്തു ഒന്നും കാണുന്നില്ല. ചോതന്റെ ഉള്ളൊന്നു കാളി. തനിക്കു കണ്ണു പിടിക്കാണ്ടായോ? അയാൾ ചാഞ്ചനെ നോക്കി. ചാഞ്ചൻ കൈവിടർത്തി കണ്ണിനുമേൽ പിടിച്ചു ചാഞ്ഞും ചെരിഞ്ഞും കാക്ക കളിക്കുന്നു. സ്വന്തം മോളുടെ കാഴ്ചശക്തിയെ കണ്ണുകിട്ടാതെ സൂക്ഷിക്കേണ്ടതു തന്റെ കടമയാണല്ലോ.

“ഞാ വരണൊണ്ട്”

ചോതൻ പറയുന്നതു കേട്ടപ്പോൾ മാത്രമാണ് ചാഞ്ചൻ തന്റെ പ്രായത്തെക്കുറിച്ചോർത്തത്. എന്നാലും ചോതനളിയനേക്കാളും എളേതല്ലെ താൻ. പിന്നെന്താ?. ഞാ വിട്ടുകള. ഈടെ വന്നേപ്പിന്നെ മന്നത്തു[22]പോക്കു കൂടുതലാ. തലവലി ഇപ്പം കൂട്ടായി. അതിന്റോക്കാരിക്കും.

നോക്കിയിരിക്കെ ദൂരെ ഒരു വെളുപ്പിന്റെ പൊട്ട് ചോതന്റെയും ചാഞ്ചന്റെയും പൊട്ടക്കണ്ണുകളിൽ തെളിഞ്ഞു. അപ്പോഴേക്കും കുതിരക്കുളമ്പടിയും അടുത്തെത്തിയിരുന്നു. അതു കുതിരക്കുളമ്പടിയാണോ സ്വന്തം ചങ്കു പിടയ്ക്കുന്നതാണോ എന്നു ചക്കിക്കു വേർതിരിച്ചറിയാൻ കഴിയുന്നില്ല. ചക്കി കണ്ണടച്ചു സകലരേം വിളിപ്പുറത്തു നിർത്തി കെഞ്ചി.

“അണ്ണനെ കാത്തോളണേ”

കണ്ണുതുറക്കുമ്പോഴുണ്ട് മാദാമ്മ കുതിരപ്പുറത്തുനിന്നു ചാടിയിറങ്ങുന്നു.

“കുഞ്ഞുലച്ചുമി. യാരു നിന്റെ അപ്പാ?”

കുഞ്ഞുലച്ചുമിക്ക് അതും മനസ്സിലായി. എങ്കിലും മറുപടി പറയാതെ ചൂണ്ടിക്കാട്ടി.

“തമിഴാ, മലയാളാ”

“മലയാളാ.....”

ശ്വാസംനേരെ വീണ ചക്കിതന്നാണു പറഞ്ഞത്. തമിഴിന്റെ കെട്ടുപാടുകളിൽനിന്നു ചാഞ്ചൻ മോചിതനായപ്പോൾ ചക്കി നിലത്തിറങ്ങി കഴിഞ്ഞിരുന്നു.

---

22. കള്ളുഷാപ്പ് (അന്നം എന്ന പോലത്തെ ഉച്ചാരണം! ഇത് ഒരു വ്യംഗ്യ പ്രയോഗമാണ്. മന്നം എന്നു ഉദ്ദേശിച്ചത് തുറസ്സായ കർമ്മം ചെയ്യാനുള്ള സ്ഥലമാണ്. കള്ളുഷാപ്പുകൾക്കുള്ളിൽ പ്രവേശനമില്ലാതിരുന്ന കാലത്ത് ഷാപ്പിനു പുറത്തെ വെളിപ്രദേശങ്ങൾ തന്നെ മന്നങ്ങളായിട്ടുണ്ടാകാം. കൂടുതൽ അന്വേഷണങ്ങൾ വായനക്കാർക്കു വിട്ടു തരുന്നു.

"ഇബ്ളു പടിക്കൊണ്ടോ?"

"വേലേല്ലാ......"

"അദല്ല. ഇബ്ളു ഏതു ക്ലാസ്... ങ്ഹോ....എന്ത തരം..എന്ത ക്ലാസ്...പടിച്ചിറുക്കു"

തമിഴ് പണിക്കാരുമായിട്ടുള്ള നിരന്തര സമ്പർക്കംമൂലം മാദാമ്മയ്ക്കു തമിഴിലാണ് കൂടുതൽ പ്രാവീണ്യം.

"മൂൻറാം ക്ളാസ് പടിത്തിട്ടേയിരുന്തത്..ആനാൽ.........."

"തെരിയും. അബടെ ചണ്ടയായി......."

രണ്ടുമൂന്നു തലകുലുക്കും കൂടിയായപ്പോൾ എല്ലാവരും ഞെട്ടിപ്പോയി. ഇവരെല്ലാം അറിഞ്ഞിരിക്കുന്നു. ഇനിയെന്താകുമോ ആവോ?

ഏതോ വഴിപോക്കൻ പറേനോ പെലേനോ കാട്ടിക്കുട്ടിയ പോഴത്തം. അല്ലാണ്ടു അണ്ണനും കുടുമ്മോം എന്നാ പെഴച്ചു, ചക്കി ഒന്നു കണ്ണടച്ചു നോക്കിയപ്പോൾ വിളിച്ചു വിളിപ്പുറത്ത് നിർത്തിയിരുന്ന ഒറ്റാരണ്ണത്തിനെ കാണുന്നില്ല. കള്ളു കിട്ടാഞ്ഞിട്ടായിരിക്കും. മുന്നേ പറയാനും വിട്ടു പോയി. കള്ളും ഞൗണിക്ക ചുട്ടു തല്ലിപ്പൊട്ടിച്ചതും കൊടുക്കാമെന്നു പറഞ്ഞാ മതിയാരുന്നു. ഇനിയിപ്പോ. രണ്ടും കല്പിച്ചു ചക്കി ഒന്നുകൂടി വിളിച്ചു. കാല് പെരുമാറ്റം കേട്ടപ്പഴേ മനസ്സിലായി എങ്ങും പോയിട്ടുണ്ടാരുന്നില്ല. കള്ള മ്മാരു എന്നെയാ കളിപ്പിക്കാൻ നോക്കുന്നത്. പണ്ടു അമ്മീടൊപ്പം ചെങ്ങന്നൂരു കൊയ്യാമ്പോയപ്പം ഏതോ തമരു[23] കേറിപ്പിടിച്ചു. അവിടുണ്ടാരുന്ന പെലേരും പറേമരും ഒത്തുചേർന്നു തടഞ്ഞു. എന്തിനാ പിടിച്ചേന്നൊന്നും അന്നറിയില്ലായിരുന്നു. ഇപ്പം അതോർക്കമ്പം ഞെട്ടലുവരും. ഏതോ പെലേരച്ചൻ കെട്ടിത്തന്ന ഏലസ്സേന്നാ തൊടക്കം. ചൊല്ലിത്തന്നതെല്ലാം കൊണ്ടു. ചൊല്ലാതെ തന്നതും കൊണ്ടു. അതോണ്ടു കാർന്നോമ്മാരു എന്നും കൂടൊണ്ട്. കാർന്നോമ്മാരോടു ഇച്ചിരെ ദേഷ്യം തോന്നിയെങ്കിലും ചക്കി പതുക്കെ പറഞ്ഞു:

"കാത്തോളണെ"

അടുത്തുനിന്ന പേരമരം ഒന്നു കുലുങ്ങി. നിലത്തു കിടന്ന കരിയിലകളും ഒന്നു മെതിഞ്ഞു ശബ്ദമുണ്ടാക്കി. അതാ അറുകൊലാ. പണ്ടു മരത്തേന്നു വീണു ചത്തതാ. ചത്തു കഴിഞ്ഞു ഇപ്പഴാ തലകുത്തി വീഴാണ്ടിരിക്കാൻ പഠിച്ചോണ്ടിരിക്കുന്നത്. എന്തെങ്കിലും കിട്ടാൻ കാത്തിരിക്കുകാ അതുങ്ങ. അവരെറങ്ങിയാ തൊന്തരവാ. ചക്കി കാർന്നോമ്മാരോടു കെഞ്ചി:

"ആർക്കും തൊന്തരവ് കൊടുക്കാതെ തൈവങ്ങളു കാത്തോളണെ"

തൈവങ്ങളു തല കുലുക്കി. "നീ ആളു കേമത്തിതന്നെ."

ചക്കി ഒരു പൊരുമ്മിയ ചിരി ചിരിച്ചു. അടുത്തുനിന്ന തേയിലച്ചെടി കുലുങ്ങിയപ്പഴാ ചക്കിക്കു സമാധാനമായത്.

"നാളേക്കു ആഫിസുക്കു വാ" മാദാമ്മ ചോതനോടായി പറഞ്ഞു.

കുതിരയ്ക്കടുത്തേക്കു തിരിച്ചു നടക്കുമ്പോൾ കുഞ്ഞു ലച്ചുമിയുടെ

23. തമ്പുരാൻ

കവിളിൽ തട്ടി പറഞ്ഞു:

'"Goodbye"

'"Au revoir"

ഇംഗ്ലണ്ടിൽനിന്നു തിരിച്ചുപോരുമ്പോൾ അവസാനമായി കേട്ട അതേ വാക്കുകൾ. എതലിന്റെ കണ്ണുകൾ നിറഞ്ഞു. കുഞ്ഞുകൂട്ടുകാരിയുടെ കവിളിൽ ഒരു മുത്തം കൊടുത്തവൾ തിരിഞ്ഞുനോക്കാതെ കുതിരപ്പു റത്തു ചാടിക്കയറി ഓടിച്ചു പോയി.

എതൽ ഓർമ്മകളിലേക്കു ഒന്നുകൂടി വഴിതെറ്റി. താനും ജാറുമായുള്ള കല്യാണക്കുറിമാനം കൈപ്പറ്റാതെ തിരിച്ചുവന്നു. പിന്നാലെ ഏഞ്ചലിന്റെ അമ്മയുടെ കത്തും. ഏഞ്ചലിനെ ദൈവം തിരിച്ചുവിളിച്ചെന്നു. എതൽ വിതുമ്പിപ്പോയി. കടിഞ്ഞാണു മുറുക്കി മരങ്ങൾ തിങ്ങിവളരുന്ന ചെറുകാടിനുള്ളിൽ അല്പം നിന്നു. വിതുമ്പലിനെ തുറന്ന കരച്ചിലിനു ഒരു നിമിഷത്തേക്കു വിട്ടുകൊടുത്തു. പിന്നെ സ്കാർഫെടുത്തു കണ്ണുതുടച്ചു വീണ്ടും എതൽ ദ ലെതൽ കുതിരയെ തെളിച്ചു.

അർത്ഥം പോലുമറിയാത്ത അവസാനത്തെ വാക്കിന് ഇത്ര ശക്തിയോ? കുഞ്ഞുലച്ചുമിതന്നെ എന്താണു സംഭവിച്ചതെന്നറിയാതെ പകച്ചുനിന്നുപോയി. കുഞ്ഞാച്ചിയുടെ കണ്ണുനിറഞ്ഞു. അവളോടിച്ചെന്നു കുഞ്ഞുലച്ചുമിയെ കെട്ടിപ്പിടിച്ചു പൊട്ടിക്കരഞ്ഞു. താനെന്തൊക്കെയോ പുളിച്ചതെല്ലാം അവളെ പറഞ്ഞുപോയതിനു ആരോടു മാപ്പിരക്കും. ചോതന്റെയും ചക്കിയുടെയും ചാഞ്ചന്റെയും കണ്ണുകൾ നിറഞ്ഞു വാക്കുകൾ വഴിമുട്ടി. ക്ടാങ്ങളു നാലും ഈ പുകിലെല്ലാം കണ്ടു ചിരിക്കണോ കരയണോ എന്നറിയാതെ എല്ലാവരെയും മാറിമാറി നോക്കി പകച്ചുനിന്നു, പിന്നെ സന്തോഷത്തോടെ കാപ്പിപ്പൂക്കൾ വിടർന്നു ചിരിക്കുന്ന കാട്ടിലേക്കു ചേച്ചിയെയും കൂട്ടി ഓടിപ്പോയി. തൂറാൻ.

ഏഴ്

തലേന്നു എപ്പഴാ കെടന്നേ എന്നോർമ്മയില്ല. പക്ഷേ, ചക്കിക്കു നല്ല പരിചയമായിപ്പോയി. കണ്ണു തുറക്കുമ്പം ഏതു കാറ്റാ പുറത്തു കലമ്പലുണ്ടാക്കുന്നത് എന്നു കാതോർത്താൽ മതി. എഴുനേല്ക്കണ്ട നേരത്തു ചക്കി കിടക്കുന്നതിന്റെ തലയ്ക്കലെ മറയിൽ കാറ്റു വല്ലാതെ തട്ടും. കടും ചായയിട്ടു മാലനു[24] കൊടുത്താൽപിന്നെ അങ്ങനൊരു ചെത്തം പിന്നൊണ്ടാകില്ല.

കുഞ്ഞാച്ചി അതിനും മുമ്പേ എഴുന്നേറ്റെങ്കിലും പുതപ്പിന്റെ അതിർത്തി വിടാൻ മടി. ചക്കി കമ്പിളിമൂടി പുറത്തിറങ്ങി തീ കൂട്ടിയ പ്പോൾ ഒരു ധൈര്യം വന്നു. ചക്കി കുടത്തിൽനിന്നു വെള്ളമെടുത്തു മൺകലത്തിലൊഴിച്ചു അടുപ്പത്തു വെച്ചു.

---

24. ഭർത്താവ് പേരുപറയാൻ പാടില്ല. എന്നു ഏറനാടൻ കഥകളിൽ ഭാഷ്യം.

"എന്നാ തണുവാ. നിക്കു തെല്ലാം ചീലായല്ലെ" കുഞ്ഞാച്ചി തുടക്കമിട്ടു.

"അല്ലാണ്ടെന്നാ ചെയ്യേച്ചി. പെലകാലെ മശ്റോളി[25]നു പോണ്ടേ"

കുഞ്ഞാച്ചി അടുപ്പിലെ ചുള്ളിക്കമ്പുകൾ അടുക്കിയും പരത്തിയും തീയാളിച്ചു. ചക്കി കപ്പക്കിഴങ്ങുകൾ തുണ്ടം തുണ്ടമാക്കി ചെണ്ടമുറിയൻ പുഴുങ്ങാൻ പൊളിച്ചു. ഈ തണുപ്പിൽ കഴുകിയെടുക്കുന്നതിനെക്കുറിച്ചോർത്തു കുഞ്ഞാച്ചി മരവിച്ചുകഴിഞ്ഞു. കുഞ്ഞാച്ചികാപ്പിത്തൊണ്ടു വെള്ളത്തിലിട്ടു. തേയില വല്ലപ്പോഴുമേ ഉപയോഗിക്കാറുള്ളു. വെലക്കൂടുതലല്ലേ. കാപ്പിതൊണ്ടാണെ ഇഷ്ടംപോലെ കിട്ടും. പോരാത്തതിനു ചാഞ്ചനു കാപ്പി തന്നാ ഇഷ്ടം. ഇന്നലത്തെ തേനീർ ചോതനു ഇഷ്ടപ്പെട്ടെങ്കിലും കാലത്തു വെളിക്കെറങ്ങാൻ കാപ്പി തന്നാ നല്ലതെന്ന പക്ഷവുമുണ്ട്.

കാല്പെരുമാറ്റം കേട്ടു തിരിഞ്ഞു നോക്കുമ്പോഴുണ്ടു പുതപ്പു പോലുമില്ലാതെ കുഞ്ഞുലച്ചുമി.

"തണുപ്പടിക്കാണ്ടു ഈടിരി"

കുഞ്ഞാച്ചി മോളെ ചേർത്തിരുത്തി തന്റെ പുതപ്പുകൊണ്ടു മൂടി. തള്ളക്കോഴി കുഞ്ഞിനെ ചിറകിനുള്ളിലൊളിപ്പിച്ചു.

തിളയ്ക്കുന്ന കാപ്പിയിൽ തവിയിട്ടിളക്കി. തൊണ്ടു നല്ലോണം വേകണം. വറുത്ത തൊണ്ടിന്റെ കറുത്തനിറം വെള്ളത്തിലലിഞ്ഞു കടുക്കുന്നതു കണ്ടു തീ കുറച്ചു. പിന്നെ ചട്ടിക്കോപ്പയിലേക്കു പകർന്നു.

"ചാഞ്ചനച്ചനു കൊണ്ടു കൊടു" കുഞ്ഞാച്ചി മോളോടു പറഞ്ഞു.

പുതപ്പു എടുത്തുമറ്റി കുഞ്ഞുലച്ചുമി ചാഞ്ചനു കാപ്പിയുമായി പോയി. കുഞ്ഞാച്ചി ചോതനുള്ള കാപ്പി പകർന്നു. അതും കുഞ്ഞുലച്ചുമി തന്നെ കൊണ്ടു കൊടുത്തു. കാപ്പികുടി കഴിഞ്ഞു ചാഞ്ചനും ചോതനും ബീഡിയും കത്തിച്ചു പറമ്പിലേക്കു പോയി. കപ്പകഴുകി അടുപ്പത്തു വെച്ചിട്ടു കുഞ്ഞുലച്ചുമിയെയുംകൂട്ടി ചക്കിയും പറമ്പിലേക്കു പോയി. അണ്ണന്റെ മുത്ത് അവളുടെയും മുത്താണ്.

കാലത്തു രണ്ടു കഷണം കപ്പയും തിന്നിട്ടു ചാഞ്ചൻ ഓടി. കൊമ്പൂതുന്നതിനു[26] മുന്നെ ആപ്പീസിലെത്തണം. സമയം പോയാൽ ഇന്നു പണിതന്നെ കിട്ടാതാകും. ചോതൻ അല്പം കഴിഞ്ഞു പുറപ്പെട്ടാൽ മതി. മാദാമ്മ ആപ്പീസിൽ ചെല്ലുന്നസമയത്തു അങ്ങെത്തിയാൽ മതി. ചോതൻ പുറപ്പെടാൻ നേരത്തു കുഞ്ഞുലച്ചുമിക്കു ഒരേ വാശി. അവൾക്കും പോകണമെന്നു. വേല വല്ലതും കിട്ടിയാൽ അവൾ അവിടെ എവിടെങ്കിലും നിന്നോളാമെന്ന്. അവസാനം ചക്കി ഉച്ചയ്ക്കത്തെ കഞ്ഞീം പറ്റുമായി പോകുമ്പോ കൂട്ടിക്കൊണ്ടു വരാമെന്ന തീരുമാനത്തിലെത്തി. ചോതന്റെ കൂടെ തുള്ളീം ചാടീം കുന്നുകൾ കയറിയിറങ്ങി, തുമ്പികൾക്കു പിന്നാലെ ഓടി, തുമ്പിയായി പാറിപ്പറന്നു കുഞ്ഞുലച്ചുമി ചോതനൊപ്പം ആപ്പീസിലെത്തി. അവരെത്തുംമുമ്പെ അവരെക്കുറിച്ചുള്ള വിവരം

---

25. Muster roll.
26. സൈറൺ

ആപ്പീസിലെത്തിയിരുന്നു. മാഡത്തിന്റെ ആൾക്കാരെ എങ്ങനെ സ്വീകരിക്കണമെന്ന് ആപ്പീസ് ബോയിയെ പഠിപ്പിക്കേണ്ടതില്ലല്ലോ. തലപോകുന്ന കാര്യമാണ്. ചോതൻ പുറത്തിരുന്നു. കുഞ്ഞുലച്ചുമി അകത്തും. സന്തോഷംകൊണ്ടു ചോതന്റെ നാവ് വരണ്ടിരുന്നു.

എട്ടുമണിയോടടുത്തു ഒരു കാർ ആപ്പീസിന്റെ മുറ്റത്തെത്തി. ഒരു തടിച്ച സ്ത്രീ എന്തോ ഭാണ്ഡക്കെട്ടുകളുമായി ഇറങ്ങി ചുറ്റും നോക്കി. ആപ്പീസ് ബോയിയോടു എന്തോ വിളിച്ചു ചോദിച്ചിട്ടു ധൃതിപ്പെട്ടു അകത്തേക്കു പോകുന്നു.

"അച്ഛാ"

ഏതോ ദിവാസ്വപ്നത്തിൽ നിന്നു ഞെട്ടിയെഴുന്നേറ്റ ചോതനു തന്റെ കണ്ണുകളെ വിശ്വസിക്കാൻ കഴിഞ്ഞില്ല. വെളുത്ത കുപ്പായമിട്ടു തന്റെ മുമ്പിൽ നില്ക്കുന്നതു തന്റെ മോളു തന്നെയോ? പിന്നാലെ എത്തിയ തടിച്ച സ്ത്രീ മറ്റാരോടോ എന്നപോലെ പറഞ്ഞു:

"നാളെ കാലത്തു കുളിച്ചു ഈ ഫ്രോക്കും ഇട്ടു വീടിനടുത്തു നിക്കണം. കാറു വരും. സ്കൂളിൽ പോകാനാ. കുഞ്ഞുലച്ചുമി ഫ്രോക്കഴിക്കൂ."

ചക്കി പതിവിലും നേരത്തെ എത്തി. വന്ന വഴിയെ ചോതന്റെ അടുത്തെത്തി താഴ്ന്നസ്വരത്തിൽ പറഞ്ഞു:

"മാദാമ്മേടെ ആൾക്കാരു കുടിക്കു വന്നിന്. ഇങ്ങട്ടു പറഞ്ഞിട്ടേൻ. ആരു വന്നിനാ?"

"ഉം. കട്ടാത്തിക്കു വെള്ളച്ചട്ടേം കൊടുത്തിന്. നാളെ പോലച്ചേ ഇസ്കൂളീ പോണംന്ന്"

"അണ്ണനുക്കു തൈവം തുണ. അവ്ളു നമ്മാടെ പൊന്നു"

ചോതനു തലയാട്ടാൻ മാത്രമേ കഴിഞ്ഞുള്ളു. ഊരും കൈലെടുത്തു തേശത്തൂന്നു ഓടിപ്പോരുമ്പം ഇങ്ങനൊന്നും നിനച്ചതേയില്ല. എല്ലാം കാർന്നോമ്മാരുടെ അനുഗ്രഹം. അല്ലാണ്ടെന്താ പറക.

ചക്കി ചാഞ്ചന്റെ വേല എവിടെയെന്ന് ആപ്പീസിൽ അന്വേഷിച്ചറിഞ്ഞ് അങ്ങോട്ടുപോയി. കുറച്ചുകഴിഞ്ഞപ്പോൾ മാദാമ്മയെത്തി. ആപ്പീസിൽ നിന്നു അസിസ്റ്റന്റ് ഇറങ്ങിവന്നു. ഊരും പേരും ചോദിച്ചെഴുതി അകത്തേക്കു പോയി. കുറച്ചുകഴിഞ്ഞു തിരിച്ചുവന്നു .

"ഇന്നു വേലയൊന്നുമില്ല. നാളെ സ്കൂളിൽ ചെല്ലണം. പിന്നെ മറ്റന്നാൾ ഇങ്ങോട്ടുവന്നാ മതി"

ചോതൻ എല്ലാത്തിനും തലയാട്ടി.

ഇന്നേക്കു വേലയില്ല. നാളേക്കു സ്കൂളിൽ പോണം. മിന്നിപ്പാട്[27] കൈയിലില്ലാതെ എന്നാ ചെയ്യും. ആലോചിച്ചിട്ടു ഒരു എത്തും പിടിയും കിട്ടാതെ ചോതൻ ആലോചനതന്നെ നിർത്തി. ഇവിടെവരെ എത്തിച്ച കാർന്നോമ്മാരു നോക്കീം കണ്ടും എന്താണെന്നു വെച്ചാൽ ചെയ്യും.

മുമ്പിൽ വന്നു നില്ക്കുന്ന കുഞ്ഞുലച്ചുമിയെ ഏതോ മറവിയിൽ നിന്നുണർന്ന ചോതൻ കുറെ നേരം നോക്കി നിന്നു. അച്ഛൻ മറ്റേതോ

27. പണം

ലോകത്താണെന്നു തിരിച്ചറിഞ്ഞ കുഞ്ഞുലച്ചുമി അച്ഛനെ വിളിച്ചുണർത്തി.

വെളുത്ത തുണിയിൽ പൊതിഞ്ഞ ഭാണ്ഡവുമായി ചിരിച്ചു നില്ക്കുന്ന കുഞ്ഞുലച്ചുമി.

"എനക്കു ഫ്രോക്കാ"

ഫ്രോക്കാ. അതെന്താണെന്നു മനസ്സിലായില്ല. എങ്കിലും മിന്നിപ്പാടില്ലാതെ എന്തു ചെയ്യും.

"ദാ അച്ഛാ. അരിക്കാശ്"

ചോതന്റെ മനസ്സിൽ കൊള്ളിയാൻ പോലെന്തോ മിന്നി. കുഞ്ഞുലച്ചുമിയെ ഭാണ്ഡത്തോടുകൂടി പൊക്കിയെടുത്തു കെട്ടിപ്പിടിച്ചുമ്മ വെക്കുമ്പോഴാണ് മാദാമ്മ നോക്കി നില്ക്കുന്നതു കണ്ടത്. പെട്ടെന്നു നിലത്തുനിർത്തി മാറി നിന്നു. മാദാമ്മ തൊട്ട മോളെ താൻ തൊട്ട് അശുദ്ധമാക്കിയോ എന്ന പേടിയോടെ.

"'Goodbye Kunjulachumi"

"'au revoire madam"

മാദാമ്മ കാണിച്ചതുപോലെതന്നെ കുഞ്ഞുലച്ചുമിയും കൈവീശിക്കാണിച്ചു. കൈ രണ്ടും കൂട്ടിവിടർത്തി കുമ്പിട്ടു നില്ക്കുന്ന അച്ഛനെ കൈപിടിച്ചവൾ നടന്നു. നിറഞ്ഞ ചങ്കിൽനിന്നു ചുടുനിശ്വാസം ആരും കേൾക്കാതിരിക്കാൻ ശ്രദ്ധിച്ചു ചോതൻ അച്ഛന്റെ ഭാവങ്ങൾ മുഴുവൻ വലിച്ചെറിഞ്ഞു കുഞ്ഞുലച്ചുമിയുടെ പിന്നാലെ നടന്നു.

എട്ട്

"**അ**ളിയാ മന്നത്തു പാം"

ചാഞ്ചൻ വന്നപ്പഴേ ചോതൻ പറഞ്ഞു.

"മിന്നിപ്പാടിളുങ്ങാ"[28]

"ഒക്കേനും ണ്ടു"

പിന്നെ ചോതൻ കഥ മുഴുവൻ പറഞ്ഞു കൊടുത്തു. അരിക്കാശെന്നും പറഞ്ഞു രണ്ടു രൂപ കിട്ടിയത്. ഒരു രൂപയ്ക്കു അരിസാമാനങ്ങളു മാങ്ങി. എട്ടണ കുഞ്ഞാച്ചീടെ കൈയിൽ കൊടുത്തു. എട്ടണ കൈയീലൊണ്ടു. രണ്ടാൾക്കു അതു ധാരാളം. അവർ പോയിക്കഴിഞ്ഞപ്പോൾ ചക്കി ചോദിച്ചു:

"ചേച്ചീ ആരേടപ്പോയിനാ?"

"അനുമ്പു[29] മോന്താൻ"

ചക്കിക്കതു നല്ലോണം ബോധിച്ച മാതിരി. അനുമ്പു മോന്തി വന്നാൽ കെട്ട്യോൻ ഏറെ വർത്താനം പറയും. തന്നെയും മോളേം ഏറെ സ്നേഹിക്കും. മാത്രമല്ല ഒരുകുപ്പി കള്ളു തനിക്കും മോക്കും കൊണ്ടു വരും. പക്ഷേ, മുക്കാലും കുടിക്കുന്നതു അങ്ങാരു തന്നാണ്. ഇന്നു കുഞ്ഞുലച്ചുമി കൂാത്തീടെ ഭാഗ്യം തെളിഞ്ഞ ദിവസമല്ലേ. അണ്ണനും

28. മിന്നിപ്പാട് = കാശ് ഇളുങ്ങാ = ഇല്ല.
29. കള്ള്.

അളിയനും പോയിമരട്ടു. സന്തോഷിക്കട്ടു. അണ്ണന്റെ മോളു ഏങ്കളുടേം മോളു തന്നെ.

ഒരു കോപ്പ കള്ളു കുടിച്ചപ്പഴേ ചോതനു ചങ്കു പൊട്ടി.

"അളിയാ....... ന്റെ മോളു മോളല്ല"

ചാഞ്ചൻ ഞെട്ടിയോ ആവോ.

"അവ്ളു ഏങ്ങടെ അമ്മിയാ......................................"

"ഏങ്ങക്കു ചീവിക്കാൻ വളീണ്ടക്കിതന്ന അമ്മി."

"ചുമ്മാ നെലോളിക്കാണ്ടിരി അളിയാ. നമ്മ പെമ്പുക്കു[30] നന്നാ പടിച്ചു അളിയനേം, ചാച്ചിയേം കാപ്പാത്തും." തമിഴ് വഴക്കം വിട്ടു പോകുന്നില്ല.

"ആൻ ആ പെങ്കുഞ്ഞിനെ എന്തോരം ഉരുളൻ[31] തീർത്തേക്കുണു"

"കൂാങ്ങളാമ്പം അങ്ങനൊക്കാ."

ഈ രണ്ടുകുപ്പി കള്ളു കുടിച്ചിട്ടു കുടീന്നു കൊണ്ടുവന്ന കുടത്തിലും വാങ്ങി അവർ നടന്നു. പോകുന്ന വഴിക്കു ചോതൻ കരച്ചിലും പിഴിച്ചിലും തുടർന്നുകൊണ്ടിരുന്നു.

കുടീലെത്തിയപ്പോൾ കാക്കിരി പീക്കിരി കൂാങ്ങളെല്ലാം ചുറ്റും കൂടി. ചെറിയ കോപ്പ ഓരോരുത്തർക്കു കൊടുത്തു. ഇമ്മിണി വലിയ കോപ്പ ചക്കിക്കും കുഞ്ഞാച്ചിക്കും കിട്ടി. പിന്നെ പിറ്റന്നേത്തുക്കുള്ള ഒരുക്കങ്ങളെക്കുറിച്ചായി വർത്താനം. ഉച്ചതിരിഞ്ഞപ്പം മുതലു കുഞ്ഞാച്ചിക്കു പണിയായിരുന്നു. കുഞ്ഞുലച്ചുമീടെ തല പിടിച്ചു മടിയിൽ വെച്ചു പേനും ഈരും പെറുക്കി. ഈരേലി[32] കൊണ്ടു ചീകി ഈരും പേനും കളഞ്ഞു. ആതിവെട്ടം തിരുവടിയാർ[33] പടിഞ്ഞാപ്പറത്തെത്തുന്നേക്കു മുന്നേ എണ്ണ തേച്ചു കുളിപ്പിച്ചു. വെയിലത്തു മുടിയുണക്കി. മാദാമ്മേടെകൂടെ നടക്കേണ്ട പെങ്കൊച്ചല്ലേ. മാദാമ്മ കൊടുത്തുവിട്ട ചട്ട ഒന്നെടുത്തു നോക്കി. പിന്നെ അതു മടക്കി വെക്കാൻ അറിയാത്തതുകൊണ്ടു മറ്റൊന്നും നിവർത്തതേയില്ല. കുഞ്ഞുലച്ചുമി എങ്ങനെയോ അതു മടക്കിവെച്ചു. ആപ്പീസിൽവെച്ചു ഇട്ടുനോക്കിയിട്ടു ആയ മടക്കിവെക്കുന്നതു അവളു നോക്കി നിന്നതാണ്. എന്നാലും അത്ര ഭംഗിയായി മടക്കാൻ അവൾക്കും അറിയില്ല.

എണ്ണതേച്ചു കുളിയും അതിന്റെ കൂടെ ഇമ്മിണി കള്ളും കുടിച്ചപ്പോൾ കുഞ്ഞുലച്ചുമിക്ക് ഉറക്കം വന്നു തുടങ്ങി.. ചാഞ്ചൻ ചക്കിയെ കെട്ടിപ്പിടിച്ചു നില്ക്കുന്ന കുഞ്ഞുലച്ചുമിയെ നോക്കി പറഞ്ഞു:

"കൂാങ്ങക്കു തിന്നാങ്കൊട്. മാക്കൊറക്കം വരണ്"

ചക്കി കുഞ്ഞുലച്ചുമിയെ ചേർത്തുപിടിച്ച് അടുക്കളയിലേക്കു പോയി. കുഞ്ഞാച്ചിയും പിന്നാലെ പോയി.

പിറ്റേന്നു കാലത്തുതന്നെ കൊച്ചുപിച്ചടക്കമുള്ളവർ എഴുന്നേറ്റു. കൂാങ്ങ തീക്കു ചുറ്റും കൂടിയപ്പം കുഞ്ഞുലച്ചുമിക്കു ഒരുപാട് ജോലി

---

30. പെൺകുട്ടി
31. അടി. ഉരുണ്ടുപാടു തീർക്കുക.
32. ഈരിനെ വരെ കിട്ടുന്ന നീണ്ട ചീപ്പ്.
33. സൂര്യൻ.

യുണ്ടായിരുന്നു. ഝുത്തുന്ന തണുപ്പത്തു പ്രമ്പിപ്പോയി. ചാലിലിരുന്നപ്പോ മനസ്സിലായി ഒഴുകുന്ന വെള്ളത്തിനു അത്ര തണുപ്പില്ലെന്നു. ചൂടുവെള്ളത്തിലാണ് കുളിച്ചെങ്കിലും കുളികഴിഞ്ഞപ്പം തണുപ്പു കിടുകിടുത്തു. തേനീരു കുടിച്ചു. പച്ചക്കപ്പ ചെണ്ടം പുഴുങ്ങിയത് ഒരു കഷണം എങ്ങനെയോ അകത്താക്കി.. ഫ്രോക്കിട്ടു പിന്നു കുത്താൻ ചക്കീം കുഞ്ഞാച്ചീം ഒരുപാടു കഷ്ടപ്പെട്ടു. ആരുടേം കണ്ണു കിട്ടാണ്ടിരിക്കാൻ ഒരു കറുത്ത മറുകു വേണമെന്നു കുഞ്ഞാച്ചിക്കു നിർബ്ബന്ധം. പെറ്റവയറല്ലേ. പേടിയുണ്ടാകും. ചക്കി തലമുടി ഏനം പോലെ കെട്ടിവെച്ചു.

നേരം വെളുത്തു. ചാഞ്ചനു കുഞ്ഞുലച്ചുമി പോണതു കണ്ടിട്ടു വേലയ്ക്കു ചെന്നാൽ ഇന്നത്തേന്നല്ല എന്നത്തേം പണി പോയെന്നിരിക്കം. തേനീരും രണ്ടു കഷണം കപ്പയും തിന്നു, കുഞ്ഞുലച്ചുമി നന്നായി വരാൻ അനുഗ്രഹിച്ചു ചാഞ്ചൻ വെടിച്ചില്ലിനു മുമ്പേ എത്താൻ വെടിച്ചില്ലുപോലെ പാഞ്ഞു. കുഞ്ഞുലച്ചുമിയോടൊപ്പം ഒരുങ്ങാൻ തുടങ്ങിയ ചോതൻ ചാഞ്ചൻ വക മുണ്ടും കുപ്പായോം ഇട്ടു കാത്തിരിപ്പു തുടങ്ങി. പത്തുമണിപ്പൂ വിടരുന്നതിനു മുമ്പുതന്നെ കറുത്ത ഓസ്റ്റിൻ ഓഫ് ഇംഗ്ലണ്ട് കയറ്റം കയറി വന്നു. വണ്ടി തിരിച്ചിട്ട് ഡ്രൈവർ ഡോർ തുറന്നു പിടിച്ചു. കുഞ്ഞുലച്ചുമി ഫ്രോക്ക് പൊക്കിപിടിച്ച് കാറിൽ കയറി. വാതിലടച്ചശേഷം ചോതനെയും അങ്ങനെതന്നെ കയറ്റി ഡോർ അടച്ചു. കുഞ്ഞാച്ചിയും ചക്കിയും കൂട്ടങ്ങളും വീർപ്പടക്കി നോക്കിനിന്നു. കാറിനകത്തു കയറിയ ചോതനും കുഞ്ഞുലച്ചുമിയും പുറത്തേക്ക് ഒന്നു നോക്കുകപോലും ചെയ്യാതെ വീർപ്പടക്കിയിരുന്നു.

"നീങ്ക എന്ത ഊരു.?"

"തിരുവല്ലാ"

അപ്പഴാണ് ചോതനു സമാധാനമായത്. തമിഴ് മനസ്സിലാകുമെങ്കിലും തിരിച്ചു പറയാൻ അറിയില്ല.. മലയാണ്മയിൽതന്നെ ചോദിച്ചു:

"ഇസ്കൂളു എത്തര ദൂരാ"

"ഇങ്കേന്നു തിട്ടതിട്ട ഒൻ റ മൈലിറുക്ക്"

മൗനത്തിന്റെ വണ്ടിക്കലുക്കങ്ങൾ.

"അന്ത മലയിലെ ചർച്ചേ പാരു"

ഡ്രൈവർ ചൂണ്ടിക്കാണിച്ചിടത്തേക്കു നോക്കി. നസ്രാണിപ്പള്ളി.

"അങ്കേ താൻ സ്കൂൾ"

മൗനം കുണ്ടും കുഴിയും നിറഞ്ഞ കയറ്റം കയറി.

"ആമാ. ഉങ്ക പൊണ്ണ് എന്ത ക്ലാസിൽ പടിക്കിറാർ"

"മൂന്നാം തരം"

മൗനം പിന്നെ വെട്ടുവഴിയിറങ്ങി, കയറ്റം കയറിവന്ന ലോറിക്കു വഴിയൊതുങ്ങി, മഴവെള്ളപ്പാച്ചിലുണ്ടാക്കിയ ചാലു കയറിയിറങ്ങി. മൗനം വഴിപോക്കരെ കണ്ടു. തകരപ്പാടികൾ ദർശിച്ചു. സായിപ്പമ്മാരുടെ ബംഗ്ലാവിൽ ഒളിഞ്ഞുനോക്കി. പിന്നെ തേയിലക്കാടുകളുടെ വിശാലമൗനത്തിലേക്കു അലിഞ്ഞു ചേർന്നു.

ഏതോ വളവും തിരിവും മറിഞ്ഞെത്തിയ കാറ് പള്ളിക്കൂടം മുറ്റത്തെത്തിയപ്പേഴാണ് ചോതൻ നിലം തൊട്ടത്. സ്വപ്നത്തിൽ നിന്നുണരുന്നപോലെ. ഡ്രൈവർ ഇറങ്ങിവന്നു ഡോർ തുറന്നു. കുഞ്ഞുലച്ചുമി ഫ്രോക്ക് പൊക്കിയിറങ്ങി.. ഓഡാമ്പലു തപ്പിയിരുന്ന ചോതനും ഡ്രൈവറു തന്നെ ഡോർ തുറന്നു കൊടുത്തു. കാത്തുനിന്ന ഏതൊക്കെയോ ആണാളും പെണ്ണാളും വന്നു കുഞ്ഞുലച്ചുമിയെ കൂട്ടിക്കൊണ്ടു പോയി.. തെറ്റി വന്നു വഴി ചോദിക്കാൻ കാത്തു നില്ക്കുന്ന വഴിപോക്കനെപ്പോലെ ചോതൻ പുറത്തു നിന്നു, എതലിന്റെ ഡ്രൈവർ എല്ലാർക്കും വേണ്ടപ്പെട്ടവൻ. ഓഫീസിൽ പോയി തിരിച്ചുവന്ന അയാൾ വലിച്ചിട്ടു കൊടുത്ത കസേരയിൽ ഇരിക്കാൻ ചോതൻ മടിച്ചു. തമിഴൻ പിടിച്ചിരുത്തിയപ്പോൾ പാതിക്കുണ്ടിക്കിരുന്നെന്നു വരുത്തി.. പട്ടി തൂറാൻ നിക്കുന്നപോലെ..

“ഉന്നുടയ പൊണ്ണു റൊമ്പ ബുത്തിസാലി താൻ. ആനാൽ........”

തമിഴൻ വഴിമുട്ടിയെങ്കിലും പറഞ്ഞതു മനസ്സിലാകാത്തതു കൊണ്ടു ചോതനൊന്നും തോന്നിയില്ല..

“അമ്മാവെ കൂപ്പിടറാങ്കെ. ഫോൺ കിടക്കവേ കിടയാതു”

അതും ചോതന്റെ ചെവിയിലൊരു ഈച്ചപ്പെരുക്കം കേൾപ്പിച്ചതല്ലാതെ മറ്റൊരു പ്രതികരണവും ഉണ്ടാക്കിയില്ല.. വെള്ളത്തുണിയുടെ പരിശുദ്ധി കളയാത്ത ഒരു സ്ത്രീ വന്നറിയിച്ചു:

“മാഡം വരുന്നുണ്ട് അതുവരെ ഇരിക്കൂ”

ചാടിയെഴുന്നേറ്റ ചോതനെ ആംഗ്യത്തിലിരുത്തി അവർ പോയി. പതിനൊന്നു മണികഴിഞ്ഞപ്പോഴാണ് എതൽ മാദാമ്മ എത്തിയത്. എതലിനെ കണ്ടു ഡ്രൈവറും കൂടെ ചോതനും ചാടിയെഴുന്നേറ്റു. മാദാമ്മ നേരേ ആഫിസിലേക്കു പോയി. ഡ്രൈവറും ചോതനോടു അവിടിരിക്കാൻ ആംഗ്യം കാണിച്ചിട്ടു മാദാമ്മയുടെ പിന്നാലെ പോയി. എന്തെങ്കിലും ആവശ്യത്തിനു വിളിച്ചാൽ വിളിപ്പുറത്തുണ്ടാകണമല്ലോ. സമയം എത്രകഴിഞ്ഞെന്നു ചോതനു നിശ്ചയം പോര. അതിനിടയ്ക്കു കൊമ്പു വിളിക്കുന്നതു കേട്ടു. ചക്കി പറഞ്ഞറിയാം. ഈ നേരത്താണ് കഞ്ഞീം പറ്റും കഴിക്കാൻ പണിക്കാരു കേറുന്നത്. മാദാമ്മ വന്നതുകൊണ്ടു എല്ലാവരുടെയുംപോലെ ചോതന്റെ ഉറക്കച്ചടവും പോയിരുന്നു.

അധികം കാത്തിരിക്കേണ്ടി വന്നില്ല. മാദാമ്മയും ഡ്രൈവറും വെളുത്ത പരിശുദ്ധിയും കൂടാതെ ഒന്നുരണ്ട് സായിപ്പമ്മാരും വരുന്നതു കണ്ടു ചോതൻ ചാടിപ്പിടഞ്ഞെണീറ്റു.

കുഞ്ഞുലച്ചുമിയുടെ തോളിൽപ്പിടിച്ചു ചേർത്തു നിർത്തിക്കൊണ്ടു മാദാമ്മ പറഞ്ഞു.

“ഇബ്ളു മിടുക്കി. ആനാ English നല്ലാ പടിക്കണം. അവ്ലെ ഈ ടീച്ച്ർ കൂടെ നിക്കട്ടു,”

വെളുത്ത പരിശുദ്ധി ബാക്കി ഏറ്റെടുത്തു.

“ഇവൾ നല്ലപോണക്കു പടിക്കും. ഞങ്ങടെ കൂടെ നിന്നാ English പെട്ടെന്നു പടിക്കാം. അങ്ങനാണെ ഇവിടത്തെ മൂന്നാം ക്ളാസിൽ

ചേർക്കാം. അല്ലെങ്കിൽ ഒന്നാം ക്ളാസിൽതന്നെ ചേർക്കണം"

"ഈടേന്നു പറേന്നമാതിരി താൻ"

എതൽ മാദാമ്മ ഡ്രൈവർക്കു നേരെ തിരിഞ്ഞു.

"പൊണ്ണുക്കു ഷൂവും മിറ സ്റ്റോക്കിങ്സും വാങ്ങി കൊടുത്തിടുങ്ങ്."

അപ്പോൾ മാത്രമാണ് മറ്റുള്ളവർ അതു ശ്രദ്ധിച്ചതു തന്നെ.

"ഇങ്കേ കിടക്കലേന്നാ മുണ്ടക്കയം പോയിവാങ്ക്. പോകുമ്പോതു petrol വാങ്ങി വാങ്കെ."

മാദാമ്മയുടെ തമിഴ് മൊഴിവഴക്കം ചാഞ്ചന്റേതിനേക്കാളും ചക്കീടേതിനേക്കാളും മുന്തിയതുങ്കെ. ചോതൻ താൻ അതുവരെ കേട്ട മൊഴിവഴക്കങ്ങളെ ഒത്തുനോക്കി. കണക്കാക്കി.. മാദാമ്മ ചോതനു നേരെ തിരിഞ്ഞു:

കൈകൂപ്പി ചോതൻ തലകുലുക്കി.

"കുഞ്ഞുലക്ഷ്മിയെ കാണണമെന്നു തോന്നുമ്പം ശനിയാഴ്ച ഉച്ചകഴിഞ്ഞു വീട്ടിൽ വന്നാൽ മതി"

അതിനും ചോതൻ തലകുലുക്കി.

മുണ്ടക്കയത്തു പോയി തിരിച്ചു വരുമ്പോൾ ഡ്രൈവർ മുനിയാണ്ടി ഒരു കഥ പറഞ്ഞു:

മുനിയാണ്ടിയുടെ വീട് അംബൂരിയിലാണ്. എതലിന്റെ മുമ്പത്തെ ഡ്രൈവർ പോയപ്പോൾ അംബൂരിയിലെ സായ്പ് ഏർപ്പാടാക്കി കൊടുത്തതാണ് മുനിയാണ്ടിയെ. കഴിഞ്ഞാഴ്ച വയസ്സായ അപ്പാവെ കണ്ടു തിരിച്ചുവരുന്ന വഴിയാണ് ആ കഥ കേട്ടത്. തിരുവനന്തപുരത്ത് ആരോ നടക്കും പോട്ടോ പിടിച്ചെന്നു. അതിനെക്കുറിച്ചു ഒരു വിശദമായ ക്ലാസും മുനിയാണ്ടി ചോതനും കുഞ്ഞുലക്ഷ്മിക്കും കൊടുത്തു. രണ്ടു പേരും സായ്പമ്മാരു പോട്ടോ എടുക്കുന്നതു കണ്ടിട്ടുണ്ട്. പോട്ടോ പടവും കണ്ടിട്ടുണ്ട്. പക്ഷേ, ആൾക്കാരു നടക്കുകയും ഓടുകയും വേലചെയ്യുകയും എല്ലാം അതുപോലെ കാണിക്കുന്ന എന്തപ്പനാണ്ടിയെക്കുറിച്ചു ചോതന് ഒന്നും അറിയില്ല. മദിരാശിയിലൊക്കെ നേരത്തെ വന്നെന്നു മുനിയാണ്ടി പറഞ്ഞാണ് അറിഞ്ഞത്.

പിന്നെ മുനിയാണ്ടി കഥയിലേക്കു തിരിച്ചു വന്നു. തിരുവനന്തപുരത്തു ഉണ്ടാക്കിയ നടക്കും പോട്ടത്തിൽ നായരൂട്ടിയായി വേഷം കെട്ടിയതു ഒരു പെലപ്പെണ്ണാണെന്നു കേട്ടപ്പോൾ ചോതനും കുഞ്ഞുലക്ഷ്മിയും ഞെട്ടിത്തരിച്ചു പോയി. കറുത്തു കരിവാളിച്ചിരിക്കുന്ന പെലേത്തിയെങ്ങനെ നായരൂട്ടിയായി വേഷം കെട്ടും. അറിയാതെ ചോതൻ ചോദിച്ചു പോയി:

"അതെപ്പടി"

കുഞ്ഞുലക്ഷ്മി ചോതനെ നോക്കി. അച്ഛനും തമിഴ് പറയാൻ തുടങ്ങിയിരിക്കുന്നു.

കുമ്മായംപോലെ എന്തോ കളറു ദേഹത്തുതേച്ചു വെളുപ്പിക്കും എന്ന വിശദീകരണം മുനിയാണ്ടിയിൽനിന്ന് വന്നപ്പഴാണ് ചോതനു സമാധാനമായത്. എല്ലാം കഴിഞ്ഞു നടക്കും പോട്ടം കൊട്ടകേ വന്നപ്പഴാ

പ്രശ്നമായത്. നായരു പെണ്ണായി വേഷംകെട്ടി ഒരു അയിത്തക്കാരി നാട്ടിലെ നായരു പെണ്ണുങ്ങളെ മുഴുവൻ അശുദ്ധമാക്കിയെന്നു. അകത്തു മുറിക്കാരും ഉള്ളൂരുകാരുംകുടി കൊട്ടക തല്ലിപ്പൊളിച്ചെന്ന്. പെലപ്പെണ്ണിന്റെ കുടിക്കു കൊള്ളിവെച്ചെന്നു. കുഞ്ഞുലക്ഷ്മി വിതുമ്പിപ്പോയി. തനിക്കും ഇങ്ങനെയൊക്കെ ഉണ്ടാകുമോ? തന്നെ പഠിപ്പിക്കുന്നതു എതൽ മാദാമ്മയാണ്. അവരുടെ കൈയിൽ തോക്കുണ്ട്. എന്തായാലും ദാക്ഷായണിച്ചേച്ചിയെപോലെ അവൾക്കും പഠിക്കണം. എന്നാലും നടക്കുംപോട്ടത്തിൽ വേഷം കെട്ടിയ പാവം ചേച്ചിയും ഒരു വേദനയായി കുഞ്ഞുലക്ഷ്മിക്കുള്ളിൽ എരിഞ്ഞു.

ഒൻപത്

"ചുരുക്കത്തിൽ ഞങ്ങൾ ആഗ്രഹിക്കുന്നത് ജനങ്ങളെയോ മഹാരാജാവ് തിരുമേനിയെയോ പ്രതിനിധീകരിക്കുന്നതിന് വേണ്ടി ജനങ്ങളുടെയും തിരുമേനിയുടെയും ഇടയിലായി വേറൊരു അധികാരി ഉണ്ടായിരിക്കരുതെന്നുള്ളതത്രേ."[34]

ടി എം വറുഗീസിന്റെ വാക്കുകൾ നിയമസഭാതലം വിട്ട് നാട്ടുകൂട്ടപ്പെരുവഴിയിലിറങ്ങി, കണ്ടവരോടൊക്കെ കുശലം പറഞ്ഞ്, രാഷ്ട്രീയ ഹോട്ടലിൽ[35]നിന്ന് ആഹാരം കഴിച്ച്, അഷ്ടമുടിക്കായലിൽ സ്ഫുടം ചെയ്ത്, നിരണത്തൊരു ചിരിവിതറി, ഹൈറേഞ്ചിന്റെ കോടമഞ്ഞിനെ വകഞ്ഞുമാറ്റി, മലമടക്കുകളിൽ തട്ടി മഴയായി തിരുവിതാംകൂറാകമാനം പെയ്തിറങ്ങി. നാലാൾ കൂടുന്നിടത്തു *ഇൻഡ്യൻ എക്സപ്രസും, ഡെയിലി ടെലഗ്രാഫും, മലയാള മനോരമയും, കേരള കൗമുദി*യും നുഴഞ്ഞുകയറി. നെയ്യാറ്റിൻകരയും, കരകുളത്തെയും വിശേഷങ്ങൾ കുശുകുശുത്തു. പുണ്യപമ്പയുടെ പുളിനങ്ങളെ തൊട്ടുരമ്മി ഒഴുകി കൈവഴിതിരിഞ്ഞെത്തി ചെങ്ങന്നൂർ മിൽസ് മൈതാനത്തെ കുളിർപ്പിച്ചൊഴുകിയ തോട്ടിൻ കരയിൽ ആയിരങ്ങൾ സർ സി പി യുടെ ഗുണ്ടകളുടെ മർദ്ദനം സഹിച്ചു നിന്നു. നായർ ഗുണ്ടകൾ ഇ ജോൺ ഫിലിപ്പോസിന്റെ ചെകിട്ടത്തു ചെരിപ്പൂരിയടിച്ചു എന്നതു വായിച്ചു തിരുവനന്തപുരത്തെ, കൊല്ലത്തെ, നിരണത്തെ, കോട്ടയത്തെ തൊഴിലാളികൾപോലും കോപം കൊണ്ടു വിറച്ചു.

പിന്നെ *കേരളകൗമുദി* കാണാതായപ്പോൾ ജനം അന്ധാളിച്ചു.

"അനുമതിയില്ല." അധികാര മൊഴിക്കു മഹാരാജാവങ്ങത്ത് തുല്യം ചാർത്തി.

മലയാള മനോരമ കിട്ടിയില്ലല്ലോ?

ആഫീസ് മുദ്രവെച്ചു സ്വത്തുക്കൾ കണ്ടുകെട്ടി. മഹാരാജാവ് തുല്യം

---

34. 1938 ഫെബ്രുവരി 2 നു അവതരിപ്പിച്ച ഉത്തരവാദ ഭരണ പ്രമേയം
35. തിരുവനന്തപുരത്ത് പുളിമൂട്ടിൽ ഉണ്ടായിരുന്ന ഹോട്ടൽ. അതിന്റെ മുകളിലത്തെ നിലയിൽ എ നാരായണപിള്ളയുടെ വക്കീലാഫീസാണ് ഉത്തരവാദഭരണ പ്രക്ഷോഭണത്തിന്റെ തുടക്കം.

ചാർത്തിയ നീട്ട് മനോരമ ആഫീസിന്റെ ഭിത്തിയിൽ തൂങ്ങിയാടി. തിരുവനന്തപുരത്തുനിന്നു കാഞ്ഞിരപ്പള്ളിക്കു വഴിമാറി വന്ന വണ്ടി മനോരമ കണ്ടു ചവിട്ടി. കണ്ടകടച്ചാതി കള്ളെല്ലാം മധുരക്കള്ള്, മൂത്തവൻ, മുന്തിരിക്കള്ള്, പോരാഞ്ഞിട്ട് മറ്റോടത്തെ കുതിരക്കഷായോം. ആളില്ലായിടം നോക്കി നീട്ടിന്റെ കീഴെ നീട്ടിപ്പിടിച്ചു.

എന്നിട്ടും ചെങ്ങന്നൂർ, കല്ലറ, പാങ്ങോട്, കടയ്ക്കൽ കലാപങ്ങൾ അടങ്ങുന്ന രഹസ്യ സർക്കുലറുകൾ നടവഴികളിൽ നടകൊണ്ടു. സൈക്കിൾ ക്യാരിയറുകളിൽ അള്ളിപ്പിടിച്ചിരുന്നു ഇടവഴികൾ താണ്ടി, തുണിക്കെട്ടുകളിൽ പതിയിരുന്നു റെയിലുകൾ പിന്തള്ളി, ചരക്കു ലോറികളിൽ മലകയറി, നെഞ്ചോടു ചേർന്നിരുന്നു വീടുവീടാന്തരം കയറിയറങ്ങി പപ്പൻ നായരുടെ, ഉമ്മച്ചൻ മാപ്ലേടെ, ആലിക്കുട്ടി ഹാജിയാരുടെ, നടേശൻ മൊലാളീടെ.

“പിന്നൊള്ളോരോ?”

“ഓ ആരങ്ങാന്നോളും”[36]

ചേന്നപ്പറയൻ ചൊകചൊകാന്നു ഇരിപ്പുമുറ്റത്തെ തകരച്ചോട്ടിലേക്കു തുപ്പിയൊഴുക്കി. തകര വളർന്നു വെയിലേറ്റു മുടിയുന്നതു കാത്തുനിക്കാതെ ചെത്തളിയാൻ[37] മണ്ടി. “ഞങ്ങാന്നോളാം.” ചേന്നപ്പറയന്റെ വാക്കുകൾ ചെത്തളിയാന്റെ പിന്നാലെ വെറുതെ പറന്നു.

“ചാക്കോ പെലേനൊണ്ടോ?”

അമയന്നൂർ എൽ പി സ്കൂളിലെ കരിപ്പെട്ടിസാറു വിളിച്ചു ചോദിച്ചു. സ്കൂൾ ഹെഡ്മാസ്റ്ററും പള്ളിക്കൈക്കാരനും ഒരാൾ തന്നെ. കറുത്ത ശരീരത്തു കറുത്ത വള്ളിയിൽ കറുത്ത വെന്തിങ്ങയിട്ട കരിപ്പെട്ടി സാറിന്റെ മുമ്പിൽ ചാക്കോ പെലേൻ വിനയാന്വിതനായി..

“ആംമ്പ്ര.”

അയഞ്ഞ കുറിയോണ്ടു അഴിച്ചുടുത്ത്, വാ നിറഞ്ഞുതൂവിയ മുറുക്കാൻ തുപ്പലു തെങ്ങിൻ ചുവട്ടിലേക്കു ചൊരിഞ്ഞു ചാക്കോപ്പെലേൻ മൊഴിഞ്ഞു. ആരു വിളിച്ചാലും തമ്പ്രാനായിരിക്കും എന്ന തോന്നൽ ഇന്നും ചാക്കോപ്പെലേനെ വിട്ടുമാറീട്ടില്ല. ഏമ്പക്കോം കീഴ്ശ്വാസോം ഒന്നിച്ചു കഴിച്ചു കരിപ്പെട്ടിസാറു ഗൗരവം കൊണ്ടു:

“നാളെ കവലക്കെ മീറ്റീങ്ങൊണ്ട്”

“അതെന്നാ താറെ?”

“നമ്മാൾക്കരടെ യോഗം”

കരിപ്പെട്ടിസാറു ചാക്കോപ്പെലേന്റെ അപ്പന്റെ വകേലൊരു ചാർച്ചക്കാരനെപ്പോലെ ഈത്താ വലിച്ചെടുത്തു വിഴുങ്ങി..

“നാളെ നാലുമണിക്ക് നീ അങ്ങോട്ടു വാ”

മുക്കാപ്രായമുള്ള കരിപ്പെട്ടി മുഴുപ്രായമുള്ള ചാക്കോപെലേനോടു കല്പിച്ചു,

36. അവരങ്ങു വന്നു കൊള്ളും
37. ചെത്തുകാരൻ

പള്ളിക്കൂടം വിടുമ്പം നാലുമണിയാകും. അപ്പം ഈടേന്നു മണ്ടിയാ മതി. ചാക്കോപ്പെലേൻ ആശ്വാസം കൊണ്ടു. സമയം അറിയാനുള്ള ഒരു വഴിയാണത്.

“ടാ മൊയീനെ”

അള്ളാപ്പിച്ചാമേടിന്റെ അറ്റത്തൂന്നു ആളെ വിട്ടു വരുത്തിയതാണു മൊയ്തീനെ. പണികൊടുക്കാണ്ടിരിക്കാൻ പറ്റ്വോ. മൊയ്തീന്റെ ഉമ്മ നല്ല നാളിൽ ഒരു മൊഞ്ചത്തി തന്നാരുന്നു. ഓടെ എടത്തെഭാഗം ഇപ്പും അങ്ങനേന്നാണോ? ഓത്തുപടിക്കുമ്പം അതൊരു കടന്നലാരുന്നു. തോട്ടെറമ്പിലെ ഇഞ്ചക്കാട്ടിൽ അള്ളുപോലൊരു മറവിലാണു ആദ്യം കണ്ടതു. പിന്നൊട്ടു നേരോം കാലോം ശരിയായില്ല. ഇനീപ്പം കണ്ടിട്ടെന്നാകാനാ. ആടെല്ലാം തൂക്കനാം കുരുവി കൂടു കൂട്ടീട്ടൊണ്ടാകും.

“ഇവ്ടുണ്ടു ആജ്യാരെ”[38]

“ടാ നാളേക്കു ചന്തേ മീറ്റിംഗം കൂടണൊണ്ടു”

“ങ്ഹേ.”

“മ്മ ആളോള വന്നൊൺടാ?”

മൊയീന്റാടന്നു ചെത്തം കേക്കാണ്ടായപ്പം ഹാജിയാർക്കും എന്താണ്ടോ പോലെ.

“ഉമ്മാക്കെന്നാൺട്രാ”

“വയ്യാണ്ടായീ.. ജ്യാരെ. കുത്തരീന്റെ വെള്ളം ഛി കിട്ട്യാ മതി. ഉമ്മ ജിൽജിലാന്നാം. വേലേം പണീല്ലാണ്ടു എങ്ങനൊപ്പരന്തും. എളേ കുരുന്നിനെ ഓത്തിനു വിടാനെക്കൊണ്ടും കയീന്നില്ല.”

ഓത്തും ഓത്തു പള്ളിക്കൂടോം ഓർമ്മ തെറ്റിക്കുന്നു. ഓത്തു പള്ളിക്കൂടം ഇഞ്ചക്കാടിന്റെ മറാന്നു മാത്രേ ഓർമ്മയുള്ളു, ഓൾടേ എടത്തെ....... ഛീ.. ഉപ്പുപ്പായി... തൂങ്ങിപറിഞ്ഞിട്ടും യേടാ കണ്ണു.

മൊയീനൊള്ളതു കൊടുത്താ ആനെല്ലാം പാട്ടാക്കിക്കോളും.

“ഡാ. ഇദ് വയിച്ചെലവ്നാ.”

അതു ഹാജിയാർക്കു അരുളപ്പാടുപോലെ വന്നതാണ്. എന്തു കിട്ടിയാലും ചന്തേടപ്രത്തെ കള്ളടെ[39] ചെന്നേ ആന്റെ വയി നിക്കൂന്നു. മ്മക്കു ഹറാമാണേലും മൊയീനില്ല. നാളത്തെ മീറ്റിംഗം നാലാളെ അറിയിക്കാണ്ടു മൊയീൻ കഞ്ഞീന്റെ വെള്ളം, ങ്ഹാ ഹ. മോന്തൂല.

“ഞ്ഞി അന്റെ വീട്ടാരത്തിയേം ഉമ്മാനേം ഇങ്ങാട്ടു വരാമ്പറ”

“അങ്ങന്നെ[40] ആയാരെ”

ഒരു വെടിക്കു രണ്ടു പക്ഷി. എന്താ പുണ്യം. ‘‘ആജ്യാരെ ഒന്നടങ്ങീരു.”

ഉത്തരവാദഭരണ പ്രക്ഷോഭം കൊടുമ്പിരികൊണ്ടു. അടിച്ചമർത്തലുകൾ. പൊലീസ് അഴിഞ്ഞാട്ടം. രഹസ്യപൊലീസിന്റെ നൂണ്ടുകയറ്റം.

---

38. ഹാജിയാരെ
39. കള്ളുകട
40. അങ്ങനെ തന്നെ.

ഒറ്റുകാരുടെ വിളയാട്ടം. നിവർത്തനക്കാർ വേഷം അഴിച്ചുമാറ്റി ഉത്തരവാദക്കാരായി. മൺറോ സായ്പിന്റെയും ഭാര്യയുടെയും ആൾക്കാർക്കു മാത്രമായി പത്മനാഭചക്രം ഒതുങ്ങി പോകുമെന്നു സ്വപ്നത്തിൽ കണ്ടു കൂട്ടമണിയടിച്ചു വിളക്കിയെടുത്ത അഖില കേരള കത്തോലിക്കാ കോൺഗ്രസ്, മറ്റൊരു കൂട്ടമണിയിലൂടെ എല്ലാവരെയും കോൺഗ്രസ് വേഷം കെട്ടിച്ചു. മേത്തനും വടുകനും ഈഴവനും നായർക്കും സ്നേഹം ഒലിച്ചിറങ്ങി. അവർ ഒത്തൊരുമിച്ച് ഒരു പ്രതിജ്ഞയെടുത്തു. ഇനി മേലിൽ വർഗ്ഗീയ താല്പര്യങ്ങളല്ല പൊതു താല്പര്യങ്ങളാണ് മുഖ്യം. വർഗ്ഗവ്യത്യാസം മറന്ന് അവർ ഒലിച്ചിറങ്ങിയ സ്നേഹം തന്നെ നക്കി, തമ്മിൽ നക്കി കൂട്ടത്തോടെ നക്കി. നക്കി നക്കി എല്ലാവരും ഉത്തരവാദിത്വത്തോടെ നക്കി.[41]

പത്ത്

കുന്നിന്റെ നിറുകയിലേക്കിനിയുമുണ്ടു ദൂരം. ഘനീഭവിച്ച കരിമ്പാറയ്ക്കും ഉരുകാൻ മടിക്കുന്ന ആകാശത്തിനും മദ്ധ്യേ കുഞ്ഞപ്പനിരുന്നു. വിദൂരതയിൽ വിന്യസിക്കപ്പെട്ട ഗിരിനിരകളിൽ കണ്ണും നട്ട്. താഴ്വാരങ്ങളുടെ അന്തങ്ങളിൽനിന്ന് വിഹായസ്സിന്റെ അനന്തതകളിലേക്കു മനസ്സിനെ പറത്തിവിട്ട്. ഇവിടെ ഒടുങ്ങിയതോ തുടങ്ങിയതോ? റിച്ചാർഡ്സൺ ബുദ്ധിമാനായിരുന്നു. തുടങ്ങിവെച്ച സംരംഭങ്ങളും. പക്ഷേ, എവിടെയോ എന്തോ പിഴച്ചു, അഴങ്ങാടു മലയ്ക്കപ്പുറം മേലോരം കുന്നിന്റെ നിറുകയിൽ റോപ് വേയുടെ തൂണുകൾ. ഈ മലയിൽനിന്ന് ആ മലയിലേക്കൊരു കമ്പിക്കയർ. കമ്പികൾ അഴിച്ചുമാറ്റി നഗ്നമാക്കിയ തൂണുകൾ. ബീം എന്നോ വീണു പോയിരിക്കുന്നു. കുഞ്ഞപ്പൻ പിന്നിലേക്കു തിരിഞ്ഞുനോക്കി. തന്റെ നേരെ തലതാഴ്ത്തി നില്ക്കുന്ന നാലു കൊമ്പുള്ള ചെകുത്താൻ മല..

കുഞ്ഞപ്പൻ ചരിത്രത്തിന്റെ പിന്നാമ്പുറങ്ങൾ തിരഞ്ഞു. കാടുകൾ വെട്ടിമുടിക്കാതെ ആകാശവിതാനങ്ങളിൽ അത്ഭുതം വിടർത്തി വരാൻ പോകുന്ന ചരക്കുഗതാഗതസംവിധാനം. കാടും കാടിന്റെ മക്കളും കാത്തിരുന്നു. കൈസറിന്റെ ചെകുത്താന്മാർ മദ്ധ്യധരണ്യാഴിയിൽ ഉപരോധങ്ങൾ തീർത്തു. ഇന്ത്യയിലേക്കു ചാർട്ടർ ചെയ്യപ്പെട്ട കപ്പൽ മദ്ധ്യധാരണ്യാഴിയിൽ ചീളുകളായി പൊട്ടിത്തെറിച്ചു.[42]

പിന്നെ നീണ്ട പത്തു വർഷങ്ങൾ. യൂറോപ്യൻ സമ്പദ്ശാസ്ത്രം

41. It was not surprising that a generation which fought between themselves on communal platforms and threw mud on each other, seing all actions from the eyes of the community till yesterday, could not become staunch nationalist with a broad national outlook. C Narayanan Pillai *Thiruvithamcoor Swathanthrya Samara Charithram*

42. ഒന്നാം ലോകയുദ്ധത്തിൽ നാസികൾ ടോർപ്പിഡോ വെച്ചുകപ്പൽ തകർത്തു.

അതു സാധിച്ചെടുത്തു. ആദ്യത്തെ ചരക്ക് റോപ്പിലൂടെ തെന്നിനീങ്ങി. പീരുമേട്ടിൽ നിന്നു ആഷ്ലിക്കു മുകളിലൂടെ, താഴെ വീർപ്പടക്കിനിക്കുന്ന ജനങ്ങൾക്കു മുകളിലൂടെ, കിഴക്കും പടിഞ്ഞാറും ബന്ധിപ്പിച്ചുകൊണ്ട് താഴ്വാരങ്ങളിലേക്കു ഊർന്നിറങ്ങുന്ന കമ്പിക്കയർ ബാന്ധവങ്ങൾ. പട്ടങ്ങൾ പറന്നുയർന്നു.

ചെകുത്താൻ മലയിൽനിന്നു മേലോരത്തേക്കു വഴിതിരിഞ്ഞ ചരക്കുകെട്ട് ഒന്നുലഞ്ഞു. ഗിർഡറുകൾ ഉലഞ്ഞു. ആദ്യചരക്കുകെട്ട് തന്നെ മേലോരം പുഴയുടെ ആഴങ്ങളിലേക്കു നിപതിച്ചു.

പറന്നുയർന്ന പട്ടങ്ങൾ നിലംപൊത്തി.

വാർത്ത ചുരമിറങ്ങി. കാളവണ്ടികളും പൊതിമാടുകളും വാങ്ങി ക്കൂട്ടിയ കാഞ്ഞിരപ്പള്ളി മുതലാളിമാർ പഴയ പള്ളിയിലും പുത്തൻ പള്ളിയിലും മെഴുതിരി കത്തിച്ചു. വൈറ്റ്ഹോഴ്സ് വിസ്കി മോന്തി അട്ടഹ സിച്ചു. സ്കോട്ലന്റ് താഴ്വരയിലെ സ്പീ നദിയുടെ മണം[43] അവരുടെ വായിൽനിന്ന് തെറിച്ച പുളിച്ച തെറിയിൽ ചീഞ്ഞഴുകി. പള്ളികത്തനാർ റോപ് വേയ്കൊരൊപ്പീസും ചൊല്ലിയിട്ടു വീഞ്ഞിന്റെ ലഹരിയിലേക്കു വിസ്കി ചാലിച്ചെടുത്തു.

മാർത്താണ്ഡവർമ്മയുടെ ദൂതനെത്തി. സംഭവം വള്ളി പുള്ളി വിടാതെ രാജസന്നിധിയിലെത്തിച്ചു. കവടിനിരത്തി, ദേവപ്രശ്നം വെച്ചു. ദുഷ്ട ശക്തികൾ വാണരുളുന്ന മല. ചെകുത്താൻ മല. പരിഹാരം?. ബലി.. ആൾ ബലി. കാടിന്റെ ഊരും പേരുമുള്ളവൻ. ഉരുക്കുപേശിയുള്ളവൻ. പിറ്റന്ന് ഇരുമ്പുകാലുറച്ചു. ചരക്കുകൾ ഒന്നിനു പുറകെ ഒന്നായി ചുരമിറങ്ങി.[44] പക്ഷേ, അതോടൊപ്പം റിച്ചാട്സണും ചുരമിറങ്ങി. കടലു കടന്നു. റോപ് വേയുടെ തൂണുകൾ പിന്നെ ഉറച്ചില്ല..

കുഞ്ഞപ്പന്റെ കണ്ണുകൾ കാടിന്റെ ഗരിമകളെ തഴുകിയിറങ്ങി, നഗ്നതയെ തഴുകുന്ന മഞ്ഞിന്റെ സുതാര്യതയ്ക്കു കീഴിൽ ചെരിഞ്ഞുറ ങ്ങുന്നവളുടെ നിതംബവക്രതകളിലൂടെ, അതിലൂടൊഴുകുന്ന അരഞ്ഞാണ ചാലുകൾ. ആകാശം നോക്കി കിടക്കുന്നവളുടെ സ്തനസ്തൂപികൾ, കരിംപച്ചയുടെ നാഭിദേശങ്ങൾ, കാടിന്റെ ഒളിഞ്ഞും തെളിഞ്ഞുമൊ ഴുകുന്ന കൊക്കയാറിന്റെ രത്നത്തിളക്കം. അടുത്തും അകലെയും പാടിപ്പ റക്കുന്ന പക്ഷികൾക്കും അപ്പുറം, മഞ്ഞിന്റെ പഞ്ഞിക്കു തീപിടിപ്പിക്കാൻ ഇടയ്ക്കിടയ്ക്കു തെളിയുന്ന സൂര്യൻ. ഇനിയെത്രകാലം. കുഞ്ഞപ്പന്റെ മനസ്സ് പെട്ടന്നു സന്ത്രാസം കൊണ്ടു. തലയ്ക്കുള്ളിൽ ഒരു കൊള്ളിയാൻ മിന്നിമറഞ്ഞു. ഇരുമ്പുകളുടെ പ്രവാഹം. നിഗ്രഹരുടെ പാദപതനങ്ങൾ. ഹത്യയുടെ നൈരന്തര്യങ്ങൾ. കാടിറങ്ങുന്ന കാടും, മേടിറങ്ങുന്ന മേടും ....ഇനിയെത്രകാലം? ലാകിപ്പറന്നുവന്ന പരുന്ത് പെട്ടന്നു കൂപ്പുകുത്തി പറന്നുയർന്നു. പരുന്തിൻ കാലിലെ പാമ്പ് കുഞ്ഞപ്പന്റെ ചോദ്യമായി

43. സ്കോട്ലന്റിലെ താഴ്വരപൂക്കളുടെ ഗന്ധമുള്ള വെള്ളമാണ് വൈറ്റ് ഫോഴ്സ്
44. 1928 ൽ റിച്ചാർട്സൺ ഇംഗ്ലണ്ടിലേക്കു തിരിച്ചുപോയി.

പുളഞ്ഞു.

സൂര്യൻ വെള്ള കമ്പളം വകഞ്ഞുമാറ്റി കുഞ്ഞപ്പനെ നോക്കി ഒരു ഇളിഭ്യച്ചിരി ചിരിച്ചു. കുഞ്ഞപ്പൻ തിരിച്ചും. പ്രകൃതിതന്നെ പ്രതികൂലമാകുന്നിടത്തു കമ്യൂണിസത്തിനു എന്തു ചെയ്യാൻ കഴിയും. കമ്യൂണിസ്റ്റുകാരൻ പ്രതീക്ഷകളുള്ളവനായിരിക്കണം. പക്ഷേ, ഭൗതിക സാഹചര്യങ്ങളെക്കുറിച്ചുള്ള ബോദ്ധ്യങ്ങളും അതോടൊപ്പം ഉണ്ടായിരിക്കണം. നാസികൾക്കെതിരെ റഷ്യയ്ക്കു പ്രതിരോധമൊരുക്കിയതു കാലാവസ്ഥയായിരുന്നു. അതുപോലെ ഒരു വൈരുദ്ധ്യാത്മക അവസ്ഥ ഇവിടെയും നിലനില്ക്കുന്നു. അതിന്റെ പ്രതിരോധങ്ങൾ തൊഴിലാളികളുടെ വർഗ്ഗബോധത്തെ താനിരിക്കുന്ന പാറയെപ്പോലെ ശീതീകരിക്കുന്നു. തിരിച്ചറിവുകൾ പ്രധാനമാണ്. അതൊരു സംഘട്ടനത്തിലൂടെയാകാം സാദ്ധ്യമാകുന്നത്. അതു നിയതിയാണ്. എങ്കിലും നിയതിക്കുവേണ്ടി കാത്തിരിക്കുകയല്ല വേണ്ടത്. കുഞ്ഞപ്പനു പുതിയ വെളിച്ചങ്ങൾ തെളിഞ്ഞു. അപ്പോൾ സൂര്യൻ ചുവന്നുതുടുത്തു നാണിച്ചു നിന്നു. പിന്നെ മഞ്ഞുപാളികളിലേക്കു ഒളിച്ചു.

ഭൗതിക ശാസ്ത്രം അതിന്റെതന്നെ സമസ്യകൾക്കു ഉത്തരം തേടുമ്പോൾ സാമൂഹ്യാവസ്ഥയോടുള്ള ഭൗതികശാസ്ത്ര സമീപനം കൂടുതൽ ചോദ്യങ്ങൾക്കു കാരണമാകുന്നു. അറിഞ്ഞിടത്തോളം ഇന്ത്യൻ സാമൂഹ്യഘടന അനിർവ്വചനീയമാം വിധം പ്രശ്നജഡിലമാണ്. നാളിതുവരെയുള്ള ചരിത്രം വർഗ്ഗസമരങ്ങളുടെ ചരിത്രം തന്നെ. അതിലൊരു മുന്നേറ്റത്തിനു ബീജാവാപം ചെയ്യുന്നതായിരുന്നു 1904 ലെ അയ്യങ്കാളിയുടെ നേതൃത്വത്തിൽ നടന്ന കർഷകത്തൊഴിലാളി സമരം. പക്ഷേ, ചരിത്രകാരന്മാർ എന്തേ അതു കാണാതെ പോയി. അതോ കണ്ടില്ലെന്നു നടിക്കുന്നതോ. ഉള്ളവനും ഇല്ലാത്തവനും എന്ന വിഭജനം കൂടാതെ ജാതീയശ്രേണിയിൽ ഉയർന്നവനും താഴ്ന്നവനും എന്ന വിഭജനവും തൊഴിലാളിവർഗ്ഗബോധത്തിന്റെ കടയ്ക്കൽ തന്നെയാണ് ആക്രമിക്കുന്നത്. പക്ഷേ, സമൂഹത്തിലെ ഏറ്റവും താഴ്ന്നവനു നീതി ഉറപ്പാക്കുമ്പോൾ സമൂഹത്തിന്റെ മൊത്തമായ മോചനം സാദ്ധ്യമാകും. അതുതന്നെയാകണം ഇന്ത്യൻ സാഹചര്യങ്ങളിൽ കമ്യൂണിസം കൈക്കൊള്ളേണ്ട സമീപനവും. പക്ഷേ..................

ഗർഹനീയമായ വിഷയങ്ങളിലേക്കു ശ്രദ്ധ തിരിയുമ്പോൾ കുഞ്ഞപ്പന് ജൈവബാദ്ധ്യത ഉണരും. പക്ഷേ, താൻ നിയാഗിക്കപ്പെട്ടിരിക്കുന്നതു തൊഴിലാളികളിൽ വർഗ്ഗബോധമുണർത്താനാണ്. അതൊരു യുദ്ധമാണ്. സ്റ്റഡിക്ലാസുകളിൽനിന്നു പകർന്നു കിട്ടിയതു അടിസ്ഥാന ജനങ്ങളിലേക്കു പകർന്നുകൊടുക്കുക. അത്രതന്നെ. അവിടെ ചിന്തകൾക്കു സ്ഥാനമില്ല.. അതു ഉന്നതങ്ങളിലുള്ളവർ ചെയ്തുകൊള്ളും. അപ്പോൾ അവർക്കും ജൈവബാദ്ധ്യത ഉണരില്ലേ? ആലപ്പുഴയിലെ തൊഴിലാളികളെ സംഘടിപ്പിക്കുന്നതിന്റെ ബാലപാഠങ്ങൾ പറഞ്ഞു തന്നാണു വിട്ടിരിക്കുന്നത്. കമ്യൂണിസ്റ്റുകൾ വൈരാഗികളാ

യിരിക്കണം. മറ്റൊന്നിലും അവർക്ക് തൃഷ്ണയുണ്ടാവാൻ പാടില്ല. ചിന്തകളെ കുടഞ്ഞെറിഞ്ഞു കുഞ്ഞപ്പൻ മലയിറങ്ങി..

കുഞ്ഞപ്പനു പിന്നിൽ ചെകുത്താൻ മല തല ഉയർത്തി ചിരിച്ചു നിന്നു.

പതിനൊന്ന്

ചാഞ്ചനും ചക്കിയും കുഞ്ഞുപെണ്ണും തോട്ടം വക ലയ[45]ത്തിലേക്കു താമസം മാറി. കുറേ കാലായില്ലേ ഈ കുടിലിൽ. ചോതനും കുഞ്ഞാച്ചിയും കൂടി ആ കുടിലൊന്നു പരിഷ്കരിച്ചു. കാട്ടിൽ നിന്നു ഈറ്റ കൊണ്ടുവന്നു പുറംപൊളി മാറ്റി പനമ്പു നെയ്തു മറകെട്ടി. ചൂരൽ വളച്ചെടുത്തു ഇളംതിണ്ണയിൽ തട്ടുകെട്ടി.. വലതു വശത്തു ഒരു ചാർത്തു കൂടി പിടിച്ചു. ആണ്ടറുതിക്കുവരുന്ന പുന്നാര കുഞ്ഞുലക്ഷ്മിക്കു ഇരിക്കാനും പഠിക്കാനും എന്നു പറഞ്ഞപ്പോൾ എതൽ മാദാമ്മയ്ക്കു സമ്മതം മൂളാണ്ടിരിക്കാൻ കഴിഞ്ഞില്ല.. കാട്ടിലെ ചൂരലു വെട്ടിക്കൊണ്ടന്നു സ്കൂളിൽ ചെന്നപ്പോൾ താനിരുന്ന ”ഇരിക്ക” മാതിരി ഒന്നുണ്ടാക്കി. ഇംഗ്രീസ് പടിക്കണ മോക്കു ചേലിൽ ഇരിക്കാമല്ലോ. ഒരേ വലിപ്പമുള്ള ഈറ്റകൾ പാകി തട്ടുണ്ടാക്കി.. പുസ്തോം മറ്റും വെക്കാൻ.

ആറുമാസംകൊണ്ടു കുഞ്ഞുലക്ഷ്മി ഇംഗ്ലീഷ് നന്നായി സംസാരിക്കാൻ പഠിച്ചു. ഇനിയിപ്പോ പള്ളിക്കൂടത്തിലെ ടീച്ചറിന്റെ കൂടെ താമസിക്കേണ്ടതില്ല. മാത്രവുമല്ല, ആ ടീച്ചർ മദ്രാസിലേക്കു പോകുന്നു. മറ്റാരും കുഞ്ഞുലക്ഷ്മിയെ ഏറ്റെടുക്കാൻ തയ്യാറല്ല.. വല്ലപ്പോഴും വരുമ്പോൾ കുഞ്ഞുലക്ഷ്മി എളേത്തുങ്ങളെ ഇംഗ്ലീഷ് വായിച്ചു കേപ്പിക്കും. ഒന്നും തിരിയാത്ത അവർ വാ പൊളിച്ചു കേട്ടിരിക്കും. എന്തായാലും അതുങ്ങക്കും പള്ളിക്കൂടത്തിൽ പോകണമെന്നു വാശിയായി തുടങ്ങി.. ഇനിയിപ്പോ അതെങ്ങനെ സാധിക്കും. കുഞ്ഞു ലക്ഷ്മിയുടെ കാര്യം മാദാമ്മ നോക്കിക്കൊള്ളും. മറ്റുള്ളവരുടെ കാര്യം നോക്കാണ്ടിരിക്കാൻ പറ്റുമോ? ഇവിടത്തെ പള്ളിക്കൂടത്തിൽ കാശു കൊടുത്തു പഠിപ്പിക്കാൻ തന്നെക്കൊണ്ടാവില്ല.. ചാഞ്ചൻ കുഞ്ഞുപെണ്ണിനെ ചേർക്കാൻ ചെന്നപ്പോഴാണ് വിവരമറിഞ്ഞത്. അടുത്തെങ്ങും സർക്കാർ വക സ്കൂളും ഇല്ല.. തിരുവല്ലായിൽ ഉണ്ടായിരുന്നു. അവിടത്തെ കോലാഹലമെല്ലാം തീർന്നെന്നാ അവിടെപോയി വന്നവർ പറയുന്നത്. പക്ഷേ, ഇവിടിപ്പം കുഞ്ഞുലച്ചുമിക്കു പഠിക്കണ്ടെ. മാദാമ്മ അവളെ കാര്യമായി നോക്കുന്നുണ്ട്. അതു കളഞ്ഞിട്ടു നാട്ടിൽ പോകാൻ കഴിയില്ല. എന്തെങ്കിലുമാട്ടെ വരുന്നോടത്തു വെച്ചു കാണാം.

നാട്ടിൽ കിട്ടുന്ന വരണ്ട ഒട്ടലിനേക്കാൾ നല്ല ഈറ്റയും മറ്റും ഇവിടെ കിട്ടും. അതുകൊണ്ടു കുഞ്ഞാച്ചിക്കു “പണ്ടാരാണ്ടോ പറഞ്ഞമാതിരി” ആന കരിമ്പും കാട്ടി കേറിയ മാതിരിയാണ്. ഈറ്റ കൊണ്ടു മുറിയെല്ലാം

45. line house.

മറച്ചു. മറച്ചടപ്പുള്ള ഒരു കോഴിക്കൂടുണ്ടാക്കി. “പെടേം കൂട്ടാങ്ങളും ചികറീം പെറുക്കീം നടക്കുന്നതു കാണുന്നതുതന്നെ ഒരു സന്തോഷമല്ലേ.. കുഞ്ഞുങ്ങടെ കീകീ കരച്ചിലും തള്ളേടെന്റെ ചെകച്ചിലും അതുങ്ങടെ ആക്രാന്തോം.” കുഞ്ഞാച്ചി അതിന്റെ ഓർമ്മയിൽ ചിരിക്കും. കുറുക്കൻ പിടിക്കാണ്ടിരിക്കാൻ സന്ധ്യക്കു മുമ്പുതന്നെ ”ബാബാബാ..കോഴി ബാബാബാ ” വിളി തുടങ്ങും. പണ്ടൊക്കെയാണങ്കി അരിയിട്ടു കൊടുത്തു കൂട്ടിൽ കേറ്റാമായിരുന്നു. ഇപ്പം അതു പറ്റുമോ?. ”കൂട്ടാങ്ങയ്ക്കു ഇച്ചിരി പറ്റു കൊടുക്കാൻ പെടാപ്പാടു പെടുകാ. അങ്ങെങ്ങാണ്ടു മൂക്കു പതിഞ്ഞോമ്മാരു[46] തമ്മിൽ യുദ്ധമാണെന്നു. പിന്നെ ഇറ്റലർ[47] ചക്കേം മാങ്ങേം[48] പോലേതാണ്ടിൽ യൊത്തം തൊടങ്ങീന്നോ മറ്റോ കുഞ്ഞു ലച്ചുമി പറഞ്ഞാണറിയുന്നത്. അവക്കടെ ടീച്ചറു പറഞ്ഞുകൊടുത്ത താണ്. പൂലോകത്തിന്റെ അങ്ങേ അറ്റത്തെങ്ങാണ്ടു യൊത്തം നടക്കണേനു ഏങ്ങളെന്നാ പെഴച്ചിട്ടാ. അരീം കപ്പേം കൊണ്ടാണോ യൊത്തം ചെയ്യുന്നേ.” യുദ്ധത്തെപ്പറ്റി കാരിക്കൽവീട്ടിൽ ശങ്കരപ്പിള്ളയുടെ വീരവാദങ്ങളുടെ കേട്ടറിവിലൂടെ മാത്രമേ അറിയൂ. എന്തായാലും അതുകൊണ്ടു അരീം കീരീം കൊടുത്തു തള്ളേം കുഞ്ഞുങ്ങളേം കൂട്ടികേറ്റുന്ന കാര്യം നടക്കില്ല എന്നു കുഞ്ഞാച്ചി ഉറപ്പിച്ചു.. പിന്നെ വല്ല കപ്പപ്പൊടീം മീന്റെ വാലും ചെകിളേം കൊടലും പണ്ടോം കൂട്ടിനകത്തുവെച്ചു വിളിച്ചാൽ ചെലപ്പം കേറീന്നിരിക്കും. കുറുക്കമ്മാരെക്കാൾ പേടിക്കേണ്ടതു പരുന്തും കാക്കയുമാണ്. പന്ത്രണ്ടു മുട്ടവെച്ചു വിരിയിച്ചാൽ കോഴിയായി കിട്ടുന്നതു മൂന്നെണ്ണമായിരിക്കും. എന്നിട്ടും കുഞ്ഞാച്ചിക്കു കോഴിയെ വളർത്തണം. കുഞ്ഞാച്ചി വർത്തമാനം പറയുന്നതു മുക്കാപ്പങ്കും കൂട്ടാങ്ങളോടല്ല. കോഴികളോടാണ്.

ഈറ്റ കൊണ്ടുതന്നെ ഒരു മീൻ കൂടുണ്ടാക്കി. അടുത്ത ഒഴുക്കു നീറ്റിൽ രാത്രി വെച്ചാൽ കാലത്തു ഒരു കറിക്കു മീൻ കിട്ടും. ഇതു തന്നാ നല്ലത്. കണ്ണിവലേം മറ്റുമാണെങ്കിൽ മീങ്കുഞ്ഞുങ്ങളെല്ലാം വന്നടിഞ്ഞു ചത്തിരിക്കും. കുഞ്ഞുങ്ങളെയാണ് എല്ലാർക്കും ഇഷ്ടം. ’’അത് ഒരുക്കുന്നതിന്റെ കഷ്ടപ്പാടു ആണുങ്ങക്കും കൂട്ടാങ്ങയ്ക്കും അറിയേണ്ടല്ലോ?.”

പിന്നെ ആകക്കൂടെ ഒരു പ്രശ്നം തണുപ്പാണ്. കുഞ്ഞാച്ചിക്കതു തീരെ പിടിക്കുന്നില്ല. സന്ധ്യക്കു കോഴിയേം കുഞ്ഞുങ്ങളേം കൂട്ടിക്കേറ്റിക്കഴിഞ്ഞാൽ പിന്നെ പുറത്തെറങ്ങുന്ന പ്രശ്നമില്ല. മുള്ളാൻ പോലും പുറത്തിറങ്ങാതിരിക്കാൻ ഉച്ചകഴിഞ്ഞാൽ വെള്ളം കുടി കുറയ്ക്കും. എന്തായാലും കൂട്ടാങ്ങയ്ക്കും പിള്ളേരടപ്പനും ഒരു കുഴപ്പവുമില്ല.. അതുതന്നെ വല്യ കാര്യം. വാതം കാരണം കുഞ്ഞച്ചിക്കു പണിക്കുപോക്കു നടക്കില്ല. അതുകൊണ്ടു വീട്ടുകാര്യം നോക്കിയിരിക്കുന്നു. എല്ലാമൊന്നു ഒതുക്കിയിട്ടു വേണം കുട്ടയും മുറവും നെയ്തു

46. 1937 ൽ ജപ്പാൻ ചൈനയെ ആക്രമിച്ചു
47. ഹിറ്റ്ലർ
48. 1938 ഒക്ടോബർ 1 ന് ഹിറ്റ്ലർ ചെക്കോസ്ലോവാക്യ ആക്രമിച്ചു.

ഇത്തിരി വല്ലോം ഉണ്ടാക്കാൻ. "ഒരാളെക്കൊണ്ടു എത്രാന്നു വെച്ചാ. വല്ലോന്നു കെടന്നു പോയാ ഈ ആളും കൂട്ടരുമില്ലാത്ത ദേശത്തു എന്നാ ചെയ്യും. പോരാത്തേനു കുശുമ്പും കുന്നായ്മയും ഇച്ചിരി കൂടുതലാ. കുഞ്ഞുലച്ചുമിയെ മാദാമ്മ കൊണ്ടോയി പടിപ്പിക്കണേനു എല്ലാർക്കും ഒരുമാതിരിയാ. ചേച്ചിയൊന്നും പറയാമ്പോകണ്ടാന്നു ചക്കി പറഞ്ഞോണ്ടാ മിണ്ടാണ്ടു മിണ്ടാണ്ടു ഇരിക്കുന്നെ." കുഞ്ഞാച്ചിക്കു ഒന്നു പല്ലു കടിക്കാണ്ടിരിക്കാൻ പറ്റിയില്ല. നാട്ടിലായിരുന്നെങ്കിൽ അമ്മണം[49] വിളിച്ചു നാറ്റിച്ചേനെ.

"ചക്കി ഒരു പൊന്നിൻ കുടം തന്നാ". കുഞ്ഞാച്ചിക്കു ഇങ്ങനൊരു നാത്തൂനെ കിട്ടിയതു മഹാഭാഗ്യമായിട്ടുതന്നെ തോന്നുന്നു. "പിള്ളേരുടപ്പനു നാട്ടി കുറെ സ്വന്തക്കാരും ബന്ധുക്കാരമൊണ്ടു. അവരെന്റെ അമ്മേന്റെ ചേനാരാ, അമ്മീടമ്മീടെ മറ്റോരാ എന്നൊക്കെ പറഞ്ഞ ബന്ധം. എല്ലാം പറഞ്ഞിട്ടു തൊടീലും പള്ളേലും കണ്ടോരൊണ്ടന്ന്. അതു മാതിരിയൊന്നുമല്ല ചക്കി. അതുമുമ്പേ അറിയാം. ചോതനെന്നു പറഞ്ഞാ അവക്കു സ്വന്തം അണ്ണനേക്കാൾ കാര്യാ. അണ്ണന്റെ കാര്യോന്നും പറേണ്ടാന്നു ഒരിക്കൽ പറഞ്ഞുപോയി.. കണ്ണിക്കൂടെ കുടുകുടാന്നല്ലെ വെള്ളം വരണെ." കുഞ്ഞാച്ചിക്കു ഓർക്കുമ്പംതന്നെ ഒരു നൊമ്പലം.

"ചേച്ചി. അണ്ണൻ എനക്കു അമ്മനാ. അണ്ണനെപ്പറ്റി കൂനാംകൊള്ളി[50] പറേണതു എനക്കു വെഷമാ" ചക്കി തേങ്ങുന്നതു കണ്ടു അന്നു കുഞ്ഞാച്ചിയും കരഞ്ഞു. പിന്നെ ഒരിക്കലും ചക്കി കേൾക്കെ പിള്ളേരുടപ്പനെ കുറ്റം പറഞ്ഞിട്ടില്ല.

അതുതന്നെ ഇപ്പം പൊല്ലാപ്പായി. മന്നത്തുപോയി കള്ളു കുടിച്ചു ലക്കു കെട്ടു വരുമ്പം വല്ലോമൊക്കെ പറഞ്ഞു പോകും. ക്ടാങ്ങളതു വള്ളി പുള്ളി വിടാതെ ചക്കിയെ പറഞ്ഞു കേപ്പിക്കുന്നതുംപോരാഞ്ഞിട്ടു കുഞ്ഞാച്ചിക്കിട്ടൊരു കൊത്തും കൊടുത്തിട്ടേ അടങ്ങൂ. ചക്കീടെ നോട്ടത്തീന്നൊന്നു രക്ഷപ്പെടാൻ അടുക്കളേലെ മിച്ചം വന്നതുമായി കോഴികളെ തേടിയിറങ്ങും. ചിലപ്പോൾ ചാണകം മെഴുകി വെച്ച മുറം ഒന്നെടുത്തു തട്ടാനും ചീകി വെച്ച ഈറ്റ ഒന്നു ഒണക്കു കൊള്ളിക്കാനും പറ്റിയ സമയം അതാണെന്നു കുഞ്ഞാച്ചി അങ്ങു തീരുമാനിക്കും. എന്നാലും അതിനുമുണ്ടല്ലോ ഒരു സുഖം. ക്ടാങ്ങടെ അപ്പനേം ക്ടാങ്ങളെയും സ്നേഹിക്കുന്നവർ ഒരാശ്വാസമാണ്. കാക്കിരി പൂക്കിരി കൊത്തിനടക്കുന്ന കോഴിക്കുഞ്ഞുങ്ങൾക്കിടയിൽ അവളാ സ്നേഹം വിതറും. നെയ്തുവെച്ച മുറങ്ങളുടെ ഇഴക്കണ്ണികളിൽ അവളതു തൊട്ടറിയും. കാലിലെ വേദന മുകളിലേക്കു കയറുമ്പോൾ അവിടെ ത്തന്നെ ഇരുന്നുപോകും. സ്നേഹവും വേദനയും അവളുടെ കണ്ണുകളിൽ പൊടിയും.

നാത്തൂനെ തേടിയിറങ്ങുന്ന ചക്കി, നിലത്തിരുന്നു തേങ്ങുന്ന കുഞ്ഞാച്ചിയെ കണ്ട് ആകെ മാറി മറിയും. "ഇന്നു അണ്ണനെ കണ്ടിട്ടേ

49. തെറി. അസഭ്യം
50. കുത്തുവാക്ക്

ഈടേന്നു മണ്ടു" എന്ന ഒറ്റനിലപാടാണു ചക്കിക്ക്. കുഞ്ഞാച്ചിയെ കൊച്ചു കുട്ടിയെന്നപോലെ ആശ്വസിപ്പിക്കും. അവസാനം പെര[51]യ്ക്കകത്തു കേറ്റി കിടത്തും. അപ്പോൾ കുഞ്ഞാച്ചിക്ക് ആശ്വാസം തോന്നും. പിന്നെ ഒരു വിധത്തിൽ ചക്കിയെ സമാധാനിപ്പിച്ചു ലയത്തിലേക്കു പറഞ്ഞു വിടും.

അന്നു കുഞ്ഞാച്ചി മനസ്സമാധാനത്തോടെ കിടന്നുറങ്ങും. ഒരുപാടു നല്ല സ്വപ്നങ്ങളുടെ കൂടെ.

പന്ത്രണ്ട്

കാഞ്ഞിരം പൂത്തു. കാഞ്ഞിരപ്പള്ളിയും. കയ്പുനീർ ഒരുപാടു ഒലിച്ചിറങ്ങിയ മണ്ണിൽ, നാളിതുവരെ ആരും കാണാതെ നിന്നൊരു പൂവ്, ഒരു വെളുപ്പാംകാലത്തു തിരുവിതാംകൂർ സ്റ്റേറ്റ് കോൺഗ്രസിന്റെ ഡിക്റ്റേറ്റർ ആയി. കാഞ്ഞിരപ്പള്ളിയുടെ ക്രിസ്തീയ ഹൃദയം സന്തോഷത്തിന്റെ പെരുമ്പറ കൊട്ടി. നിവർത്തന സമുദായങ്ങൾ കെട്ടും മട്ടും മാറ്റി സ്റ്റേറ്റു കോൺഗ്രസായി സന്തോഷത്തിരയിളക്കത്തിൽ തെരുവിലിറങ്ങി.. അമേരിക്കൻ മോഡലിനെ അറബിക്കടലിന്റെ തിരമാലകൾക്കു വിഴുങ്ങാൻ വിട്ടുകൊടുത്തിട്ട് തിരുവിതാംകൂർ ആകമാനം തിരുവനന്തപുരത്തേക്കു നടകൊണ്ടു. നല്ല നസ്രാണി പെണ്ണുങ്ങളെ വാർത്തെടുക്കുന്ന കാഞ്ഞിരപ്പള്ളിയിലെ സെന്റ് മേരീസ് സ്കൂളിന്റെ കവാടത്തിലേക്കു നോക്കി പെൺകുട്ടികൾ അഭിമാനം കൊണ്ടു. അതുവഴിയാണു രാജ്യമോചനത്തിനു ചുക്കാൻ പിടിക്കാൻ അവരുടെ മിസ് ഇറങ്ങിപ്പോയത്; ആരോടും പറയാതെ.

ചന്ത മൈതാനത്തെ കാഞ്ഞിരപ്പള്ളിയുടെ ജനാധിപത്യബോധം ജനസാമാന്യത്തിന്റെ പൊതുബോധമായി വഴിമരുന്നിട്ടു പള്ളികളിലും മോസ്കുകളിലും കള്ളുഷാപ്പുകളിലും നുരഞ്ഞു പൊങ്ങി.. കെ ടി തോമസ്, കെ ജെ തോമസ്, പി ടി ചാക്കോയും മറ്റു പലരെയും സി പി യുടെ പൊലീസ് അറസ്റ്റു ചെയ്തു. കെ വി മാത്യൂ പൊട്ടങ്കുളത്തിനെ മുണ്ടക്കയത്തുവെച്ചു അറസ്റ്റു ചെയ്തു. ഇനിയാരൊക്കെ അറസ്റ്റ് ചെയ്യപ്പെടും. തുറുങ്കിലടയ്ക്കപ്പെടും. പത്രവാർത്തകളിൽ ക്രിസ്ത്യാനികളും ഈഴവരും മുസ്ലീങ്ങളും കൂടാതെ നായന്മാരുമുണ്ടത്രെ. നിവർത്തന വൈരങ്ങൾ വെടിഞ്ഞു പട്ടം താണുപിള്ളയുടെ നേതൃത്വത്തിൽ ജനാധിപത്യത്തിനു പുതിയ രൂപവും ഭാവവും കൈവന്നിരിക്കുന്നു. നാളിതുവരെയുള്ള ചരിത്രം വർഗ്ഗസമരങ്ങളുടെ ചരിത്രമത്രെ. അവിടെ കമ്യൂണിസ്റ്റുകാർ മാറി നില്ക്കാൻ പാടില്ല.. ഉത്തരവാദപ്രക്ഷോഭണം ലക്ഷ്യമിടുന്നത് ജനാധിപത്യമാണ്. അതിനു തടസ്സം നില്ക്കാൻ പാടില്ല.

പി ടി, പുന്നൂസിന്റെ നേതൃത്വത്തിൽ വിദ്യാർത്ഥികൾ മധുരയിൽ അക്കമ്മ ചെറിയാനു സ്വീകരണം നല്കി.. സർ സി പിയുടെ ഇണ്ടാസിനും

---

51. വീട്

പ്രസിഡണ്ട് അക്കമ്മ ചെറിയാന്റെ മറുപടിയുടെ കാർബൺ കോപ്പികൾ പത്രമോഫീസുകളിലേക്കൊഴുകി.

തിരുവനന്തപുരത്തു രാത്രിയുടെ അന്ത്യയാമങ്ങളിൽ പടിഞ്ഞാറെ കോട്ടവാതിൽ നിരങ്ങി തുറന്നു. മുക്കുവത്തി പെണ്ണുങ്ങളുടെ മനസ്സി ലൊരേങ്ങൽ ഉതിർന്നത് അവർ വകവെക്കാതെ കിടന്നുറങ്ങി. കടലിന്റെ ആഴങ്ങളിൽനിന്ന് അലർച്ചയും മുരൾച്ചയും നിരയൊപ്പിച്ചു കരയേറി. മരണാനന്തര കർമ്മങ്ങൾക്കു ആളില്ലാതെ അലഞ്ഞ നൂറ്റാണ്ടുകൾ. നൂറ്റാണ്ടു വളർന്ന പക. കല്ലൂർ നമ്പൂതിരിയുടെ എഴുത്തോലകൾ ചവിട്ടി മെതിച്ചു അവർ നടന്നു. രാജാവിനും പ്രജകൾക്കുമിടയിൽ വന്നു ഭവിച്ച ദുര്യോഗം കല്ലൂർ നമ്പൂതിരിയുടെ എഴുത്തോലകളിലെ താന്ത്രിക ശക്തികളെ തുടച്ചു മാറ്റി.[52] ധർമ്മാർത്ഥകാമങ്ങളുടേ യാമങ്ങൾക്കൊടുവിൽ അവർ വെള്ള ത്തൊപ്പിയും യൂണിഫോമും ഏറ്റുവാങ്ങി വിമോചനപ്പോരാളികൾക്കൊപ്പം നടന്നു.

മധുരയിൽനിന്ന് രാത്രി വണ്ടിക്കു ഒരുപാടു സ്വപ്നങ്ങളുടെ അകമ്പടിയോടെ അക്കമ്മ ചെറിയാൻ തെങ്കാശിയിലെത്തി. തെങ്കാശിയിൽ നിന്നു ചെങ്കോട്ടയിലേക്ക്, ചെങ്കോട്ടയിൽനിന്ന് കൊല്ലത്തേക്ക്. സ്വീകരണവഴികളിൽ, ക്രിസ്ത്യാനികളും ഈഴവരും മുസ്ലീങ്ങളും നായന്മാരും നമ്പൂതിരിമാരും കമ്യൂണിസ്റ്റുകാരും കൈകോർത്തു. സമുദായ വാദങ്ങൾ പിൻവലിഞ്ഞു. ഏകാധിപത്യത്തിനെതിരെ ഏകത. പൊതുശത്രുവിനെതിരെയുള്ള ഐക്യം. ഐകമത്യം മഹാബലം......... സാമൂഹ്യബോധം പിന്നെയും വളർന്നു.. കാണക്കാണെ വളർന്നു. ആലപ്പുഴയിൽനിന്നു ചുവന്ന യൂണിഫോം ധരിച്ച് രക്ത പതാകകൾ പേറി തൊഴിലാളികൾ അക്കമ്മ ചെറിയാന്റെ ആഹ്വാനം ശിരസ്സാ വഹിച്ച്, കരിവണ്ടി മുറികളിൽ കുമിഞ്ഞുകൂടി കുത്തിയിരുന്നു.

"..........നാം ഇതുവരെ അനുഭവിച്ചു കഴിഞ്ഞിട്ടുള്ള ദുരിതങ്ങൾക്കും ത്യാഗങ്ങൾക്കും ശേഷം സ്റ്റേറ്റ് കോൺഗ്രസ് പൗരാവകാശങ്ങൾ കൊണ്ടു മാത്രം തൃപ്തിപ്പെടുമെന്ന് ആരും തെറ്റിദ്ധരിക്കേണ്ടതില്ല........"

അക്കമ്മ ചെറിയാന്റെ വാക്കുകൾ ക്രിസ്ത്യാനികളും ഈഴവരും മുസ്ലീങ്ങളും, നായന്മാരും കമ്യൂണിസ്റ്റുകളും ഒരുമിച്ചുനിന്ന് കേട്ടു.. "പരിപൂർണ്ണ അക്രമരാഹിത്യം അതായിരിക്കട്ടെ നമ്മുടെ മുദ്രാവാക്യം". അലയടിക്കുന്ന മുദ്രാവാക്യങ്ങൾക്കിടയിൽ എവിടെയൊക്കെയോ നിശ്ശബ്ദതകളും താളം കൊഴുപ്പിച്ചു.

വൈപരീത്യങ്ങൾ നിറഞ്ഞു തുളുമ്പുന്ന വെട്ടിമുറിച്ച കോട്ടയുലേക്കു[53] സ്റ്റേറ്റ് കോൺഗ്രസിന്റെ വെള്ളപ്പട്ടാളം ആവേശത്തോടെ നടന്നു.

---

52. എട്ടുവീട്ടിൽ പിള്ളമാരെ വംശഹത്യ ചെയ്തു കടലിലെറിഞ്ഞു. അവശേഷിച്ച പെണ്ണുങ്ങളെ മുക്കുവർക്കു കൊടുത്തു. മോക്ഷം കിട്ടാത്ത ആത്മാക്കൾ പടിഞ്ഞാറെ കോട്ട വഴി കിഴക്കേക്കോട്ട തെരുവീഥികളിൽ അഴിഞ്ഞാടി. അവസാനം കല്ലൂർ നമ്പൂതിരി ജപിച്ചെറിഞ്ഞ താളിയോലകൾ പരേതാത്മാക്കളെ വിലക്കിയെന്നു ഐതിഹ്യം.

53. വെട്ടിമുറിച്ചകോട്ടയെക്കുറിച്ച് ഒട്ടേറെ കെട്ടുകഥകളുണ്ട്. മുമ്പുണ്ടായിരുന്ന പടിവാതിൽ ശുഭമല്ല എന്ന ഏതോ കൊട്ടാരവിദ്വാന്റെ അഭിപ്രായം അതിലും അവിശ്വസനീയമാണ്. യാത്രാക്ലേശമൊഴിവാക്കാൻ ഒരു മാർഗ്ഗമെന്ന നിലയ്ക്ക്

തുറന്നകാറിൽ ഗാന്ധിത്തൊപ്പിയണിഞ്ഞു അക്കമ്മ ചെറിയാൻ മനവും തനവും ഉരുക്കിന്റെ കാഠിന്യത്തിലേക്കു ഒതുക്കിയെടുത്തു. നോട്ടങ്ങൾ വാളിന്റെ മൂർച്ചയിലേക്കു തോകിച്ചെടുത്തു. അറിയാത്തവരെയും അറിയുന്നവരെയും കൈയുയർത്തി അഭിവാദ്യംചെയ്തു. അറിയാത്ത നാട്ടിൽനിന്നും അറിയാത്തവർ. പക്ഷേ, അടർക്കളത്തിലെ വീരന്മാർ. തന്നെ നോക്കി പരിചയച്ചിരി ചിരിച്ചവർക്കു മറുചിരികൊടുത്തിട്ടാലോചിച്ചു. അയ്യോ അതു പൂക്കുന്നേലെ പുതുക്രിസ്ത്യാനികളുടെ പള്ളി മൂപ്പൻ യോഹന്നാനല്ലെ.. ഗാന്ധിത്തൊപ്പിയിട്ടതു കൊണ്ടറിഞ്ഞില്ല.. അയാളുടെകൂടെ കണ്ടതു എന്തായാലും ചാവരുപാറയായിരിക്കും. കുന്നേപ്പള്ളി കുർബ്ബാന കഴിഞ്ഞു രണ്ടുംകൂടി പാറത്തോടുപോയി ഉഷാറായി വന്നു നിലയ്ക്കൽ ബംഗ്ലാവിന്റെ മുമ്പിലുള്ള റോഡിലെ പാറപ്പുറത്തു കുത്തിയിരുന്നു വർത്തമാനം പറഞ്ഞിരിക്കും. തന്നെ കാണുമ്പം എന്തൊരു ബഹുമാനത്തോടെയാണ് എഴുന്നേല്ക്കുന്നത്. താൻ ഗേറ്റ് കടന്നു കൺവെട്ടത്തുനിന്നു മറയുന്നതുവരെ അങ്ങനെ നില്ക്കും. തന്നെ കണ്ടിട്ടു എഴുന്നേല്ക്കണ്ട എന്നു അവരോടു പറഞ്ഞിട്ടുള്ളതാണ്. "പഠിച്ചാൾക്കാരെ കണ്ടാ ഏങ്ങക്കിരിപ്പൊറക്കൂല" എന്നാ അവരുടെ നിലപാട്.

തിരിഞ്ഞു നോക്കുമ്പോൾ വെളുത്ത തിരകൾക്കിടയിൽ കറുത്തവയും ഒഴുകി തിമിർത്തു പോയിരിക്കും. സ്റ്റേറ്റ് കോൺഗ്രസ് കീ ജെയ്, ഭാരത മാതാ കീ ജെയ്, തിരുവിതാംകൂർ ആർത്തു വിളിച്ചു. മഹാത്മാ ഗാന്ധി കീ ജെയ്, പട്ടം താണുപിള്ള കീ ജെയ്, അക്കമ്മ ചെറിയാൻ കീ ജെയ്, സി കേശവൻ കീ ജെയ്, ടി എം വർഗ്ഗീസ് കി ജെയ്......................

കിഴക്കേക്കോട്ടയും കടന്ന് ജാഥ വെട്ടിമുറിച്ച കോട്ടയ്ക്കു മുമ്പിലെത്തിയപ്പോൾ മണി ആറു കഴിഞ്ഞിരുന്നു. കോട്ടപ്പരിസരങ്ങളും പരന്നുകിടക്കുന്ന പുത്തരിക്കണ്ടം മൈതാനവും അതിനപ്പുറത്തു കാണുന്ന തമ്പാനൂർ റെയിൽവേ സ്റ്റേഷൻവരെയും വെള്ളപുതച്ചു ത്രിവർണ്ണമേന്തി.. തലേന്നു അർദ്ധരാത്രി മുതൽ തിരുവനന്തപുരത്തെ തെരുവീഥികളിൽ അലഞ്ഞു വലഞ്ഞ സമരഭടന്മാർ.

"എല്ലാവരും ശാന്തരായി അവരോരുടെ സ്ഥാനത്തു നിലത്തു ഇരിക്കുക"

അക്കമ്മ ചെറിയാന്റെ വാക്കുകൾ കേൾക്കേണ്ട താമസം, സമരഭടന്മാർ നിലത്തിരുന്നു. മുപ്പത്തിയാറു മണിക്കൂറിലേറെ ഉറക്കിളച്ചതിന്റെ ക്ഷീണംകൊണ്ടു പലരും ഇരുന്നിടത്തുവീണു കിടന്നുറങ്ങി,

എങ്ങുനിന്നോ ഒരു കൂറ്റൻ കാള. ആളുകൾക്കിടയിലേക്കു പാഞ്ഞു കയറി. അതിന്റെ കൂർത്ത കൊമ്പുകളിൽ നൂറ്റാണ്ടുകളുടെ പക തുടിച്ചു നിന്നു. പെട്ടെന്നു ഒരു സമരഭടൻ ഖദർ ഷാളുകൊണ്ടു അതിനെ തടഞ്ഞു. കല്ലൂർ നമ്പൂതിരിയുടെ താളിയോലയെ വെല്ലുന്ന മാന്ത്രികപ്പൂട്ടിൽ കാള മെരുങ്ങിയൊതുങ്ങിപ്പോയി. അല്പം കഴിഞ്ഞപ്പോൾ ഒരു ഉദ്യോഗസ്ഥൻ വന്നു ആവശ്യം തിരക്കി. മഹാരാജാവിനെ നേരിട്ടു കണ്ടു ജനങ്ങളുടെ

ആവശ്യം അറിയിക്കുക. അയാൾ വിവരം അറിയിക്കാമെന്നു പറഞ്ഞു പോയി.

സമയം ആമയിഴഞ്ചാൻ തോട്ടിലൂടെ ഇഴഞ്ഞു നീങ്ങി.

അതാ വരുന്നു. പട്ടാള വേഷമണിഞ്ഞയാൾ.

"കേണൽ വാട്കിസ്"

അടുത്തുനിന്ന പി കെ കുഞ്ഞൻ പറഞ്ഞപ്പോഴാണ് ഓർമ്മവന്നത്.

അടുത്തെത്തിയ പട്ടാളമേധാവി വിശാലമായ ഒരു "'good evening" ൽ തുടങ്ങി. അയാളുടെ കാറിന് മുമ്പോട്ടു വരാൻ കഴിയുന്നില്ല. അക്കമ്മ ചെറിയാൻ വിളിച്ചുപറഞ്ഞതു ഏറ്റുപറച്ചിലുകാർ കൈമാറി കാറിനടുത്തെത്തി. കാറിനു കടന്നുപോകാൻ പാകത്തിനു ആളുകൾ സ്ഥലം ഒഴിഞ്ഞുകൊടുത്തു.

"what is your demand?"

അക്കമ്മ ചെറിയാൻ തങ്ങളുടെ ആവശ്യം അറിയിച്ചു. രാജാവിനെ കണ്ടു വിവരം അറിയിക്കാമെന്നു പറഞ്ഞു കേണൽ വാട്കിസ് കോട്ടയ്ക്കുള്ളിലേക്കു പോയി.

പിന്നാലെവന്ന കുതിരപ്പട്ടാളക്കാർക്കു കുതിരകളെ നിയന്ത്രിക്കാൻ കഴിഞ്ഞില്ല. മദിച്ചോടുന്ന കുതിരയുടെ പുറത്തു കണ്ണും തുറിച്ചവരിരുന്നു. കടലിന്റെ ആത്മാക്കൾ കടിഞ്ഞാണുകൾ ഏറ്റെടുത്തു. കിടക്കുന്ന ആളുകൾക്കു പുറത്തു കുതിരകൾ ചാടി. കുളമ്പടികൾക്കടിയിലും ജനം നിയന്ത്രണം വിടാതെ പിടിച്ചുനിന്നു.

പകച്ചുനിന്ന ആമ വീണ്ടും ഇഴയാൻ തുടങ്ങി.

ചെകിടടപ്പിക്കുന്ന ഇരമ്പൽ. വടക്കുനിന്നു പാഞ്ഞുവരുന്ന പട്ടാളവണ്ടി. വഴിയിൽ കിടക്കുന്നവർക്കു മുകളിലൂടെ .... കാഴ്ചക്കാർ കണ്ണുകളിറുക്കിയടച്ചു. പെട്ടെന്നു ശബ്ദം നിലച്ചു. ഹാവു. ഒന്നും സംഭവിച്ചില്ല. ഡ്രൈവറുടെ കൈയിലെ രക്ഷ അയാളുടെ കണ്ണു തുറപ്പിച്ചു. മുമ്പിലെ മനുഷ്യമഹാസമുദ്രത്തിലേക്കു ഓടിച്ചു കയറ്റാൻ അയാൾക്കു കഴിഞ്ഞില്ല. മുമ്പോട്ടു നീങ്ങാൻ കഴിയാതെ പട്ടാളക്കാർ ചാടിയിറങ്ങി കിടക്കുന്നവരെ ചവിട്ടി കോട്ടയിലേക്കു കയറിപ്പോയി..

കാലുഷ്യം വിതറി പകപോക്കാൻ ശ്രമിച്ച കടലിന്റെ ആത്മാക്കൾക്കു പിന്തിരിയേണ്ടി വന്നു. നിരാശയിൽ അവർ നിഴലുകൾക്കു പിന്നിലേക്കു മാറിനിന്നു.

അതാ വരുന്നു കേണൽ വാട്കിസ്. ആകാംക്ഷ നിറഞ്ഞ കണ്ണുകൾ അയാളുടെ വരവ് ഒപ്പിയെടുത്തു കാണാൻ പറ്റാത്തവർക്കു വിവരിച്ചു കൊടുത്തു കൊണ്ടിരിന്നു. കേണൽ വരുന്നു എന്നറിഞ്ഞെങ്കിലും ശ്രദ്ധ ജനങ്ങളിലേക്കു തിരിച്ചു നേതാക്കന്മാർ കാത്തുനിന്നു. അതുവരെ മന്ദ്രത്തിലായിരുന്നതൊക്കെയും മന്ദ്രേതരത്തിലേക്കു വിന്യസിക്കപ്പെട്ടു. കിടന്നവർ എണീറ്റിരുന്നു. ഇരുന്നവർ എണീറ്റുനിന്നു. നിന്നിരുന്നവർ മുദ്രാവാക്യങ്ങൾ കോട്ടമതിലുകളിലേക്കു വിക്ഷേപിച്ചു. വെട്ടിമുറിച്ച കോട്ടയുടെ ഒന്നുരണ്ടു കല്ലുകൾ ഒന്നിളകിയിരുന്നു. നിഴലുകളിലേക്കു

മാറിനിന്ന എട്ടുവീടർ സംഘം നിഴൽ വിട്ടു പുറത്തിറങ്ങി. അവസാന സാദ്ധ്യതയും ആദ്യത്തേതായി കാണണം. യുദ്ധഭൂമിയിൽ ഉരുക്കിച്ചേർക്കാൻ ഉരുവിട്ടു പഠിച്ച പാഠങ്ങൾ. ചുരികത്തലപ്പിന്റെ കണിശതയിൽ കൈവിട്ടു പോകില്ലെന്നു ധരിച്ചതൊക്കെയും വെറുതേയാക്കുന്ന ഗാന്ധിയൻ തന്ത്രം. അത് എട്ടുവീടർക്കു പറഞ്ഞിട്ടുള്ളതല്ല. എങ്കിലും അവസാനത്തെ.........അല്ല......... ആദ്യത്തെ തന്ത്രവും ഒന്നു പരീക്ഷിക്കാം.

കേണൽ അടുത്തെത്തിയപ്പോൾ മുൻനിരനേതാക്കൾ ഒരത്തോടൊരം ചേർന്നു കാത്തുനിന്നു. അക്കമ്മ ചെറിയാന്റെ അടുത്തെത്തിയ വാട്കിസ്, രാജാവിന്റെ നിലപാടറിയിച്ചു. വ്യവസ്ഥാപിത മാർഗ്ഗത്തിലൂടെ മാത്രമേ രാജാവിനെ കാണാൻ കഴിയൂ. കുതിരപ്പട്ടാളവും, പട്ടാളലോറിയും കാട്ടിയ അതിക്രമങ്ങൾ തന്റെ അറിവോടും സമ്മതത്തോടുമായിരുന്നില്ല, എന്നും വാട്കിസ് വിശദീകരിച്ചു. എന്നാൽ, അതിന്റെ പേരിൽ ഇത്തിരിയും പോന്ന ട്രാവൻകൂറിന്റെ പ്രജകളോട് ക്ഷമാപണം ചെയ്യാൻ സാധിക്കില്ല. എന്നു മൗനത്തിന്റെ ഭാഷ ഉദ്ഘോഷിച്ചു.

പിന്നെ, യൂറോപ്യൻ ഔദ്ധത്യം ഫണം വിടർത്തി. അരപ്പട്ടയിൽ നിന്ന് റിവോൾവർ വലിച്ചെടുത്തു ആകാശത്തേക്കു ചൂണ്ടി. ഗേറ്റിൽ പട്ടാളം തോക്കുചൂണ്ടി നിലയുറപ്പിച്ചു. ആയിരക്കണക്കിനു സമരഭടന്മാരെ നിസ്സാരമാക്കി വാടകിസ് ഗർജ്ജിച്ചു:

'"Disperse. Otherwise we shall fire"

ആകാശത്തേക്കു ചൂണ്ടിയ റിവോൾവർ ശബ്ദിച്ചാൽ കോട്ടമതിലിനു പുറത്തെ നൂറുകണക്കിനു തോക്കുകൾ വെടിയുതിർക്കും.

'"Mr. Col. Watkis."

എന്തോ വീഴുന്ന ശബ്ദം കേട്ട് ഉയർത്തിപ്പിടിച്ച റിവോൾവറോടെ കേണൽ വാട്കിസ് തിരിഞ്ഞുനോക്കി. കഴുത്തിലെ പുഷ്പഹാരങ്ങൾ മുഴുവൻ കാറിന്റെ ബോണറ്റിന്മേലേക്കു വലിച്ചെറിഞ്ഞു, ഗാന്ധിത്തൊപ്പിയില്ലാതെ ഉലഞ്ഞ തലമുടിയും ഞൊറിതെറ്റിയ സാരിയും ആയിരം സൂര്യന്മാർ ഒന്നിച്ചു ജ്വലിക്കുന്ന കണ്ണുകളുമായി, അക്കമ്മ ചെറിയാൻ.

'"I am the leader. Shoot me first before you kill others"

തലതിരിച്ചു നോക്കിയ കേണലിന് ശ്വാസം മുട്ടി. നിലത്തുനിന്നു വാരിക്കൂട്ടി എഴുന്നേല്ക്കുന്ന തിരക്കിൽ ആവശ്യമില്ലാത്തതെല്ലാം കളഞ്ഞു സടകുടഞ്ഞെണീറ്റ ജനം. ഏറ്റു പറച്ചിലുകാർ വിളിച്ചു പറഞ്ഞതു കേട്ടുണരുന്ന ജനം പിന്നെയും... പുത്തരിക്കണ്ടം നിറഞ്ഞു കവിഞ്ഞ്, ഓവർബ്രിഡ്ജ് തിങ്ങിവിങ്ങി തമ്പാനൂർ റെയിൽവേ സ്റ്റേഷൻ റോഡ് ട്രെയിൻ ബോഗി പോലെ, ഗാന്ധിത്തൊപ്പി വലിച്ചെറിഞ്ഞ് എന്തിനും തയ്യാറായി. കോട്ടയ്ക്കു പുറത്ത് വെടിയുണ്ടകൾക്കു ഭേദിക്കാൻ കഴിയാത്ത മറ്റൊരു ഉരുക്കുകോട്ട. ”ഇതു ജാലിയൻവാലാവാഗ് അല്ല. 1919 ഉം അല്ല. ഇവിടെ കോട്ടയ്ക്കകത്തു പെട്ടതു പട്ടാളമാണ്.” സി പി യെ തീണ്ടാത്ത സാമാന്യ ബുദ്ധി വാട്കിസിന്റെ തലയ്ക്കകത്തു മുളപൊട്ടി. അടവു തെറ്റി അടർക്കളത്തിൽ നില്ക്കുന്നവന്റെ ജാള്യം മറച്ച്,

റിവോൾവർ താഴ്ത്തി, ഇടതു കൈ കൊണ്ടു തൊപ്പിയുയർത്തി കേണൽ വാട്കിസ് മൊഴിഞ്ഞു.

"Goodnight"

അക്കമ്മ ചെറിയാനിൽനിന്ന് പ്രതികരണം പ്രതീക്ഷിക്കാതെ വാട്കിസ് മടങ്ങി. കോട്ടവാതിൽ കടന്ന് പോകുന്നതുവരെ അവർ അനങ്ങിയില്ല. വാടകിസ് കോട്ടയ്ക്കുള്ളിൽ പട്ടാളക്കാരോടൊപ്പം തിരോഭവിച്ചെന്നു ജനങ്ങളുടെ കണ്ണുകളിൽനിന്ന് മനസ്സിലാക്കി അക്കമ്മ ചെറിയാൻ കൈ ഉയർത്തി.

ജനം ജാഗരൂകരായി.

"നമുക്ക് തമ്പാന്നൂർ മൈതാനത്തേക്കു പോകാം"

കോട്ടയ്ക്കു മുമ്പിൽ വെറുതെ നിന്നാൽ ജനം എന്തു ചെയ്യുമെന്നു പ്രവചിക്കാൻ കഴിയില്ലെങ്കിലും നിഴലുകളിലെ അസ്വസ്ഥത ശുഭോദർക്കമായി തോന്നുന്നില്ല.

അന്നു രാത്രി ജയിലുകൾ തുറക്കപ്പെടുകയും തടവുകാരെ രഹസ്യമായി വീടുകളിലെത്തിക്കുകയും ചെയ്തു. വിടുതൽ രേഖയിൽ ഒപ്പുവെച്ചശേഷം മഹാരാജാവ് അർദ്ധരാത്രിക്കുമുമ്പുതന്നെ അനുചരന്മാർക്കൊപ്പം ജപിച്ചുകെട്ടിയ രക്ഷകളിൽ ശരണം അർപ്പിച്ച് പടിഞ്ഞാറെ കോട്ടവഴി കവടിയാർ കൊട്ടാരത്തിലേക്കു രക്ഷപ്പെട്ടു.

രാത്രിയുടെ നിഗൂഢതയിൽ പടിഞ്ഞാറെ കോട്ടവാതിൽ മലർക്കെ തുറക്കപ്പെടുകയും മഞ്ചൽ വാഹകരുടെ ശബ്ദത്തിനു പിന്നാലെ.......... കിന്നരിത്തലപ്പാവും അംഗവസ്ത്രങ്ങളും ഉടവാളും പേറി മഞ്ചലിന്റെ നേര്യ വീരാളിപ്പട്ടിലൂടെ ഗോചരമാകുന്ന രൂപം......... അദൃശ്യരായ മഞ്ചൽ വാഹകരുടെ പതിഞ്ഞ മൂളക്കം കോട്ടയ്ക്കുള്ളിലെ നിശ്ശബ്ദതയിൽ ഉച്ചസ്ഥായിയിലേക്കുയർന്ന് തഴുകി ഒഴുകുന്ന കാറ്റിൽ വിലയം പ്രാപിച്ചു പുറത്തേക്കൊഴുകി.[54] അപ്പോൾ ആമയിഴഞ്ചാൻ തോട്ടിൽനിന്ന് ആമകൾ കരയ്ക്കു കയറി കൊട്ടാരമതിൽക്കെട്ടുകൾക്ക് മുകളിലേക്കു കഴുത്തുയർത്തി പ്രതീക്ഷയോടെ ആ കാഴ്ച നോക്കി നിന്നു.

ഓ ഹോം.....ഓ ഹോം.........ഓഹോം............ഓ..ഹോം..............ഓ ഹോം............ ഓ ഹോം................ഓ ഹോം........................

പതിമൂന്ന്

മദ്ധ്യവേനൽ അവധി തുടങ്ങി. കുഞ്ഞുലക്ഷ്മി കുടിയിലെത്തി. അവൾക്കുവേണ്ടി തയ്യാറാക്കിയ മുറിയിൽ അവളുടെ പുസ്തകങ്ങളും തുണിയുമെല്ലാം കഴിയുന്നത്ര നന്നായി അടുക്കിയും പെറുക്കിയും വെച്ചു. അവളുടെ മുറിയിൽ കയറി സാധനങ്ങളിലൊന്നും തൊടരുതെന്നു

54. മഞ്ചലിൽ വരുന്ന ഒരു ഗതികിട്ടാപ്രേതത്തിന്റെ സാന്നിദ്ധ്യം അർദ്ധരാത്രിക്കുശേഷം കോട്ടയിലുണ്ടെന്ന് മറ്റൊരു കഥയും സ്ഥലവാസികളുടെ സഞ്ചയത്തിലുണ്ട്. കവടിയാർ കൊട്ടാരത്തിന്റെ നിർമ്മിതിയും ഈ കഥയുമായി ബന്ധമുണ്ടെന്നും ഇല്ലെന്നും.

കുഞ്ഞാച്ചി വിലക്കേർപ്പെടുത്തി.. എളേ ക്ടാങ്ങക്കാണെ അതേലൊന്നു തൊടാതിരിക്കാൻ മനസ്സനുവദിക്കുന്നുമില്ല. തൊട്ടാലെന്താകും? എല്ലാം ആ മാദാമ്മേടെയാ. അവരുടെ കൈയിൽ തോക്കുണ്ട്. വെടിച്ചില്ല്. വീട്ടിൽ കുഞ്ഞുലക്ഷ്മിയോടല്ലാതെ മറ്റാരോടും എതൽ മാദാമ്മ ചിരിക്കാറില്ല. അതുകൊണ്ട് എല്ലാവർക്കും ഇപ്പോഴും അവരെ സ്നേഹം നിറഞ്ഞ പേടിയാണ്. എല്ലാ വീട്ടിലെയുംപോലെ അവിടെയും എതൽ കുട്ടികളുടെ പേടിസ്വപ്നമാണ്.

കുഞ്ഞുലക്ഷ്മി വന്നാൽ അമ്മയുടെ പിന്നാലെയാണ്. സ്കൂളിൽ നിന്നു വന്നേപ്പിന്നെ കുഞ്ഞുലക്ഷ്മി കുഞ്ഞാച്ചിയെ അമ്മി എന്ന വിളി നിർത്തി. കൂടെ താമസിപ്പിച്ച ഓൺട് പറഞ്ഞു കൊടുത്തതാണ്. ഇപ്പോൾ അമ്മ, അമ്മച്ചി എന്നൊക്കെയായി വിളി. കുഞ്ഞാച്ചിക്കും അതു തന്നെയാണ് ഇഷ്ടം. കുഞ്ഞുലക്ഷ്മി വിളിക്കുന്നതുകേട്ടു എളേ പെൺകുട്ടികളും വിളി മാറ്റി. എങ്കിലും ഇടയ്ക്കിടയ്ക്കു നാക്ക് പഴയതിലേക്കു വലിയും. ഏറ്റവും എളയവൻ മാത്രം ഒന്നും മാറ്റിയിട്ടില്ല. പക്ഷേ, മുലകുടിക്കാൻ തോന്നുമ്പോൾ മാത്രമേ അമ്മി എന്നു വിളിക്കാറുള്ളു. അല്ലെങ്കിൽ ചോതനെ അനുകരിച്ചു എടി കുഞ്ഞാച്ചി എന്നുതന്നെയാണ് വിളിക്കുന്നത്.

അമ്മയുടെ പിന്നാലെ നടന്നു സ്കൂൾ വിശേഷം വിളമ്പലാണ് കുഞ്ഞുലക്ഷ്മിയുടെ പ്രധാന വിനോദം. ക്ടാങ്ങടെ കൂടെയുള്ള കളിയൊക്കെ നിർത്തി. ഇംഗ്ലീഷ് പറയുന്ന മുതിർന്ന പെണ്ണല്ലെ. തിന്നു കൊഴുത്തു കുഞ്ഞാച്ചിയേക്കാൾ വലുതായിരിക്കുന്നു. കുഞ്ഞാച്ചി അവളെ ഒന്നു ഏറുകണ്ണിട്ടു നോക്കി. നാലെണ്ണത്തിനെ കുടിപ്പിച്ചതു പോരാഞ്ഞിട്ടു പിള്ളേരടപ്പനും കുടിച്ച തന്റെ ചൊരപ്പാവ് പോലും അത്രേം വലുതല്ല. നാട്ടിലാണെ പള്ളിവിട്ടുപോണ കൊച്ചു തമ്പ്രാക്കമ്മാരു കൈവെക്കണേക്കു മുമ്പേ കെട്ടിച്ചു വിട്ടേനെ. എതൽ മാദാമ്മ പറയാണ്ടു ഇനി ഒന്നും ചെയ്യാൻ പറ്റില്ല. അവളെ പഠിപ്പിച്ചു വല്യ ആളാക്കുമെന്നാ പിള്ളേരടപ്പൻ പറേന്നതു. തിരുവല്ലേലാരുന്നപ്പം അങ്ങനൊരു കഥ കേട്ടിട്ടുണ്ട്. തെക്കാണോ വടക്കാണോന്നറീല്ല, കൊച്ചീന്നാ തേശത്തിന്റെ പേര്. ആടെ ഒരു പെലക്ടാത്തി ബി എ കാരിയായെന്നു. പത്രത്തിലൊ ണ്ടാരുന്നത്രേ. അവരു ബി എക്കു ചേർന്നപ്പഴും പത്രത്തിലൊണ്ടാരുന്നു. സംഘക്കാരു പറഞ്ഞുകേട്ട കഥയാണ്.

വൊയ്റ്റ് ലാൻഡർ ബ്രില്ലന്റ് ക്യാമറയുമായി കാത്തുനിന്ന *ദ് ഹിന്ദുവി*ന്റെ ക്യാമറാമാൻ മഹാരാജാസ് കോളേജിന്റെ പടിവാതിലിലേക്കു ക്യാമറാ ഫോക്കസ് ചെയ്തു. ക്യാമറാ ശരിയാക്കുന്നതിനിടയിൽ അടുത്തു നില്ക്കുന്ന മാതൃഭൂമി ലേഖകനുമായി സൗഹൃദം പുതുക്കി.. മനോരമയുടെ ലേഖകൻ ക്യാമറാമാനു നിർദ്ദേശങ്ങൾ നല്കുന്ന തിരക്കിലാണ്.

"കുട്ടിയെ കണ്ടാലറിയുമോ?" ആരോ പത്രക്കാരന്റെ ചോദ്യം കേട്ട പ്പോൾ മമാത്തുക്കുട്ടിക്കു ചിരി പൊട്ടി. ഇവനൊക്കെയാണോ പത്രപ്രവർ

ത്തകർ. ഏതു പെലക്കുട്ടിയെയും കണ്ടാൽ ഒറ്റനോട്ടത്തിലറിയാനുള്ളതല്ലേ ഉള്ളു. കറുത്ത്, കറുപ്പ് പലവിധമുണ്ട് കാക്കക്കറുപ്പ്, ചാരക്കറുപ്പ്, എണ്ണക്കറുപ്പ് പിന്നെ വേറൊരുതരം കറുപ്പുണ്ട്. അതു കണ്ടാ കൈകൊണ്ടു തൊട്ടെടുക്കാമെന്നു തോന്നും. തീണ്ടലിനും തൊടീലിനും എതിരാണെങ്കിലും പലരും പെലേൻ അയ്യപ്പന്റെ പന്തിഭോജനത്തിൽ പങ്കെടുക്കാത്തതിന്റെ കാര്യമെന്താ?. കറുപ്പ് പകരുമോന്ന് ഒരു പേടി. അവരെ മാറ്റിയിരുത്തി ഒരു പന്തിഭോജനം സംഘടിപ്പിച്ചു നോക്ക്. ആളുകളുടെ തെരക്കാകും. അങ്ങനല്ലാരുന്നോ വൈക്കം സത്യഗ്രഹം!

പിന്നെന്താ. പേടിച്ചരണ്ട നോട്ടം. കള്ളിമാരെപ്പോലെ. (അതുകൊണ്ടല്ലെ പെലക്കള്ളി, പറക്കള്ളി എന്നൊക്കെ ഇതുങ്ങളെ വിളിക്കുന്നെ) മറ്റുള്ളവരുടെകൂടെ കൂടില്ല. പതുങ്ങിപ്പതുങ്ങിയുള്ള നടത്തം. ഇത്രയൊക്കെപോരെ ആളെ തിരിച്ചറിയാൻ. പത്രപ്രവർത്തകനെന്നു പറഞ്ഞാൽ ഇങ്ങനെയുള്ള ലക്ഷണശാസ്ത്രമൊക്കെ അറിഞ്ഞിരിക്കണം.

മഹാരാജാസിന്റെ പടിവാതിലിലൂടെ ഒരുപാട് ആൺകുട്ടികളും പെൺകുട്ടികളും കടന്നുപോയി. തൊട്ടും പറഞ്ഞും പരിചയപ്പെട്ടും പരിചയം പുതുക്കിയും ഒന്നിനു പുറകെ മറ്റൊന്നായി കൂട്ടങ്ങൾ കടന്നുപോയി. കറുത്തവരും ഉണ്ടായിരുന്നു. പക്ഷേ, അവരൊക്കെ കൂട്ടുചേർന്ന് ഒട്ടിച്ചേർന്നു പോകുന്നോരാ. അതിലൊന്നും ആ പെൺകുട്ടിയില്ല. അക്കാര്യത്തിൽ അവർക്കു നല്ല ഉറപ്പുണ്ട്.

അവർ കാത്തിരിക്കുന്ന പെലക്കുട്ടിയെ, അല്ല, പത്രഭാഷയിൽ "ഹരിജൻ" പെൺകുട്ടിയെ മാത്രം കണ്ടില്ല. കൊച്ചിയിൽനിന്നുള്ള ആദ്യത്തെ തീണ്ടൽ ജാതിക്കാരിയായ ബിരുദ വിദ്യാർത്ഥിനി. കോളേജിൽ നിന്നു കിട്ടിയ വിവരങ്ങൾ വെച്ചു തയ്യാറാക്കിയ മാറ്റർ റെഡിയാണ്. ഇനി കുട്ടിയുടെ ഫോട്ടോകൂടി കിട്ടിയാൽ മതി. പിടിച്ചു നില്ക്കാൻ വേറെ ഏതെങ്കിലും പെലപ്പെണ്ണിന്റെ ചിത്രം മതിയായിരുന്നു. പക്ഷേ, ആ തെണ്ടി, *ദ് ഹിന്ദു*വിന്റെ സ്വന്തം ലേഖകൻ. ആദിമദ്ധ്യാന്തം അരിച്ചുപെറുക്കാതെ അവനിവിടന്നു പോകില്ല. വല്ലോം പടച്ചുവിട്ടതിന്റെ പിന്നാലെ അവൻ വല്ല വെളിപ്പെടുത്തലും നടത്തിയാൽ തന്റെ സ്റ്റോക്ക് തകർന്നതു തന്നെ.

"എന്താ ആ കുട്ടീടെ പേരു?"

മമാത്തുകുട്ടിക്കു വീണ്ടും ചിരിപൊട്ടി. അതിന്റെ, അതെ, അതിന്റെ തന്നെ, അവളുടെ എന്നു പറയിക്കുന്നതിനും ചില മിനിമം യോഗ്യത വേണമല്ലോ പേരല്ല. അത് അയിത്ത ജാതിയിൽപ്പെടുന്നു എന്നതാണ് പ്രധാനം. അതാണതിന്റെ മർമ്മം. അവളുടെ പേര് തൃപ്പൂണിത്തുറ കോവിലകത്തെ മഹാറാണിയുടേതായിരുന്നാലും അയിത്തജാതിയായതുകൊണ്ടു പേരിനു പ്രാധാന്യം നല്കേണ്ടതില്ല.. ഇവനൊക്കെ എന്നാ ഇതൊക്കെ പഠിക്കുന്നതു.

"ദാക്ഷായണി" ദ് ഹിന്ദുവിന്റെ ലേഖകനു അതു മനപ്പാഠമാണ്.

"നമുക്കു ആഫീസിൽ അന്വേഷിച്ചാലോ?"

ക്യാമറാമാൻ തന്റെ വിവരക്കേട് വെളിപ്പെടുത്തി..

"അതിന്റെ ഒന്നും ആവശ്യമില്ല. "അതി"ന്നു വന്നിട്ടില്ല. അത്രതന്നെ."

"എങ്കിലും ഇവിടെവരെ വന്ന സ്ഥിതിക്കു കോളെജധികാരികളോടു അഭിപ്രായം ചോദിക്കാമല്ലോ."

വിവരം കെട്ടവനാണേലും ചിലപ്പോഴൊക്കെ വഴിമാറി ചവിട്ടും. കോളേജ് ഓഫീസിലെത്തിയ പത്രക്കാരെ കാത്തിരിക്കാൻ പറഞ്ഞിട്ടു പ്യൂൺ ആഡിറ്റോറിയത്തിൽ ചെന്നു പ്രിൻസിപ്പാളിനെ പത്രക്കാർ കാത്തിരിക്കുന്നെന്ന് അറിയിച്ചു. മീറ്റിങ് പിരിഞ്ഞതുകൊണ്ടു പ്രിൻസിപ്പാൾ ഉടനെത്തി. ഹരിജൻ പെണ്ണിന്റെ കാര്യത്തിനാണെന്നറിയിച്ചപ്പോൾ അത്ര പിടിച്ചില്ലെങ്കിലും പത്രക്കാരല്ലെ. നാളത്തെ പത്രത്തിൽ തന്റെ ദുർമ്മുഖം ആരും കാണണ്ട എന്നു കരുതി പ്യൂണിനെ പറഞ്ഞുവിട്ട് അന്വേഷിച്ചു. സ്റ്റുഡന്റ് വന്നിട്ടുണ്ട്. പത്രക്കാർ വാ പൊളിച്ചു. ഇത്രയും പത്രക്കാരുടെ മുന്നിലൂടെ ഒരു പെലക്കുട്ടി കോളേജിൽ കയറിപ്പോയെന്ന്. ഇതല്ലാതെ മറ്റൊരു ഗേറ്റും കോളേജിലേക്കില്ല എന്നു മുന്നേ ചോദിച്ചറിഞ്ഞ കാര്യങ്ങളാണ്.

ഇക്കൂട്ടർക്ക് ഒടിയും മന്ത്രവാദോം ഇപ്പഴും നിർത്താറായിട്ടില്ലെ. മമാത്തുകുട്ടി തന്റെ പരാജയത്തിന്റെ കാരണം കണ്ടെത്തി.

"അവരിപ്പം കെമിസ്ട്രി ലാബിലേക്കു പോകുന്നു." പ്യൂൺ പറഞ്ഞു.

"ഞങ്ങൾക്ക് "അതിന്റെ" ഒരു ഫോട്ടോ വേണം. പിന്നെ സാറിന്റെ അഭിമുഖവും"

മമാത്തുകുട്ടിക്കു അതൊക്കെ ഒരു ശീലമാണ്. തന്നേപ്പോലെ തന്നെയാണ് തന്റെ അയൽക്കാരനെന്നു അയാൾക്കു തിരിച്ചറിയാതിരിക്കാൻ തരമില്ലല്ലോ.[55]

പത്രക്കാർ കെമിസ്ട്രി ലാബിലേക്കു ഓടി. വഴി അറിയുന്നവർ മുന്നിലും മറ്റുള്ളവർ പിന്നിലുമായെത്തി.

കെമിസ്ട്രി ലാബിൽ ഓരോരുത്തരേയും പേരു വിളിച്ചു കയറ്റി. ദാക്ഷായണിയുടെ പേരു വിളിച്ചപ്പോൾ ഒരുപാടു ക്യാമറകൾ മിന്നിത്തെളിഞ്ഞു. കെമിസ്ട്രി പ്രൊഫസർ ആത്മാഭിമാനംകൊണ്ടു വിജൃംഭിതനായി. തന്റെ ജോലി ഇത്രയ്ക്കു പ്രധാനപ്പെട്ടതാണെന്നു അയാൾ അന്നാണ് ആദ്യമായി തിരിച്ചറിയുന്നത്. ക്യാമറയ്ക്കു മുന്നിൽ തന്റെ തന്റെ പൗരധർമ്മം വിളിച്ചറിയിച്ചു.

"നീ അയിത്തക്കാരിയല്ലേ. അങ്ങോട്ടു. മാറിനില്ക്കൂ"

കൂട്ടുകൂടി ചിരിച്ചു കളിച്ചുവന്നവർ ഞെട്ടിത്തരിച്ചു.

"അമ്പടി കേമി."

വൈക്കംകാരി നാരായണി വാപൊത്തി നിന്നു.

പത്രധർമ്മം മൗനം പാലിച്ചു. പത്രധർമ്മത്തിന്റെ ആദ്യാവസാന

55. തന്നെപ്പോലെ തന്റെ അയൽക്കാരനെയും സ്നേഹിക്കുക. പത്തു പ്രമാണങ്ങൾ അതു ഒരിടത്തെങ്കിലും പ്രയോഗിക്കാൻ കഴിഞ്ഞ സന്തോഷം മ മാത്തുക്കുട്ടിക്കു സ്വന്തം

വാക്കായിരുന്ന സ്വദേശാഭിമാനി രാമകൃഷ്ണപിള്ളയോടു കെമിസ്ട്രി പ്രൊഫസറെ അവർ താരതമ്യം ചെയ്തു.[56]

തൊട്ടും തൊടാതെയുമുള്ള മൂന്നു വർഷം. കെമിസ്ട്രി ലാബിൽ കേട്ടും കണ്ടുംനിന്നു പഠിച്ചു. ഒറ്റയ്ക്കു ചെയ്തുറപ്പിച്ചു. പെൺകുട്ടികൾ തമ്മിൽ മത്സരിച്ചു. ആൺകുട്ടികൾ തമ്മിൽ മത്സരിച്ചു. ആൺകുട്ടികളും പെൺകുട്ടികളും ദാക്ഷായണിയോടു മത്സരിച്ചു.

ഭൂരിപക്ഷത്തിന്റെ ആധികാരികത ചോദ്യം ചെയ്യപ്പെട്ടു. സ്വദേശാഭിമാനി സ്വദേശാഭിമാനിയായി തുടർന്നു. അധമർക്കു പ്രവേശനമില്ലാത്ത ദേശം. അങ്ങനെ ദേശങ്ങളൊരുപാടുണ്ടാക്കി. പുലയദേശം, പറയദേശം, ഈഴവദേശം, നായരുദേശം. ക്രിസ്ത്യാനികളു ദേശം മാത്രമല്ല, സാമ്രാജ്യം തന്നെ സൃഷ്ടിച്ചു. ഇഹത്തിലും പരത്തിലും. ഇന്ത്യയിലും വത്തിക്കാനിലും.

ദാക്ഷായണി ജയിച്ചു.

താണ്ടെ ഇപ്പം അവരു സർക്കാരീന്നു കാശ് വാങ്ങുന്നെന്ന്. അതു പോലെ മോളേം പഠിപ്പിക്കണമെന്നാ പിള്ളേരുടപ്പന്റെ മോഹം. എന്താകുമോ എന്തോ. കുഞ്ഞാച്ചി മകളെ ഒന്നുകൂടി നോക്കി. ആരാനും കണ്ണുവെക്കാണ്ടിരുന്നാ മതിയായിരുന്നു. കുഞ്ഞാച്ചി പെട്ടെന്നു പാത്രം കഴുകുന്നതു നിർത്തി പാളേന്നു ഒരു വറ്റൽ മുളകെടുത്തു കുഞ്ഞു ലക്ഷ്മിയെ ഉഴിഞ്ഞു "ഫു" എന്നൊരു തുപ്പു തുപ്പി അടുപ്പിലേക്കിട്ടു. നനഞ്ഞ വറ്റൽമുളക് അടുപ്പിലെ കനലിൽ പൊട്ടിത്തെറിച്ചു. അപ്പം എന്തൊക്കെയോ കൂടീട്ടുണ്ടാരുന്നു. ഭാഗ്യം, തനിക്കിത് ഇപ്പം ചെയ്യാൻ തോന്നിയത്. സൂക്ഷിക്കണ്ട കാലമാണ്. തന്റെ ചെറുപ്പത്തിൽത്തന്നെ എത്രപേരാ കൈവെച്ചത്. അമ്മേടാൾക്കാരെന്നും മറ്റോടത്തെ ആൾക്കാരെന്നും പറഞ്ഞോരത്തമ്മാരുവരും. പൊട്ടിത്തെറിക്കുന്ന പ്രായമല്ലേ. അങ്ങു വീണുപോയി.

പിന്നെ കുഞ്ഞുലച്ചുമിയെ നോക്കുന്നതുതന്നെ കുഞ്ഞാച്ചിക്കു എന്തോ പോലെ.. എതൽ മാദാമ്മയെപ്പോലെ ഞെളിഞ്ഞ നടത്തവും, ഉരുണ്ടുന്തിയ കുണ്ടിയും ആരെയും കൂസാത്ത മുലകളുടെ ഇളക്കവും. താൻതന്നല്ലേ അവളെ പെറ്റത് എന്നതിന്റെ തെളിവുപോലുമില്ലാന്നു ഒരു തോന്നൽ. എതൽ മാദാമ്മയ്ക്കുണ്ടായതുപോലെതന്നാ നടത്തവും പറച്ചിലും എല്ലാം. തന്റെ ചെറുപ്പകാലത്തു ഇങ്ങനെയൊന്നുമായിരുന്നില്ല.. അതോ ആയിരുന്നോ? കുഞ്ഞാച്ചിക്കു പഴയ കാലം ഓർക്കുമ്പോൾ വെപ്രാളമാണ്.

---

56. എത്രയോ തലമുറയായി ബുദ്ധിയെ കൃഷി ചെയ്തു വന്നിട്ടുള്ള ജാതിക്കാരെയും അതിനേക്കാൾ എത്രയോ ഏറെ തലമുറയായി നിലം കൃഷിചെയ്തു വന്നിരിക്കുന്ന ജാതിക്കാരെയും തമ്മിൽ ബുദ്ധികൃഷിക്കാര്യത്തിനു ഒന്നായി ചേർക്കുന്നത് കുതിരയെയും പോത്തിനെയും ഒരേ നുകത്തിൽ കെട്ടുകയാകുന്നു. ഈ സമ്പ്രദായത്തിന്റെ ഫലങ്ങൾ എന്തായിരിക്കുമെന്ന് ഞങ്ങൾ വഴിയേ പ്രസ്താവിക്കാം. കെ രാമകൃഷ്ണപിള്ള വിദ്യാഭ്യാസക്കുഴപ്പം (മുഖപ്രസംഗം) *സ്വദേശാഭിമാനി* 2-3-1890 (*കേരളം ഇരുപതാം നൂറ്റാണ്ടിന്റെ ആരംഭത്തിൽ* പി ഭാസ്കരനുണ്ണി പി പി 381)

ആദ്യത്തെ ആളു തന്നെ നേടിയെടുത്തതു തന്റെ ഉരുണ്ട കുണ്ടി കണ്ടിട്ടാണെന്നു വെട്ടിത്തുറന്നു പറഞ്ഞു. രണ്ടു പിള്ളേരുടെ തന്തയാണവനെന്നറിഞ്ഞതു പിന്നീടാരോ പറഞ്ഞാണ്. ഒന്നും തോന്നിയില്ല. ബാദ്ധ്യതകളില്ലാത്ത ഒരു കൊടുക്കൽ വാങ്ങലിന്റെ അന്ത്യം. പിന്നെ വന്നവൻ മുന്നിൽ നിന്നാണ് പൊരുതിയത്. അതിന്റെ മെഴുമെഴുപ്പിനപ്പുറം അവനു വലിയ താല്പര്യങ്ങളൊന്നുമുണ്ടായിരുന്നില്ല. തന്റെ ആവശ്യം പോലും നടന്നില്ല.. മൂന്നാമത്തവൻ തന്നെ കുളിപ്പിച്ചു കിടത്തി. എല്ലാം കഴിഞ്ഞപ്പഴാ അവന്റെ തുപ്പലിനു അത്രേം നാറ്റമുണ്ടെന്നു മനസ്സിലായത്. അവസാനം വന്നവനോട് തന്നെ കെട്ടുന്ന കാര്യം പറഞ്ഞപ്പഴാ പുകിലായേ. അങ്ങനാന്നേ അവനു ഏഴെട്ടുപേരെ കെട്ടേണ്ടി വരുമെന്ന്. അവന്റെ മറ്റോടത്തു ഒരു ചവിട്ടു കൊടുത്തിട്ടു പോന്നതാ. പിന്നാരടേം വലേ വീണിട്ടില്ല.

ഇതൊന്നും ചോതനറിയില്ല. അറിഞ്ഞാൽ........... ചോതനാരാ പുള്ളി. കല്യാണം കഴിഞ്ഞിട്ടും പള്ളേന്നു കേറാൻ നേരമുണ്ടായിരുന്നില്ല..

കുഞ്ഞാച്ചിക്കു പേടിയായി. താൻ ചെയ്തതിനൊക്കെ തന്റെ മോളനുഭവിക്കുമോ? തിരുവല്ലഭാ[57], പൊറുക്കണേ. ഭദ്രകാളി, കാത്തോളണേ." മുറ്റത്തെ മുതുക്കിപ്ലാവിന്റെ പച്ചക്കമ്പ് പടലശബ്ദത്തോടെ നടുമുറ്റത്ത്. "കാളി കാക്കണെ."

കാളിയൊന്നു ചിരിച്ചിട്ടു പറഞ്ഞു. "അതിനല്ലേടി അടയാളം തന്നേ."

പതിനാല്

കാലത്തൊന്നും ചെയ്യാനില്ലെന്നു വന്നപ്പോൾ തന്റെ ടീച്ചർ തന്ന *Hucklebury Finn* വായിക്കാമെന്ന കടുത്ത തീരുമാനമെടുത്തു. വായന എന്നും വലിയൊരു പ്രശ്നമാണ്. സംസാരം തന്നെയാണ് അവൾക്കു ഇഷ്ടം. ക്ലാസിൽ പറയുന്നതു അപ്പോൾ തന്നെ പഠിക്കുക. അതുകൊണ്ടു രണ്ടാമതൊരു വായന വേണ്ടി വന്നിട്ടില്ല. ഒരു പേജ് വായിക്കുമ്പം തന്നെ എന്തെങ്കിലും സംശയം പൊട്ടിവിടരും. അതു തീർക്കാൻ ടീച്ചറിന്റടുത്തേക്കോടും. പിന്നെ വായന നടക്കില്ല. അങ്ങനെ ഒരു മാസം കൊണ്ടു നടന്ന പുസ്തകം ആദ്യം കാണുന്നപോലെ തിരിച്ചും മറിച്ചും നോക്കിയിരിക്കുമ്പഴാ ഒരു വിളി:

"കുഞ്ചുലച്ചുമീ"

പരിചയമില്ലാത്ത ശബ്ദം. സ്കൂളിലൊന്നും കേട്ടിട്ടില്ല ഈ ശബ്ദം. കുഞ്ഞുലക്ഷ്മി ചാടിയെഴുന്നേറ്റു പുറത്തേക്കു നോക്കി. എതൽ ഓണ്ടിന്റെ കുതിര. പിന്നിലായി ഒരു കുതിരപ്പുറത്തിരുന്നു, പ്രായം കുറഞ്ഞ ഒരു മാദാമ്മയാണ് വിളിക്കുന്നത്.. കുഞ്ഞുലക്ഷ്മിക്കു ആളെ മനസ്സിലായി. കണ്ടിട്ടില്ലെങ്കിലും ടീച്ചർ പറഞ്ഞു കേട്ടിട്ടുണ്ട്. കാത്തി എന്നു

57. തിരുവല്ലായിലെ ശ്രീവല്ലഭൻ

എല്ലാവരും വിളിക്കുന്ന കാതറിൻ കാതറിൻ റിച്ചാഡ്സൺ. മദിരാശിയിൽ പഠിക്കുന്നു. മിഡ്സമ്മർ വെക്കേഷനു വരുമെന്നു അറിയാമായിരുന്നു..

"yes madam, here I come"

"Let''s go for a bath"

അടുത്തറിഞ്ഞ സുഹൃത്തുക്കളെപ്പോലെ കാത്തി. അയ്യോ താനെങ്ങനെ വിളിക്കും.

"Where?"

"In the pond there"

കുഞ്ഞുലക്ഷ്മി ഞെട്ടിപ്പോയി. കാത്തി ചൂണ്ടിക്കാണിച്ചതു നാട്ടുകാർക്കു എത്തി നോക്കാൻപോലും കഴിയാത്ത സ്ഥലമാണ്. താനെങ്ങനെ പോകും. കുഞ്ഞുലക്ഷ്മി എതലിനെ നോക്കി..

"Come on. She wants you"

എതൽ ഓണ്ടിന്റെ കാച്ചിക്കുറുക്കിയ വാക്കുകൾ. അതിനു മറുവാക്കില്ല.

"May I tell my mom"

"Of course. You should"

കുഞ്ഞുലച്ചുമി പറഞ്ഞതു കേട്ടു കുഞ്ഞാച്ചി കണ്ണുമിഴിച്ചു പോയി. സായ്പ്പമ്മാരു ആണുങ്ങക്കു മാത്രമല്ല, നാട്ടുകാരു പെണ്ണുങ്ങക്കു പോലും പോകാൻ പറ്റാത്ത ഇടം. കുളിക്കാൻ പോകുമ്പം കുറിയോണ്ടു വേണ്ടേ. അവളൊന്നുമില്ലാതെ പോയാലോ?

"നിക്കടീ"

കുഞ്ഞാച്ചി പെട്ടെന്നു അകത്തുപോയി ചക്കി പണ്ടു കൊണ്ടു തന്ന വെളുത്ത മുയൽ കുഞ്ഞുങ്ങടെ പുറം മാതിരിയുള്ള ടർക്കി കുറിയോണ്ടുമായി ഓടി വന്നു.

"Tell her not to bother about it. we are prepared"

"വേണ്ടമ്മേ ഞാനിപ്പംവരാം"

കുഞ്ഞുലക്ഷ്മി എതൽമാദാമ്മയുടെ കുതിരപ്പുറത്തു വലിഞ്ഞു കയറുന്നതും മൂന്നുപേരും പാഞ്ഞുപോകുന്നതും കുഞ്ഞാച്ചി കണ്ണുമിഴിച്ചു നോക്കിനിന്നു. കാതറിൻ കുഞ്ഞാച്ചിയുടെ നേരെ കൈവീശിയതു പോലും അവൾ കണ്ടില്ല. എല്ലാത്തിനും ചുരുട്ടിപ്പിടിച്ച കൂപ്പുകൈ.

ആദ്യം പേടി തോന്നിയെങ്കിലും കുഞ്ഞുലക്ഷ്മിക്കു കുതിരസവാരി വളരെ ഇഷ്ടപ്പെട്ടു. അമ്മയുടെ നാട്ടിൽ ആതിയച്ചൻ കുളിപ്പിക്കാൻ കൊണ്ടുപോകുന്ന പോത്തിൻപുറത്ത് അവളെ എടുത്തിരുത്തി കൊണ്ടു പോയിട്ടുണ്ട്.. ആതിയച്ചനു പോത്തിന്റെ പുറത്തു യാത്ര ചെയ്യുന്നതു ഒരു ഹരമാണ്. അമ്മ പറേന്നതു ചെങ്ങന്നൂരാതിയുടെ കഥ കേട്ടതിൽപ്പിന്നെ അവൻ പോത്തിൻപുറത്തുനിന്നു ഇറങ്ങീട്ടില്ലന്നാ. ചെങ്ങന്നൂരാതി ആനപ്പുറം കേറീട്ടുണ്ടെങ്കിൽ കവിയൂരാതി പോത്തിൻ പുറത്തെങ്കിലും കേറണ്ടേ എന്നാണ് ആതിയച്ചന്റെ ചോദ്യം. പക്ഷേ, അതുപോലല്ല ഇത്. ചാടുന്ന കുതിരയ്ക്കൊപ്പം ചാടിച്ചാടിയുള്ള യാത്ര.

ഒരു കയറ്റത്തിൽ കുതിരയുടെ വേഗം കുറച്ചു. അവിടെ ഇടത്തും വലത്തും ലയങ്ങളുണ്ട്. ആരൊക്കെയോ തന്നെ കണ്ടു. വലതു വശത്തെ ലയത്തിലാണ് ചക്കിയമ്മായി താമസിക്കുന്നത്.

"How do you feel kunjulachumi"

ഹോ, കാത്തി അടുത്തെത്തി കഴിഞ്ഞു.

"Fine, thank you"

നിരപ്പായ റോഡിൽ കുതിരകൾ വീണ്ടും ഓടാൻ തുടങ്ങി. ഇപ്പോൾ കുഞ്ഞുലക്ഷ്മിയുടെ പേടി നിശ്ശേഷം ഇല്ലാതായി. പക്ഷേ, അപ്പോഴേക്കും ലയങ്ങൾ കഴിഞ്ഞിരുന്നു.

താൻ കൊണ്ടിട്ട വിറകും ചുള്ളിലും ഒടിച്ചെടുക്കാൻ പുറത്തേക്കിറങ്ങിയതാണ് ചക്കി. എന്നും ആ സമയത്തു എതൽമാദാമ്മ കുതിരപ്പുറത്തു പോകുന്നതും കാണാറുണ്ട്. കുഞ്ഞുലച്ചുമിയോട് അവരു കാണിക്കുന്ന സ്നേഹംകൊണ്ടു ചക്കിക്കു മാദാമ്മയെ കാണുമ്പം നിറഞ്ഞു ചിരിക്കാൻ തോന്നും. സ്വന്തക്കാരോടുള്ള സ്നേഹം. കുഞ്ഞുലച്ചുമിയെ പ്രതി താൻ സ്വാതന്ത്ര്യമെടുത്താൽ മറ്റുള്ളവർക്കെന്തു തോന്നും. അല്ലെങ്കിൽത്തന്നെ അസൂയയുടെ മണം അടുത്തും അകലെയുമുണ്ടെന്നു കുഞ്ഞേച്ചി പറേന്നതിൽ കാര്യമുണ്ട്. പക്ഷേ, ഇങ്ങനൊരു കാഴ്ച താൻ സ്വപ്നത്തിൽപോലും വിചാരിച്ചതല്ല. ചക്കി പെട്ടെന്നു അകത്തേക്കോടി. ഒരുപിടി പത്തലുമുളക്[58] വാരിയെടുത്തു പുറത്തുവന്നു, കുഞ്ഞുലച്ചുമിയേംകൊണ്ടു മാദാമ്മപോയ വഴിയിലേക്കു തിരിഞ്ഞു ഉഴിഞ്ഞെടുത്തു, അതിലേക്കു ഊതിത്തുപ്പി. അകത്തുകൊണ്ടുപോയി കത്തിക്കൊണ്ടിരിക്കുന്ന അടുപ്പിലേക്കിട്ടു. പിന്നെ കലത്തിന്റെ അടപ്പു തുറന്നുനോക്കി. ഉണക്കുകപ്പ ഇളക്കമില്ലാതെ കിടക്കുന്നു. യുദ്ധം തുടങ്ങിയേപ്പിന്നെ അരി കിട്ടാനില്ലാതായി. വിറകുകൾ ഒന്നുകൂടി ഇളക്കിയടുക്കി തീ പെരുപ്പിച്ചിട്ട് ചക്കി വീണ്ടും വെളിയിലേക്കിറങ്ങി.

"ചക്കിക്കാ, അത് ഉങ്ക മച്ചുനൻ പൊണ്ണു താനെ" ആണ്ടാളു അവസരമാ വന്നു കേൾവി കേട്ടാൾ.

"ആമാം."

ചക്കി കൂടുതലൊന്നും പറഞ്ഞില്ല.. ആണ്ടാളു വർത്താനം പറയാൻ തുടങ്ങിയാൽ ആണ്ടവരുപോലും സഹിക്കില്ല. അവിടെനിന്നാൽ കൊച്ചിന്റച്ഛൻ ഉച്ചപട്ടിണിയാകും. കാലത്താണെ കാര്യമായിട്ടൊന്നും കഴിച്ചുമില്ല. ഒന്നും പറയണ്ട. കള്ളിന്റെ കെട്ടു വിടുമ്പഴാ ഓരോന്നുണരുന്നെ. പിന്നെ തിന്നാനും കുടിക്കാനും ഏടാ നേരം. എന്നാലും ചക്കിക്കൊരു നാണം ബാക്കി നിന്നു. വിറകു വെട്ടിയടുക്കി കെട്ടുമ്പോൾ അടുങ്ങിയിരുന്ന ഓർമ്മകൾ കെട്ടുപൊട്ടിക്കുന്നു.

അടുക്കിയെടുത്ത വിറകുമായി ചക്കി അടുക്കളയിലേക്കു കയറി. അവിടെ തിളച്ചു മറിയുന്ന കപ്പയിലേക്കു ഓർമ്മകളെ ആവാഹിച്ചിരുത്തി. കപ്പ നന്നായി വെന്തിരുന്നു.

---

58. വറ്റൽമുളക്.

ആറുമുഖം കങ്കാണിക്കു ഒറ്റക്കണ്ണേയുള്ളു എങ്കിലും കാണാത്ത കാഴ്ചകളില്ല. കേൾക്കാത്ത ശബ്ദങ്ങളും. ഞരക്കങ്ങളും മൂളിച്ചകളും എന്താണെന്നു പഠിച്ചത് സ്വന്തം പരിചയത്തിൽനിന്നു തന്നെ. മധുരയിൽ നിന്നു നല്ല പണിക്കാരനെ കൊണ്ടുവന്നാൽ ആദ്യ ശമ്പളം നേരിട്ടു വീട്ടുകാർക്കു എത്തിച്ചു കൊടുക്കുന്നതാ അയാളുടെ ശീലം. അതിനു തക്കത്തിൽ മൂന്നാലു ചിന്നവീട് അയാൾ മെനയായിട്ടു വെച്ചിട്ടുമുണ്ട്.. പണിക്കു വന്നവനു പിന്നെ വേറെന്തു വേണം. അങ്ങനെ വന്നവന്റെ വീട്ടിലേക്കു ശമ്പളം കൊടുക്കാൻ പോയതിന്റെ ശമ്പളമാണ് ഒറ്റക്കണ്ണ്.

എന്നാലും മാദാമ്മക്കുളത്തിൽ കുളിക്കാൻ പോണോരും കുളികഴിഞ്ഞു പോണോരും ആ ഒറ്റക്കണ്ണിലൂടല്ലാതെ വഴികളൊന്നുമില്ല. അതുകൊണ്ടുതന്നെ ചാഞ്ചന്റെ അളിയൻ ചോതന്റെ പൊണ്ണു മാദാമ്മയുടെ കൂടെ കുതിരപ്പുറത്തു മാദാമ്മക്കുളത്തിൽ പോയെന്നു അറുമുഖം കങ്കാണിക്കറിയാം. അവളു കുളിച്ചോ എന്നതു പറയാൻ ആ കണ്ണു പോരെന്നു നാട്ടുകാർക്കെല്ലാം അറിയാം. എതൽ മാദാമ്മയുടെ അരക്കെട്ടിലെവിടെയോ ഒരു റിവാൾവറുണ്ടെന്നതിനു തെളിവന്വേഷിക്കുന്നത് ബാക്കിയുള്ള സ്വന്തം കണ്ണിന്റെ മാത്രമല്ല തലയുടെയും സുരക്ഷയോർത്തു അറുമുഖം വേണ്ടന്നു വെച്ചതാണ്. തലയില്ലാതെ നാക്കു കൊണ്ടുപോലും യാതൊരു ഗുണവുമില്ലല്ലോ. അതുകൊണ്ടു നാക്കു പോലും മാദാമ്മയുടെ വരുതിക്കു വിട്ടു കൊടുത്ത് അയാൾ സ്വസ്ഥമായിരുന്നു.. എതൽ മാദാമ്മയോ അവരുടെ കൂട്ടക്കാരോ മാദാമ്മക്കുളത്തിൽ കുളിക്കാൻ വന്നതായി അറുമുഖത്തിനറിയില്ല.. ഒറ്റക്കണ്ണിൽ കണ്ടാലും ഉണങ്ങാൻ റബ്ബറില്ലാത്ത പുകപ്പുര പോലത്തെ തലയ്ക്കകത്തോ ഒറ്റക്കണ്ണിലോ ഒരു സെക്കന്റിൽ കൂടുതൽ നില്ക്കില്ല.

കുന്നിനു മുകളിലേക്കു കയറാതെ ഇടതുവശത്തുകൂടി അവർ ഒരു തുറന്ന സ്ഥലത്തെത്തി. കുതിരകളെ കെട്ടി. വസ്ത്രങ്ങളും ടർക്കിയും സോപ്പും മറ്റുമെടുത്തു നടന്നിറങ്ങി. കാട്ടിനുള്ളിലെ ഇടുങ്ങിയ തുറസ്സിലെത്തിയപ്പോൾ കുഞ്ഞുലക്ഷ്മി വാ പൊളിച്ചു നിന്നുപോയി. ഒരു മല ചുറ്റിയൊരുക്കിയ മറപ്പുര. കറുത്തപാറയിലൂടെ പളുങ്കിന്റെ പുളകം.. വെള്ളച്ചാട്ടത്തിൽ നഗ്നരായി കുളിക്കുന്ന മാദാമ്മക്കുട്ടികൾ. കുഴിവഴിഞ്ഞൊഴുകുന്ന വെള്ളം ഒരു ചെറുകയത്തിലേക്കു.. തെളിഞ്ഞ വെള്ളത്തിനടിയിൽ നിരത്തി വിരിച്ച കല്ലുകൾ.

കുഞ്ഞുലക്ഷ്മിയെ കണ്ടപ്പോൾ മറ്റുള്ളവരുടെ മുഖത്തൊരു നീരസം. അതു വകവെക്കാതെ കാത്തി വെള്ളച്ചാട്ടത്തിന്റെ ശബ്ദത്തിനു മുകളിലൂടെ വിളിച്ചു.

"Hai Nancy, How are you"

"Fine Thankyou. Who is it with you?"

"My sister, Angel"

കാത്തി കുഞ്ഞുലക്ഷ്മിയുടെ നേരെ തിരിഞ്ഞു പറഞ്ഞു:

'"Say Hai to them"

കുഞ്ഞുലക്ഷ്മി ഹായ് പറഞ്ഞു. പക്ഷേ, അതിനു ഒരു ചതഞ്ഞ മറുപടിയാണ് കിട്ടിയതു.

“Don’t bother. You put on this”

കാത്തി ഒരു ചെറിയ അടിവസ്ത്രം നല്കി.

“But why you said Angel?”

“You know Mom thinks you are reincarnate of Angel, her childhood friend”

“Reincarnate?”

കുഞ്ഞുലക്ഷ്മി ആ വാക്കിന്റെ അർത്ഥം പിടികിട്ടിയില്ല.

“Yea, rebirth”

കുഞ്ഞുലക്ഷ്മി അടിവസ്ത്രം മാത്രമണിഞ്ഞു നില്ക്കുന്ന എതലിനെ നോക്കി. തുളുമ്പുന്ന മുലകൾ, കുറച്ചപ്പുറംമാറി ആകാശം നോക്കികിടക്കുന്ന ഇരുമുലച്ചിപ്പാറ ഒന്നു ഞെട്ടിയെന്നു തോന്നുന്നു. മറ്റാരെയും കാക്കാതെ എതൽ കയത്തിലേക്കു ചാടി നീന്തി വെള്ളച്ചാട്ടത്തിനടുത്ത പാറയിൽ കയറിയിരുന്നു. അപ്പോഴേക്കും കാത്തിയും വിവസ്ത്രയായി അമ്മയുടെ പിന്നാലെ എത്തി. വെള്ളയ്ക്കാമുലകൾ അമ്മയുടെ ഒപ്പമില്ലെങ്കിലും ഇളപ്പത്തോടേ തുളുമ്പി.

“You don’t know swimming?”

എതൽ വിളിച്ചു ചോദിച്ചു.

“Yes”

“Then undress and jump”

“Come On Angel”

കാത്തി വിളിച്ചു.

“Call her Kunjulakshmi”

എതൽ കാത്തിയെ തിരുത്തി.

കുഞ്ഞുലക്ഷ്മി അടിവസ്ത്രം ധരിച്ചു, ഫ്രോക്ക് ഊരി കല്ലിൽ വെച്ചു. ഒരു ചെറിയ ഓളം മാത്രം ഉണ്ടാക്കിക്കൊണ്ടു മത്സ്യത്തെപ്പോലെ ഊളിയിട്ട് എതലിന്റെ അടുത്തു പൊങ്ങി. എതലിന്റെ കാലുകളിൽ പിടിച്ചു തലചേർത്തുവെച്ചു.

“No no no”

എതൽ അവളെ പൊക്കിയെടുത്തു തന്റെ മാറിലേക്കു ചേർത്തു കുഞ്ഞുലക്ഷ്മിയുടെ കവിളിൽ ഉമ്മവെച്ചു.

“Don’t touch anybody’s foot. You are God’s Grace”

എതലിന്റെ നിറഞ്ഞ മാറിടത്തിൽ സഹസ്രലോകങ്ങളും ഒന്നായി. അതു കണ്ട് കാത്തി കുഞ്ഞുലക്ഷ്മിയുടെ പുറത്തുകൂടി കൈ വരിഞ്ഞ് അമ്മയിലേക്കു മുകർന്നു. അവിടെ സ്ത്രൈണഭാവങ്ങൾ നിറഞ്ഞു ചുരത്തി..

“Mom.”

"Oohm"

മുലകൾക്കിടയിൽ നിന്നൊരു മസൃണരാഗം

"Why don"t you convert her to christiantiy?"

"No. We should not deprive her of her god and culture"

മാത്യ മസൃണത പത്തി വിടർത്തി.

കുഞ്ഞുലക്ഷ്മിക്കു ഒരുമ്മകൂടി.

"Now. Jump"

മത്സ്യം വെള്ളത്തിലേക്കു തിരിച്ചു ചാടി. വെള്ളത്തെ വേദനിപ്പിക്കാതെ. കാത്തിയും പിന്നാലെ.

"Kathy bye, Aunt bye"

മാദാമ്മക്കുട്ടികൾ കുളികഴിഞ്ഞു പോയി.

കുഞ്ഞുലക്ഷ്മി ആഴങ്ങളിലേക്കു കൂപ്പുകുത്തി. കിട്ടില്ല എന്നുറപ്പുള്ളതിനു പിന്നാലെ കാത്തിരിക്കേണ്ടതില്ലല്ലോ, മാദാമ്മക്കുട്ടികളുടെ അഹന്തയ്ക്കു പിന്നാലെ കാത്തിയും കൂപ്പുകുത്തി. കാത്തിയുടെ മൃദുലത പുറത്തുതട്ടിയപ്പോൾ തിരിഞ്ഞുനോക്കിയ കുഞ്ഞുലക്ഷ്മി മലക്കം മറിഞ്ഞുപോയി.. കുഞ്ഞുമുലകളുടെ പുളകിത ഹർഷത്തിൽ കെട്ടിപ്പിടിച്ചവർ മുകളിലേക്കുയർന്നു.

ഇളം തേയിലക്കുരുന്നുകളെ ഇറുകിപ്പുണർന്നു, മടിച്ചു പിടിവിട്ടു പോന്ന കൊച്ചു കാറ്റ് പേരറിയാത്തൊരു രാഗം മൂളി പുഴയുടെ താഴ്‌വാരത്തുനിന്ന് പറന്നു വന്നു. കാട്ടുചെടിയുടെ കന്നിപ്പൂക്കൾ തലയാട്ടി താളം പിടിച്ചു.. പുഴക്കരയിൽ പടർന്നാടുന്ന മുളം തണ്ടിലെ സുഷിരസുഷുപ്തിയിൽ നിന്നൊരു സീല്ക്കാരം അകമ്പടിയായി. പുളയുന്ന ജലത്തിന്റെ രാഗവിസ്താരം കുയിലിന്റെ പാട്ടായി കൂട്ടുവന്നു.

കുളക്കരയിൽ കാത്തി ഒരുപാടു വർത്തമാനം പറഞ്ഞു. മദ്രാസിലെ കൂട്ടുകാർ, അവരുടെ മാതാപിതാക്കൾ, അദ്ധ്യാപകർ അങ്ങനെ ഓരോന്നു. അമ്മയോടാണെങ്കിലും, കുഞ്ഞുലക്ഷ്മിയെം കൂടെ കൂട്ടിക്കൊണ്ടാണ് വർത്തമാനം. കുഞ്ഞുലക്ഷ്മിക്കു അതു കേൾക്കാൻ വല്യ ഇഷ്ടമാണ്. പ്രത്യേകിച്ചു കാത്തിയുടെ കൊഞ്ചലും ചിരിയുമെല്ലാം. വെല്ല്യപെണ്ണാണെങ്കിലും.

കുളികഴിഞ്ഞ് കാത്തികൊണ്ടുവന്ന ഒരു പുത്തനുടുപ്പ് കുഞ്ഞുലക്ഷ്മിക്കു നല്കി. തിരിച്ചുപോകുമ്പോൾ കുഞ്ഞുലക്ഷ്മി കാത്തിയുടെ കുതിരപ്പുറത്താണ് കയറിയത്.

"Shall we invite her to our house?"

"Not now, next time. Adrean and family is coming. If she comes now she will be alone there."

അതു നേരാണെന്നു കാത്തിക്കുതോന്നി. വിരുന്നുകാരുള്ളപ്പോൾ കുഞ്ഞുലച്ചുമി ഒറ്റയ്ക്കായിപോകും. മാത്രമല്ല. നാൻസിയെപ്പോലെ തണുപ്പൻ പ്രതികരണമായാൽ സംഗതി കൂടുതൽ വഷളാകും. അതുകൊണ്ട് ഇനി തങ്ങൾ മാത്രമുള്ളപ്പോൾ വിളിക്കാം.

"You drop her and come"

എതൽ കുഞ്ഞുലക്ഷ്മിയുടെ കവിളിൽ മുത്തം കൊടുത്തു. കുഞ്ഞുലക്ഷ്മി തിരിച്ചും. എതൽ പിന്നെ വെടിച്ചില്ലായി പാഞ്ഞു.

കുടിയിലെത്തുമ്പോൾ കുഞ്ഞുലക്ഷ്മിയെ കാത്ത് ഒരുപാട് ആൾക്കാരുണ്ടായിരുന്നു. അടുത്തും അകലെയുമായി. ചോതന് കപ്പപ്പുഴുക്കും മുളകു ചമ്മന്തിയും തോട്ടത്തിൽ എത്തിച്ചു കൊടുത്തിട്ട് ചക്കി നേരേ പോന്നതു കുഞ്ഞാച്ചിയുടെ അടുത്തേക്കു തന്നെയാണ്. വർത്താനം പറഞ്ഞിരുന്നതുകൊണ്ടു കുഞ്ഞുലക്ഷ്മി കുതിരപ്പുറത്തു നിന്നിറങ്ങുന്നതു കാണാൻ രണ്ടു പേർക്കും പറ്റിയില്ല.. അവരുനോക്കുമ്പം കുതിരപ്പുറത്തു നിന്നിറങ്ങിയ കാതറിൻ മാദാമ്മ കുഞ്ഞുലക്ഷ്മിയെ കെട്ടിപ്പിടിച്ചുമ്മ വെക്കുന്നതാണ്. നാണിച്ചുപോയി. അവർ സ്വന്തം മക്കളോടു പോലും കാണിക്കാത്തതാ നേരെ കൺമുമ്പിൽ കാണുന്നത്.

"Bye Auntie"

കുഞ്ഞാച്ചി പഴയ തിരുപ്പിടിച്ച കൂപ്പുകൈയിലേക്കു ചുരുങ്ങിയപ്പോൾ ചക്കി കാലികമായ ഒരു യാത്ര പറച്ചിലിന് മനസ്സിനെ ഒരുക്കികഴിഞ്ഞിരുന്നു. ഇത് മുമ്പും തോന്നിയിരുന്നെങ്കിലും ഇപ്പഴാ പറ്റിയതു. കൈയുയർത്തി അവൾ പറഞ്ഞു:

"ഗുഡ്ഡു ബയി"

പതിനഞ്ച്

തുരവല്ലായിലെ വിശേഷങ്ങളുമായി തേശത്തീന്നു ചക്കീടപ്പൻ വന്നിരുന്നു.. അവിടിപ്പം കുഴപ്പമൊന്നുമില്ലാന്നു. കോരഞ്ചേട്ടൻ ഇതു നേരത്തെ പറഞ്ഞിരുന്നു. പക്ഷേ, അമ്മൻ ഏറെക്കാര്യം പറഞ്ഞു. പറമ്പിപ്പണിക്കാളില്ലാതായപ്പം നായമ്മാരാളെ വിട്ടു നാടുവിട്ടു പോയവരെ തിരിച്ചു വിളിപ്പിച്ചെന്ന്.. പോരാഞ്ഞിട്ടു ആലപ്പുഴയിലൊരു സംഘം തുടങ്ങീട്ടുണ്ടെന്നു. നല്ല ഉശിരുള്ള ആൾക്കാരാണ്. കൂലിപ്പെണക്കം എന്തെങ്കിലും ഉണ്ടായാൽ അവരെ അറീച്ചാൽ മതി.

"അമ്മനറീമോ ആ ആൾക്കാരെ?"

"പിന്നില്ലാണ്ട്. മ്മടെ മേലേത്തെ കുട്ടനും ആ കൂട്ടക്കാരാ"

ചക്കിക്കതു ഇച്ചിരെ പിടിച്ചില്ലാന്നു തോന്നുന്നു. അവളുടെ മനസ്സിലൊരു മിന്നായം. കെട്ടുന്നതിനുമുമ്പുതന്നെ ചാഞ്ചനെ ഉറപ്പിച്ചു വകയിരുത്തിയതിനുശേഷമാണ് മേലേത്തെ കുട്ടനെ കണ്ടത്. മുട്ടാറിലെ അമ്മായീടെ മാക്കടെ കല്യാണത്തിനു പോയപ്പം. ചെറുപ്പത്തിൽ കണ്ടിട്ടുണ്ടെങ്കിലും ഹോക്സ്വർത് സായിപ്പിന്റെ തലവടി സ്കൂളിൽ പഠിക്കാൻ പോയതിൽപ്പിന്നെ ആദ്യം കാണുന്നതാ. മൊത്തത്തിലൊന്നാളി പോയി.. ചാഞ്ചന്റെ ഇരുണ്ടുചുരുണ്ട മുടിയല്ല. ചീകിയൊതുക്കി വരുതിക്കു നിർത്തിയിരിക്കുന്നു. കണ്ണുകളിൽ ഏകാന്തതയുടെ നിശ്ചലത.

ആരെയും കാണുന്നില്ല എന്നതുപോലെ. കള്ളൻ. കാണാൻ പാകത്തിൽനിന്നു ഏറുകണ്ണിട്ടതു എങ്ങാട്ടോ പോയി. ഇളിഭ്യത്തരം മറച്ചു വെച്ചു അവന്റെ തലയ്ക്കു മുകളിലൂടെ പറന്നുപോയ എന്തോ പിന്നാമ്പുറത്തെ പൊന്തക്കാടുകളിൽ തപ്പുന്ന ചേലിൽ അന്നു രക്ഷപ്പെട്ടു. മറപ്പുരയുടെ വാതിലിൽനിന്നു മനഃപൂർവ്വം ഓടിച്ചെന്നിടിച്ചതു വളരാൻ മടിച്ചു നാരങ്ങാ വലിപ്പത്തിലിരുന്ന തന്റെ വലത്തെ മുലയ്ക്കു ഒടുക്കത്തെ വേദന തന്നതു മിച്ചം. അമ്മായി അച്ഛൻ ദൂരം മാത്രമുള്ളവരു മുതൽ അയൽപക്കത്തെ ഇരുണ്ടുരുണ്ട കട്ടകുത്തി കുട്ടായി പെലേൻ പോട്ടെ, ചെത്തുന്നോടത്തെ ചോതിച്ചോകോൻവരെ കൊതിച്ചതു വേണ്ടാതെ വരുവോ? അതെങ്ങനാ ഒന്നു തിരിഞ്ഞുപോലും നോക്കണ്ടെ.. കണ്ടിട്ടു വേണ്ടേ കൊത്തണോ വേണ്ടയോ എന്നു തീരുമാനിക്കാൻ തന്നെ.

"കുട്ടനിപ്പം വല്ല്യ ആളാ. തിരവല്ലേലെ തര്യന്റാൾക്കാരുമായിട്ടാ[59] കൂട്ടു. ആലപ്പഴേലും ചേർത്തലേലും കൂട്ടക്കാരൊക്കെ പടിപ്പും പിടിപ്പും ഒള്ളോരാണ്. അക്കൂട്ടത്തി ഒരു പെണ്ണത്തി ഒണ്ടെന്ന്."[60]

ചക്കിക്കു ആദ്യമായി പഠിക്കാത്തതിൽ ദു:ഖം തോന്നി. തനിക്കു കഴിഞ്ഞില്ലെങ്കിലും തന്റെ മകൾക്കു കഴിയണം. ഇവിടത്തെ സ്കൂളിൽ കാശു കൊടുക്കാനില്ല.. അതുകൊണ്ടാണ് കഴിഞ്ഞാഴ്ച കരോട്ടെ[61] ലെയത്തിലെ[62] കോരഞ്ചേട്ടൻ നാട്ടി പോയപ്പം അമ്മേനോടു വരാൻ പറഞ്ഞു വിട്ടത്. അവിടെ സ്കൂളു സർക്കാരേറ്റെടുത്തതാ. കാശു കൊടുക്കണ്ട.. കുഞ്ഞാച്ചിയേടത്തീം അതുതന്നാ പറേണെ. ഇവിടത്തെ സ്കൂളിൽ നാലാം ക്ലാസു വരെയുള്ളു. അടുത്താണ്ടു കുഞ്ഞുലക്ഷ്മിക്കു പോലും കാഞ്ഞിരപ്പള്ളിലോ കോട്ടയത്തോ പോകേണ്ടി വരും. കുഞ്ഞു ലക്ഷ്മിയുടെ കാര്യം മാദാമ്മ നോക്കികൊള്ളും. ബാക്കി പിള്ളേരുടെ കാര്യം നമ്മളുതന്നെ നോക്കണ്ടെ..

"കുഞ്ഞാച്ചിയേടത്തീടെ കാര്യം കഷ്ടാ. ഇവിടെ വന്നേപ്പിന്നെ നേരെ നിക്കാൻ വയ്യാണ്ടായി.. എന്നിട്ടും പാവം ആറ്റുവക്കിൽ പോയി ഒട്ടലു കൊണ്ടോന്നു എന്തൊക്കെയാ ചെയ്യുന്നെ?"

ചക്കിക്ക് ഒരു വേല കിട്ടാനുള്ള അവസരമുണ്ട്. ഇവിടത്തെ കാലാവസ്ഥ പിടിക്കാത്തതുകൊണ്ടു ഒന്നിനും പോകാതിരിക്കുകയായിരുന്നു. തോട്ടപ്പുഴുവിനെ കണ്ടാൽ വെളിവ് കെട്ടപോലെ ഇന്നും കാറും. അതുകൊണ്ടു തോട്ടത്തിൽ പണി പണ്ടേ വേണ്ടാന്നു വെച്ചതാണ്. പിള്ളേരെ നോക്കുന്ന "ക്രെസ്സി" ൽ ഒരായയെ വേണം. ഒന്നും പറഞ്ഞില്ലെങ്കിലും ചക്കിയെ മാദാമ്മക്കു പിടിച്ച മാതിരിയുണ്ട്. അതുകൊണ്ട് കുറച്ചു കാശ് വീട്ടിലേക്കു കൊടുക്കാം. ചക്കീടപ്പനു അതു കേട്ടപ്പം തന്നെ കലി വന്നു.

---

59. പി ടി പുന്നൂസ്
60. കെ ആർ ഗൗരി
61. മുകളിലത്തെ
62. Line house

''മ്മടെ കുാത്തിയെ പോറ്റാൻ കൈയും മെയ്യും പാങ്ങുള്ള കാലത്തോളം നീങ്ങ മുട്ടം വെട്ടണ്ട.''[63]

തൂങ്ങുന്ന തൊലിക്കുള്ളിലും ബലം തുടിക്കുന്ന കൈ പൊക്കി കണ്ടമ്പറേൻ തന്റെ ശക്തമായ പ്രതിഷേധം രേഖപ്പെടുത്തി..

തിരിച്ചു പോകുമ്പം തോട്ടം വക കിട്ടിയ രണ്ടു കരിമ്പടം ഭദ്രമായി ചാക്കിൽ വെക്കാൻ കണ്ടമ്പറേൻ മറന്നില്ല.

പതിനാറ്

"Hold on Kunju Lachumi"

മഞ്ഞിന്റെ കട്ടിയായ മറയ്ക്കുള്ളി.ൽ, കുതിരയെ തെളിച്ചുകൊണ്ടു കാത്തി വിളിച്ചു കൂവി. കുഞ്ഞുലക്ഷ്മി ഇതിനുമുമ്പും മഴ നനഞ്ഞിട്ടുണ്ടു. പക്ഷേ, കുളത്തിലെ വെള്ളംപോലെ തന്നെ ശ്വാസം മുട്ടിക്കുന്ന മഞ്ഞിൽ ഇതാദ്യമാണ്. കുളി കഴിഞ്ഞപ്പോൾ കാത്തിക്കു ഇരുമുലച്ചിപ്പാറ കാണണമെന്ന് തോന്നി. മഞ്ഞിന്റെ മേൽമുണ്ട് മലങ്കാറ്റ് ഒരു നിമിഷ ത്തേക്കു വലിച്ചു മാറ്റിയപ്പോൾ ആകാശംനോക്കി കിടക്കുന്നവളുടെ തുടുത്ത മുലകൾ. പിന്നെയും കാത്തു നിന്നു. ഒരിക്കൽ കൂടി കാണാൻ. പക്ഷേ, മലങ്കാറ്റിനതിനു മനസ്സുണ്ടായില്ല. തണുത്ത കാറ്റിനു പിന്നാലെ മഴയുടെ ആരവം കേട്ടപ്പോൾ കാത്തി കുതിരപ്പുറത്തേക്കു ചാടിക്കയറി. പിന്നാലെ കുഞ്ഞുലച്ചുമിയും.. മഞ്ഞിന്റെ വെളുത്ത ഇരുട്ടിൽ വഴി അരിച്ചെടുത്തുകൊണ്ടു കുതിര നടന്നു. മാദാമ്മ കുളം കഴിഞ്ഞപ്പോൾ പരിചയമുള്ള വഴിയായി. കുതിരയുടെ വേഗം കൂടി. മഴയുടെ വെള്ളി വള്ളികൾക്കിടയിലൂടെ കാത്തി നേരെ ആഷ്‌ലിയിലേക്കു കുതിരയെ തെളിച്ചു.

കുതിര നിന്നപ്പോൾ മാത്രമാണ് കുഞ്ഞുലക്ഷ്മി കണ്ണു തുറന്നതു.. പോർട്ടിക്കോയിൽ കാത്തുനിന്ന എതൽ മാദാമ്മയെ കണ്ടപ്പോൾ ചിരിച്ചു.

"Hi, Kunjulachumi"

"Hi, Aunt"

അപ്പോൾ മാത്രമാണ് താൻ എത്തിയത് ആഷ്‌ലി ബംഗ്ലാവിലാണെന്നു കുഞ്ഞുലക്ഷ്മിക്കു മനസ്സിലായത്. കുഞ്ഞുലക്ഷ്മിയെ ഇറക്കിയിട്ടു കാത്തിയും ചാടിയിറങ്ങി. വേലക്കാരൻ കുതിരയെ ഏറ്റുവാങ്ങി.. മരമോന്തയുമായിനിന്ന നാട്ടുകാരി പണിക്കാരിയോട് എതൽ കടുപ്പിച്ചു:

"Take her in"

ഇന്നലെ കുഞ്ഞുലക്ഷ്മിക്കുവേണ്ടി കോട്ടയത്തെ ബേക്കർ മെമ്മോറിയൽ സ്കൂളിന്റെ ഹെഡ്മിസ്ട്രസ് മിസ്. ഈസ്റ്റിനെ[64] വിളിച്ചു

63. കഷ്ടപ്പെടണ്ട.

64. മിസ് ഈസ്റ്റ് 1935 മുതൽ 1968 വരെ ബേക്കർ മെമ്മോറിയൽ ഗേൾസ് സ്കൂളിന്റെ ഹെഡ്മിസ്ട്രസായിരുന്നു.

വേണ്ടതെല്ലാം ചെയ്തു കഴിഞ്ഞു. ബേക്കർ കുടുംബവും മൺറോ കുടുംബവുമായുള്ള ബന്ധം മിസ് ഈസ്റ്റിനു അറിയാവുന്നതുകൊണ്ട് കാര്യങ്ങൾ എളുപ്പമായി. കുഞ്ഞുലക്ഷ്മിക്കു സെക്കൻഡ് ഫോമിൽ അഡ്മിഷനും ബോർഡിങ്ങും ശരിയാക്കി. വിവരം കുഞ്ഞുലക്ഷ്മിയെ ഇതുവരെ അറിയിച്ചിരുന്നില്ല. അതിനുവേണ്ടിയാണ് കാത്തിയെ വിട്ടു ഇങ്ങോട്ടു വിളിപ്പിച്ചത്.

പണിക്കാരി കുഞ്ഞുലക്ഷ്മിയെ തോർത്തി. ഇട്ടിരുന്ന ഉടുപ്പു മാറ്റി പകരം കാത്തിയുടെ പഴയ ഒരു ഗൗൺ കൊടുത്തു. അതുതന്നെ കുഞ്ഞുലക്ഷ്മിക്കു വലുതായിരുന്നു. പിന്നെ മുറിക്കുള്ളിൽത്തന്നെ തീ കാഞ്ഞു. തണുപ്പൊന്നു മാറിയപ്പോൾ കാത്തി കുഞ്ഞുലക്ഷ്മിയെ കൂട്ടി അവളുടെ മുറിയിലേക്കു പോയി. ടീച്ചറിന്റെ മുറിപോലെ തന്നെ. അവൾക്കു ടീച്ചറെക്കുറിച്ചോർക്കുമ്പോൾ സങ്കടം വരും. കുറഞ്ഞ കാലം കൊണ്ടുതന്നെ ഇംഗ്ലീഷ് പഠിപ്പിക്കുക മാത്രമല്ല ലോകത്തു നടക്കുന്ന എല്ലാക്കാര്യങ്ങളും പറഞ്ഞു തരുമായിരുന്നു. അങ്ങനെയാണ് ഹിറ്റ്ലർ മുസ്സോളിനി എന്നിവരെക്കുറിച്ചും യുദ്ധത്തെക്കുറിച്ചും മറ്റും താനറിഞ്ഞത്. കാത്തിയുടെ പുസ്തകങ്ങളിലൂടെ കണ്ണോടിക്കുമ്പോൾ അതിലൊന്നെടുത്തു കാത്തി കുഞ്ഞുലക്ഷ്മിക്ക് കൊടുത്തു. ചാൾസ് ഡിക്കൻസ്ന്റെ *ഒലിവർ ടിസ്റ്റ്*. ടീച്ചർ കൊടുത്ത *ഹക്കിൾബറി* ഫിൻ വായിച്ചു തീർന്നതേയുള്ളു.

അടുത്ത മുറിയിലെ വലിയ പടം എന്താണെന്നറിയാൻ കുഞ്ഞുലക്ഷ്മിക്കാകാംക്ഷ:

"What's that?"

"it's map of Kuttikkanam. Mom's drawings''[65]

കുട്ടിക്കാനത്തിന്റെ ഭൂപടം. മുണ്ടിക്കയത്തു[66]നിന്ന് കുട്ടിക്കാനത്തേക്കു വരുന്ന വഴി. കുമളിക്കും ഏലപ്പാറയ്ക്കും പോകുന്ന വഴികൾ. ആഷ്ലി എസ്റ്റേറ്റ്. വന്യമായ കാടുകൾ. കാടുകളിൽനിന്നു കണ്ണുകൾ പറിച്ചെടുത്തു കുഞ്ഞുലക്ഷ്മി റോഡിലേക്കു വെച്ചു. കുട്ടിക്കാനത്തുനിന്നു മുണ്ടിക്കയത്തേക്കുള്ള റോഡ് ചിത്രത്തിന്റെ അറ്റത്തു തീരുന്നു. തിരുവല്ലയിൽനിന്നു മുണ്ടിക്കയം വഴി മലകയറിയാണ് തങ്ങൾ വന്നത്. വഴി ഇവിടെ തീരുന്നോ?.

"This road ends here?"

അവൾക്കു ചോദിക്കാതിരിക്കാൻ കഴിഞ്ഞില്ല.

"No it goes to Mundakkayam, Kanjirapally and kottayam, Cochin. They are not in the map."

"After Cochin?"

"After Cochin, it is by train to Madras''[67]

65. ഏദൻ മൺറോ വരച്ച കുട്ടിക്കാനത്തിന്റെ മാപ്പ് ഇന്നും ആഷ്ലി ബംഗ്ലാവിലുണ്ട്.

66. മുണ്ടികളുടെ കയം Herone's pond

67. അന്ന് കൊച്ചി തിരുവനന്തപുരം ലിങ്ക് ലൈൻ ഉണ്ടായിരുന്നില്ല.

കാത്തി അവൾക്കറിയാവുന്ന വഴി പറഞ്ഞു കൊടുത്തു.

അപ്പോൾ കൊച്ചിക്കുശേഷം ട്രെയിൻ ആണ്. തീവണ്ടിപ്പാളം കണ്ടിട്ടുണ്ട്. അതിന്റെ പുറത്തൂടെ തേരട്ടയെപ്പോലെ പോകുന്ന തീവണ്ടിയും.. കാത്തി കൊച്ചിയിൽനിന്ന് തീവണ്ടി കയറി മദ്രാസിൽ പോകുന്നു. പഠിക്കാൻ. മദ്രാസ് കഴിഞ്ഞാൽ ബ്രിട്ടനാണോ? അതോ ഹിറ്റ്ലറുടെ ജർമ്മനിയോ? തനിക്കവിടൊന്നും പോണ്ട. ടീച്ചറു പോയ, കാത്തി പഠിക്കുന്ന മദ്രാസിൽ പോയാ മതിയായിരുന്നു.

“Mom want to tell you something”

നെരിപ്പോടിന്റെ ചൂടിൽ കുഞ്ഞുലക്ഷ്മിയെ ചേർത്തുപിടിച്ചുകൊണ്ട് എതൽ കാര്യം പറഞ്ഞു. ഒരു കരച്ചിലിന്റെ സീല്ക്കാരത്തിൽ കുഞ്ഞുലക്ഷ്മി എതലിനെ മുറുകെ പുണർന്നു.

“Alright. Now let us go. Your fathr and mother may be waiting for you.”

ആടിത്തിമിർത്ത മഴ ഘട്ട് റോഡുകളിൽ ചാലുകീറി. കൊക്കയാറു കരകവിഞ്ഞൊഴുകി. മുണ്ടക്കയം ചന്തയിൽനിന്നു മടങ്ങിയവർ അലറിയൊഴുകുന്ന പുഴയെ പേടിച്ചു ചപ്പാത്തു കടക്കാൻ കഴിയാതെ കാത്തിരുന്നു. ഏലപ്പാറയിലും മുണ്ടക്കയത്തും പുഴ കരകവിഞ്ഞൊഴുകുന്നതു കാണാൻ മാത്രമല്ല, ഒഴുകി വരുന്നതും കാത്ത് ആളുകൾ നിന്നു.

മഴകുറഞ്ഞപ്പോൾ മഴക്കോട്ടിനുള്ളിൽ എതലിന്റെ ചൂടേറ്റ് കുഞ്ഞുലക്ഷ്മി കുടിക്കുമുന്നിൽ കുതിരപ്പുറത്തുനിന്നിറങ്ങി. കുഞ്ഞാച്ചിയുടെ ചൂടുപാളയ്ക്കു[68] കീഴിലേക്കു നൂണ്ടു. റോഡ് മഴ വെള്ളത്തിൽ മുങ്ങിയതുകൊണ്ടു കാറെടുക്കുന്ന കാര്യം ബുദ്ധിയല്ലെന്നു എല്ലാവരും പറഞ്ഞു. അതുകൊണ്ട് എതൽ കുതിരയെ ഇറക്കാൻ പണിക്കാരനോട് പറഞ്ഞിട്ടു ഒരുങ്ങിത്തുടങ്ങി. ഗൗണിനു പുറത്ത് അരക്കെട്ടിൽ എന്തോ തിരുകി വെക്കുന്നതു മറ്റാർക്കും പുതുമയല്ലെങ്കിലും കുഞ്ഞുലക്ഷ്മിക്കു ശ്രദ്ധിക്കാതിരിക്കാൻ കഴിഞ്ഞില്ല. ഇന്നാളുംകൂടി കുടീൽ വന്ന ചാഞ്ചനച്ചൻ പറഞ്ഞതവൾ ഓർത്തു. “തോക്കും കൊണ്ടു നടക്കുണോരാ. കരുതലാ ഇരുക്കവേണം” തമിഴ് മേമ്പൊടി ചേർക്കാതെ ചാഞ്ചൻ ഇപ്പം വർത്താനം പറയാറെയില്ല. തോക്കിനകത്തും പുറത്തും വെടിച്ചില്ലുമായി കുതിരപ്പുറത്തുവന്നു ഇറങ്ങുമ്പോൾ കുഞ്ഞുലക്ഷ്മിക്കു ഒന്നു തീർച്ചയായിരുന്നു. ആ തോക്കുകൊണ്ട് എതൽ ഓൺടി കടുവയെ എന്നല്ല, ഒരു ഉറുമ്പിനെ പോലും കൊന്നിട്ടില്ലാന്ന്.

രാത്രിയിൽ പുറത്തു പേമാരി കലിതുള്ളിയുറയുമ്പോൾ ചോതനും കുടുംബവും കുഞ്ഞുലക്ഷ്മിയുടെ വാക്കുകളുടെ ചൂടേറ്റു കിടന്നു. അതിൽ എതൽ മദാമ്മയും കാത്തിയും എന്തെന്നും ആരെന്നുമറിയാത്ത ബേക്കർ മെമ്മോറിയൽ സ്കൂളും, മിസ്. ഈസ്റ്റും നിറഞ്ഞ് നിന്നിരുന്നു..

68. കമുകിൻ പാള തുന്നിച്ചേർത്തു മഴക്കാലത്തു നനയാതിരിക്കാൻ ചൂടിയിരുന്നത്.

പതിനേഴ്

സ്വസ്തികം പടിഞ്ഞാറു വെടി പൊട്ടിക്കുമ്പോൾ തിരുവിതാംകൂറിനകത്തു ക്രാ... ക്രി... കരഞ്ഞ മാക്രികൾ നാണയത്തുട്ടുപോലുള്ള ആകാശത്ത് നോക്കി ഏറെ നേരം കളഞ്ഞു. ഇപ്പംതന്നെ ഉത്തരവാദ ഭരണപ്രക്ഷോഭം ഇംഗ്ലീഷ് സർക്കാരിനെതിരായിരുന്നെന്നു മുതിര തിരിഞ്ഞു. ഇനിയിതു തുടർന്നാൽ, ഇംഗ്ലീഷ് പട്ടാളം മിസ്റ്റർ വാട്ട്സിന്റെ പൊട്ടാതെ പോയ കൈത്തോക്കു നോക്കിയിരിക്കില്ല എന്നുറപ്പായപ്പോൾ, ഉത്തരവാദക്കാർ വളരെ ഉത്തരവാദത്തോടെ അവരവരുടെ കാര്യങ്ങളിൽ മൂഴുകി. കൊല്ലം കോടതിയിൽ ടി എം വർഗ്ഗീസ് പഴയ ഫീസ് ഉറപ്പാക്കി. കാഞ്ഞിരപ്പള്ളി, പൊടിമറ്റത്തെ സെന്റ് മേരീസ് പള്ളിയിലും പഴയ പള്ളിയിലും പുത്തൻ പള്ളിയിലും മെഴുകുതിരികൾ കൂമ്പാരം കൂടി കത്തി. ആരു നേർന്നതാണാവോ?. മറ്റുള്ളവരൊക്കെ ജയിലിന്റെ സുഖലോലുപതയിൽ ലയിച്ചു.

ഉത്തരവാദഭരണബോധം സിരകളിൽ നിന്നൊഴിവായപ്പോൾ, പാരമ്പര്യബോധം യാതൊരു പരിക്കും കൂടാതെ തിരിച്ചെത്തി. .പെലേനും പറേനും നിക്കണ്ടടത്തു നിന്നോണം, വഴിമാറി നടന്നോണം.. ഉത്തരവാദക്കാരു കൂടെകൂട്ടീന്നോർത്തു എന്നും കുന്നും അങ്ങനാരിക്കുമെന്നു വെച്ചു വല്ലാതെ നെഗളിച്ചുപോയ പറേനും പെലേനും വായ് കൈപൊത്തി നിക്കാൻ മറന്നില്ല, മാത്രവുമല്ല ഇത്തിരി പോന്നോരെ അതു പഠിപ്പിച്ചെടുക്കാനും കുറെ കഷ്ടപ്പെട്ടു.

പട്ടാളത്തിലേക്കു ആളെ എടുക്കുന്നു. കഴിഞ്ഞ യുദ്ധകാലത്തിനു[69] ശേഷം പട്ടാളത്തിൽ ചേർന്നു നാട്ടിലെത്തിയ പറതമ്പുരാക്കമ്മാരും പെലതമ്പുരാക്കമ്മാരും ആരേം കൂസാതെ നടക്കുന്നു. സായ്പ്പമ്മാരുടെ പട്ടാളക്കാരെ വല്ലോം പറഞ്ഞാൽ അവമ്മാരു ആ തീ തുപ്പണ സാമാനം എടുത്തു പൊട്ടിച്ചാലോ? അവരെ നാട്ടുകാർക്കു പേടിയാ. സ്കൂളിൽ പോയി നാലക്ഷരം കൂട്ടി വായിക്കാൻ പഠിച്ച ചെറുപ്പക്കാർ തലയൊന്നു കുലുക്കി നോക്കി. അതിലെന്തോ കിലുങ്ങി. ഇവിടത്തെ അളിഞ്ഞ തമ്പുരാക്കമ്മാരുടെ ആട്ടും തുപ്പുമേറ്റു ജീവിക്കുന്നതിലും നല്ലതു പട്ടാളത്തിൽ ചേരുന്നതാണ്. യുദ്ധമില്ലെങ്കിൽ ഇംഗ്ലീഷ് പറയുന്ന സായ്പ്പമ്മാരുടെ മനസ്സിലാകാത്ത തെറികേട്ടാ മതീല്ലോ. യുദ്ധമാണെങ്കിൽ ഒറ്റവെടിക്കു തീരും. ഇവിടാണെ ഓരോ തമ്പ്രാനേം ഓരോ തവണ കാണുമ്പഴും മരണമാണ്. നിരന്തരമായ മരണം. മരണത്തിന്റെ നൈരന്തര്യം.. അതാണു തീണ്ടൽ ജാതിക്കാരുടെ ജീവിതം.

ഇംഗ്ലീഷ് സർക്കാരിന്റെ തീവണ്ടിയെത്തുന്ന എല്ലാ ഇടങ്ങളിലും പട്ടാളത്തിലേക്കു ആളെ എടുക്കാൻ ആപ്പീസ് തുറന്നു. എണ്ണം തികച്ചു പല്ലും, വണ്ണം തികച്ചു പൊക്കവും അത്രേ വേണ്ടു. ഫിഫ്ത് ഫോം

69. ഒന്നാം ലോകമഹായുദ്ധം

എലിജിവിലിറ്റി സർട്ടിഫിക്കേറ്റുമായി വന്നവരെ റിക്രൂട്ട്മെന്റ് ആപ്പീസർ പാളിയൊന്നു നോക്കി. തന്നേക്കാൾ യോഗ്യതയുള്ളവരെ കാണുമ്പോഴുള്ള ജാള്യത മൂന്നുനാലു ഇംഗ്ലീഷ് വാക്കുകളിൽ ഒളിപ്പിച്ചു. എടച്ചേരി നായരു "റൈറ്റ്" പറഞ്ഞു.

ഈ ബ്ലഡ്ഡി ഇൻഡ്യൻസിന്റെ കാര്യമോർത്ത് കേണൽ നെഗ്ലി ചിരിക്കണോ കരയണോ എന്നു ഗാഢമായി ചിന്തിച്ചു. അയാളുടെ ചിന്തകൾ കാടു കയറി.

ആയിരത്തിത്തൊള്ളായിരത്തി മുപ്പത്തിയാറ്..........

മാർച്ച് പന്ത്രണ്ടാം തീയതി ബ്രിട്ടന്റെ ഉന്നതാധികാര സഭയിൽ മിസ്റ്റർ. ഡഫ് കൂപ്പർ തന്റെ റിപ്പോർട്ടു സമർപ്പിച്ചു. റിപ്പോർട്ടിൽ നെപ്പോളിയൻ ബോണപ്പാർട്ട് ബ്രിട്ടന്റെ രക്ഷാധികാരിയായി.:

"It was Napoleon who said that Antwerp in the possession of a hostile nation was like a pistol held at the head of Great Britain."

ആയിരത്തി തൊള്ളായിരത്തി മുപ്പത്തിയാറ്..........

ആകാശപരിവാഹനങ്ങളുടെ ആവിർഭാവം നാളിതുവരെ വിശ്വസിച്ചുപോന്ന സകല സുരക്ഷകളെയും തകർത്തുകൊണ്ട് ബ്രിട്ടന്റെ തലയ്ക്കുമേൽ ഇപ്പോൾ ഇരട്ടക്കുഴലുള്ള തോക്കായി മാറിയിരിക്കുന്നു.. ഷേക്സ്പീയർ അഭിമാനംകൊണ്ട, ബ്രിട്ടന്റെ മതിലായിരുന്ന വെള്ളിക്കടൽ ഇന്നു നിസ്സഹായമാണ്. ചുരുക്കത്തിൽ ബ്രിട്ടന്റെ സുരക്ഷ ഫ്രാൻസിന്റെ ഉത്തരമേഖലയും അതിനു താഴേക്കുള്ള രാജ്യങ്ങളുടേതുമായി ബന്ധപ്പെട്ടിരിക്കുന്നു.

പട്ടാളത്തിന്റെ അംഗബലം കൂട്ടാനുള്ള മാർഗ്ഗവും അതേ റിപ്പോർട്ടിൽ ത്തന്നെ പറഞ്ഞിരുന്നു. തൊഴിലില്ലായ്മ വേതനംകൊണ്ടു കഴിയുന്ന സമർത്ഥരായ യുവജനങ്ങൾക്ക് മറ്റെന്തു ഉപദേശമാണ് നല്കുവാൻ കഴിയുക. പട്ടാളത്തിൽ ചേരുക. അവിടെ ആരോഗ്യകരവും തുറസ്സായതുമായ ജീവിതം അവരെ കാത്തിരിക്കുന്നു.

ശുപാർശ നടപ്പിലാക്കാൻ യുദ്ധം തുടങ്ങുന്നതുവരെ കാത്തിരിക്കേണ്ടി വന്നു. മാത്രവുമല്ല.. അതു കോളണികളിലേക്കും വ്യാപിപ്പിക്കേണ്ടിയും വന്നു..

അങ്ങനെ ഓലക്കാലും ചീലക്കാലും[70] നടന്നു പഠിച്ചവർക്കും പട്ടാളത്തിൽ പണികിട്ടി. കിട്ടിയ തുണിയും തുട്ടുകളുമായി ട്രെയിനിൽ മദിരാശിക്ക്. അവിടെ ഓലക്കാലും ചീലക്കാലും ലെഫ്റ്റ് റൈറ്റ് വകയിരുത്തി കളസ്സവും കോട്ടുമിട്ട് ബോംബെക്കും കൽക്കട്ടയ്ക്കും അവിടെനിന്ന് കപ്പലുകളിൽ പേരറിയാത്ത, ഭാഷയറിയാത്ത ആളറിയാത്ത നാടുകളിലേക്ക്.

ആന്റി ടാങ്ക് റൈഫിൾസായി ഗ്യാസ് പൈപ്പും തടിക്കഷണങ്ങളുമായി മാർച്ചു ചെയ്യുന്ന പട്ടാളട്രൂപ്പുകളെ കണ്ട് ബ്രിട്ടനിലെ ജർമ്മൻ മിലി

70. ലെഫ്റ്റ് റൈറ്റ് തെറ്റി പോകുന്നതുകൊണ്ട് ഇടതു കാലിൽ ഓലയും വലതു കാലിൽ തുണിക്കഷണവും വെച്ചു കെട്ടി മാർച്ചു ചെയ്യാൻ പഠിപ്പിച്ചിരുന്നു.

റ്ററി അറ്റാഷെ അന്തിച്ചുനിന്നു. തിരിഞ്ഞുനോക്കിയ കമാൻഡർ തെളിഞ്ഞു ചിരിച്ചു.

1939 സെപ്തംബർ ഒന്നാം തിയതി. ജർമ്മനി പോളണ്ട് ആക്രമിച്ചു.

ബെൽജിയം ഫ്രെഞ്ച് അതിർത്തികൾ ഭീഷണിയിലായി.. BEF[71]നെ ബെൽജിയം ഫ്രെഞ്ച് അതിർത്തികളിൽ വിന്യസിച്ചു.

1939 ഒക്ടോബർ പതിനൊന്നാം തിയതി, യുദ്ധകാര്യ സ്റ്റേറ്റ് സെക്രട്ടറി ലെസ്ലി ഹോർ ബെലിഷാ കണക്കുകളുദ്ധരിച്ചുകൊണ്ടു പാർലമെന്റിൽ പ്രഖ്യാപിച്ചു.: 1,58,000 പേരെ യുദ്ധം തുടങ്ങി അഞ്ചാഴ്ചയ്ക്കുള്ളിൽ ഇംഗ്ലീഷ് ചാനൽ കടത്തി. BEFമറ്റുള്ളവയേക്കാൾ മികച്ചത് അല്ലെങ്കിൽ അവർക്കൊപ്പം സായുധമാണ്.'' വിൻസ്റ്റൺ ചർച്ചിൽ ഡസ്കിലടിച്ച് ബ്രിട്ടീഷ് രാജ്യസ്നേഹം ഹൗസ് ഓഫ് കോമൺസിന്റെ മോന്തായം കടന്ന് സൂര്യനസ്തമിക്കാത്ത സാമ്രാജ്യത്തിന്റെ മുക്കിലും മൂലയിലുമെത്തിച്ചു..

BEF ലെ പട്ടാളക്കാർ ഗ്യാസ് പൈപ്പുകൾ ഉപേക്ഷിച്ചിരുന്നില്ല. തടിക്കഷണങ്ങളും. ഒരു ലഫ്റ്റനന്റ് തന്റെ പിസ്റ്റൾ ഹോൾസ്റ്ററിൽ വിൻസ്റ്റൺ ചർച്ചിലിന്റെ വാഗ്ബുള്ളറ്റുകൾ നിറഞ്ഞ പത്രക്കടലാസ് ചുരുട്ടി തിരുകി വെച്ചിരുന്നു... വല്ലഭനു പുല്ലും ആയുധം..

യുദ്ധമുഖത്തുനിന്ന് വിൻസ്റ്റൺ ചർച്ചിലിന്റെ ഓഫീസിലേക്ക്. അവിടെനിന്ന് ടെയിലി ടെലഗ്രാഫിലേക്ക്, വിൻസ്റ്റൺ ചർച്ചിലിന്റെ ഓഫീസിൽനിന്ന്, സഖ്യരാജ്യത്തലവന്മാരുടെ ഓഫീസിലേക്ക്.. ഇംഗ്ലീഷ് ചാനലിന്റെ ഇക്കരെനിന്ന് അക്കരയ്ക്ക്, അക്കരെനിന്ന് ഇക്കരയ്ക്ക്. യുദ്ധവാർത്തകൾ ഇടതടവില്ലാതെ പ്രവഹിച്ചു കൊണ്ടിരുന്നു. യുദ്ധം ഫോണിലേക്കു കടന്നു. ഫോൺ യുദ്ധത്തിലേക്കും. പിന്നെ യുദ്ധവും ഫോണും കൂടിക്കുഴഞ്ഞു.[72] ഫ്രെഞ്ച് ബെൽജിയം അതിർത്തികളിൽ നിർമ്മിച്ച താല്ക്കാലിക കക്കൂസുകളിൽനിന്ന് സൈറൺ മുഴക്കങ്ങളും വിമാനവേധ തോക്കുകളുടെ ഗർജ്ജനങ്ങളും റിപ്പോർട്ടു ചെയ്യപ്പെട്ട തല്ലാതെ നാസി ജർമ്മനിയുടെ തോക്കുകൾ പൊട്ടിയിരുന്നില്ല.

പതിനെട്ട്

"**എ**ങ്ങനാന്നേലും പോവാണ്ടിരിക്കാൻ പറ്റോ?. ചക്കീടാൾക്കാരല്ലേ?''

"പിന്നല്ലാണ്ടു. പച്ചേങ്കി................''

"പോരാഞ്ഞു. ങ്ങടാൾക്കാരെല്ലാം ആടേണ്ടാവൂലോ?"

അതു കുഞ്ഞാച്ചി ഒരു കൊത്തു കൊത്തീതാണല്ലോ? അതാരെക്കുറിച്ചായിരിക്കും. അങ്ങനെ നോക്കിയാ കൊറേ പേരുണ്ടാകും. ചോതൻ അറിഞ്ഞ ഭാവം കാണിച്ചില്ല.

71. Brittish Expenditionary Force.
72. 1939 സെപ്തംബർ ഒന്നു മുതൽ 1940 മെയ് 10 വരെയുള്ള കാലം Phoney war period അഥവാ ഫോൺ യുദ്ധ കാലമെന്ന് അറിയപ്പെടുന്നു

പക്ഷേ, വേല കളയുന്ന കാര്യം ചോതനു വിഷമമാണ്. രണ്ടാമത്തവള് പൊന്നമ്മയെ സ്കൂളിൽ വിടാൻ കുറച്ചേറെ കഷ്ടപ്പെടണം. ഒന്നു രണ്ടു തവണ നാട്ടിൽ പോയി നോക്കിയതാണ്. സ്കൂളിനടുത്തു താമസിക്കുന്ന സ്വന്തക്കാരാരുമില്ലാത്തതുകൊണ്ട് ഇവിടെത്തന്നെ ചേർക്കേണ്ടിവന്നു. ചക്കി മോളെ തിരവല്ലയിൽ ചേർത്തെങ്കിലും കൊച്ചിനു അവിടം പിടിക്കുന്നില്ല. രണ്ടാഴ്ച കഴിഞ്ഞപ്പം ചക്കീടമ്മൻ കൊച്ചിനെ ഇവിടെ കൊണ്ടുവന്നു വിട്ടു. ഇപ്പം പൊന്നമ്മയുടെ കൂടാണ് സ്കൂളിൽ പോക്ക്. പൊന്നമ്മ മൂത്തോളെപോലെ പഠിക്കാൻ മിടുക്കിയല്ല. അതിന്റെ എളേതിനെ അടുത്ത കൊല്ലം സ്കൂളിൽ ചേർക്കാൻ ഇപ്പഴേ കഷ്ടപ്പെടണം.

ഇവിടെ വന്നേപ്പിന്നെ കുഞ്ഞാച്ചിയുടെ കാലിനു വേദന വിട്ടൊഴിഞ്ഞ നേരമില്ല. അതുകൊണ്ടു പണിക്കൊന്നും പോകാൻ പറ്റില്ല. ചക്കി ഇപ്പോൾ പണിക്കു പോകാൻ തുടങ്ങിയിരിക്കുന്നു. ഓഫീസ് അടിച്ചു വാരുന്നതും മറ്റും. തോട്ടപ്പണിക്കു പോകില്ലാന്നു അവൾ കാലൊടിച്ചിട്ടതാണ്. പരിചയമില്ലാത്ത പെണ്ണുങ്ങക്കു പറഞ്ഞ പണിയല്ല തോട്ടപ്പണി. ഈ തോട്ടപ്പുഴുവിന് എവിടൊക്കെയാ കേറണ്ടത്. അതറിഞ്ഞേപ്പിന്നെയാണ് കുഞ്ഞാച്ചിക്കു കാലിനുവേദന കൊണ്ടുണ്ടായ ഗുണം മനസ്സിലായത്. പുറത്തിറങ്ങുമ്പം പോലും തോട്ടപ്പുഴുവിനെ നോക്കിയാണ് നടപ്പ്.. അവളുടെ നോട്ടോം പരതലും കൂടിയപ്പം ചോതൻ അരിശപ്പെട്ടു:

“നീ നോക്കാണ്ടിരുന്നാലും അതുങ്ങാ പെഴച്ചോളും,”

പൊട്ടിയ ചിരി കുഞ്ഞാച്ചി പിടിച്ചുകെട്ടി.

‘‘പെഴക്കണതേടാന്നറിയാണ്ടാ ഈ മുതുപറേൻ പറേണത്.’’ കുഞ്ഞാച്ചി മനച്ചിരി തുടർന്നു.

കാലിനുവാതമുണ്ടങ്കിലും വേറൊന്നിനും ഒരു കുറവും വരുത്തീട്ടില്ല..

ചോതൻ ഓർത്തു. രണ്ടു കാലിലും കൊഴമ്പും തൈലോം മണത്തിട്ടു മനുഷനുപോലും അടുക്കാമ്പറ്റണില്ലാ പിന്നാ പുഴൂന്. പക്ഷേ, അതു പുറത്തേക്കു വിട്ടില്ല. മുറിവേ പിച്ചണോ?.

എന്തായാലും കല്യാണത്തിനു പോകണം. മദ്ധ്യവേനൽ അവധിയായതുകൊണ്ട് കുഞ്ഞുലച്ചുമീം വന്നിട്ടുണ്ട്. എതൽ മാദാമ്മയാണ് കൊണ്ടന്നതു. കാത്തി മാദാമ്മ മദിരാശീന്നു കൊച്ചിയിൽ തീവണ്ടിയെറങ്ങിയപ്പം എതൽ മാദാമ്മയും കുഞ്ഞുലച്ചുമിയും കാത്തുനിക്കുന്നുണ്ടായിരുന്നു. വന്നപാടെ കുഞ്ഞുലച്ചുമിയെ കെട്ടിപ്പിടിച്ചുമ്മ വെച്ചു. എന്നിട്ടാ അമ്മയെ കെട്ടിപ്പിടിച്ചത്. ഇതൊന്നും പറഞ്ഞാൽ ആരും വിശ്വസിക്കില്ല. ചോതൻ പോലും. പക്ഷേ, എതൽ മാദാമ്മയാണെങ്കിലും, കാത്തി മാദാമ്മയാണെങ്കിലും, ഇവിടെ, ദേ ഈ മുറ്റത്തുനിന്നു ഉമ്മ വെക്കുന്നതു എല്ലാരും കാണുന്നതാ. അതോണ്ടു കുഞ്ഞുലച്ചുമി വീട്ടിലൊണ്ടേ ചോതനു പേടിയാ. കുഞ്ഞുലച്ചുമിയെ കുഞ്ഞുലച്ചുമീന്നല്ലാണ്ടു എടീ, പോടീന്നൊന്നും ചോതൻ വിളിക്കില്ല.. മോളെ എന്നു വിളിക്കാൻ പോലും പേടിയാ. മോളേം കൂട്ടി കല്യാണത്തിനു പോണത് ഒരു പത്രാസ്സ് തന്നെ. ചക്കിക്കും അതേ വാശി തന്നാ. കുഞ്ഞുലച്ചുമിയെ അവളു

മുന്നേതന്നെ തൊട്ടുഴിഞ്ഞു വെച്ചു.

ഒരാഴ്ച മുന്നേ ചെല്ലാൻ പറ്റിയില്ലെങ്കിലും തലേന്നെങ്കിലും ചെല്ലണ്ടെ. കാളയോ പോത്തോ എന്താണേലും വെട്ടാൻ പറ്റിയില്ലെങ്കിലും കൊടലും പണ്ടോം മെനയാക്കി ഉള്ളംതൊലി കളഞ്ഞ്, നട്ടപ്പാതിരയ്ക്കു ഒഴുക്കുവെള്ളത്തിൽ അലുമ്പിക്കഴുകി, നല്ല വെള്ളത്തിൽ ഞെക്കികഴുകി, നനു നനാ, കുനുകുനാ നുറുക്കി കൊടുക്കാൻ കൂടണ്ടെ. അതും പറ്റിയില്ലെങ്കിൽ അടുപ്പത്തിരിക്കുന്നത് എളക്കാനെങ്കിലും കൂടണ്ടെ.. മസാല കൂട്ടിന്റെ മണമൊന്നു ആവാഹിച്ചെടുക്കണ്ടെ. കഴിഞ്ഞ കല്യാണങ്ങളിലെ ചെറമിപ്പും, അരയിലെ കറിയും കറിയിലെ ഉപ്പും പുളിപ്പും, പുളിച്ചു തികട്ടിയ ഏറെ അനുഭവങ്ങളും അയവിറക്കണ്ടെ. എളക്കുന്നതിനിടയ്ക്കു തവിയിൽ കോരിയെടുത്തു വേവ് നോക്കണ്ടെ. പുളിച്ച കള്ള് ഇത്തിരിയിത്തിരിയായി മോന്തണ്ടെ., എടയ്ക്കു മുഖം കാണിക്കുന്ന ചെക്കനെ എന്തെങ്കിലും പറഞ്ഞു ഞോണ്ടണ്ടെ.. ഏതു കല്യാണത്തിനു ഏതു കുടീലാണേലും. അമ്മാവന്മാരെയും അമ്മായിമാരേം വെറുതേ വിടാറില്ല.. അതിനിടയ്ക്കു അമ്മന്റെ തലവെട്ടം കണ്ടാ ഈ വീമ്പിളക്കണോരേടെപ്പോയെന്നു മഷിയിട്ടു നോക്കിയാ കാണില്ല.. കൊടലു കാലായാ[73] കൊണ്ടുചെല്ലാനുള്ള ഉത്തരവാണ് അമ്മന്റെ തലവെട്ടം കാണിക്കലു. കാർന്നോമ്മാരു അതു നോക്കിയാ നട്ടപ്പാതിരയായിട്ടും കാത്തിരിക്കണത്. നല്ല എരിവും മസാലയും ചേർത്ത് വാങ്ങിവെക്കണതിന്റെ ആവി പോകുന്നതിനുമുമ്പേ അവിടെത്തിക്കണം. പിന്നെ അതിന്റെ കേമത്തമാണ് അടുത്ത കല്യാണത്തിന്റെ അളവ് തീരുമാനിക്കുന്നത്.. കാന്നോമ്മാരുടെ പിന്നാമ്പുറത്തിരുന്നു, അവർക്ക് അറിയാമെങ്കിലും കാർന്നോത്താനത്തിനു മര്യാദ കൊടുത്ത്, എരിയുന്ന കൊടലിലേക്ക്, എരിവുള്ള കൊടലു രുചിച്ചിറക്കി എരിവിന്റെ സീല്ക്കാരം വിട്ട്, മൂത്ത കള്ളും ചെലുത്തി കഴിഞ്ഞിട്ടുവേണം ഒന്നു മൂരിനീർക്കാൻ.. അതെങ്ങനാ കുടീലെടമുള്ളെടത്തെല്ലാം കാക്കിരി പൂക്കിരി ക്ടാങ്ങളു തലങ്ങും വിലങ്ങും മേലു കീഴ് നോട്ടമില്ലാണ്ടു കെടന്നൊറക്കാ. പന്തലിലാണേ കാർന്നോമ്മാരു തീറ്റീം കഴിഞ്ഞു മുറുക്കി തുപ്പിയിരിക്കും. പകലുറക്കത്തിന്റെ കെട്ടു വിടണ്ടെ. ചോതനാണെ ആരെങ്കിലും ഉറക്കത്തിലാണേലും ഒട്ടിക്കിടക്കണതു തീരെ പിടിക്കില്ല.. അതുമിതും കഴിഞ്ഞാൽ പാ വേറെയാകും.. അതുകൊണ്ടെന്നാ സ്വന്തം കടീലാണെങ്കിലും മിക്കപ്പോഴും പുറത്തെ ചാവടിയിൽ മുറവും, കൊട്ടയും ഒറ്റാലും കഴിഞ്ഞ് ഒള്ള എടത്തു തന്നാരുന്നു കെടപ്പ്..

അയ്യോ ! അന്നാ പൂവങ്കോഴീടെ ശല്യം. അതാണെ മുറ്റത്തെ പേരേടെ കമ്പിലേ ചേക്കേറു. കാലത്തു വെളക്കുണേക്കു മുന്നേ ഒറ്റച്ചാട്ടം. ചോതന്റെ തലയിലേക്ക്. ഭാഗ്യത്തിനു ചെരിഞ്ഞുകിടന്നതുകൊണ്ടു ഉറക്കം പോയന്നല്ലാതെ മറ്റൊന്നും സംഭവിച്ചില്ല. അവിടെനിന്നു ചാടിയ പൂവൻ കോഴിക്കുടിനു പുറത്തു പറന്നിറങ്ങി ഒരു കുടന്ന കാഷ്ഠം ഇട്ടിട്ട്

73. തയ്യാറായാൽ

നീട്ടി കൂവി. പാവം കോഴിയല്ലെ. കാലത്തു കൂവി വിളിക്കാൻ വിട്ടുപോയാൽ എന്തൊക്കെ പുലിവാലുണ്ടാകും. അതോണ്ടു ചോതൻ ക്ഷമിച്ചു. പിറ്റേന്നും അതുതന്നെ. ചോതന്റെ മുഖത്തുനിന്ന് നേരെ കോഴിക്കൂടിന്റെ പുറത്ത്; കാഷ്ഠവൃഷ്ടിക്കുശേഷം കൂവൽ. പേരമരത്തേന്നു നേരെ ചാടാൻ പറ്റിയ സ്ഥലം അതുതന്നാണ്. പിന്നെ അതിനെ കുറ്റം പറഞ്ഞിട്ടു വല്ല കാര്യോണ്ടോ. വെളിവുള്ളോരുതന്നെ വേണ്ടെ വല്ലോം ചെയ്യാൻ. കാലത്തുതന്നെ മൂന്നാലു വാരിക്കമ്പും ഈറ്റയുംകൊണ്ട് ചോതൻ തന്റെ തലവശത്തിനു മുകളിലായി ഒരു കൂരപോലെയുണ്ടാക്കി. അതിനിടയിലൂടെ ഇത്ര വലിപ്പമുള്ള പൂവങ്കോഴി മുഖത്തു വീഴില്ല. ഉറക്കമെഴുന്നേറ്റുവന്ന കുട്ടാങ്ങക്കു അതു വളരെ പിടിച്ചു. അവരു കെടക്കന്നിടത്തും അതുപോലെ ഉണ്ടാക്കി കൊടുക്കണമെന്ന്. അതിനവിടെ പൂവങ്കോഴിയില്ലല്ലോ എന്നു ചോദിച്ചപ്പോൾ അന്നു രാത്രി മുതൽ പൂവങ്കോഴിയെ കുടിക്കുള്ളിൽ അവരുടെ തലയ്ക്കു മുകളിൽ കൊണ്ടിരുത്താൻ കുഞ്ഞുലച്ചുമി തീരുമാനിച്ചു. അന്നൊത്തിരി ചിരിച്ചു. എല്ലാം മറന്നു കുട്ടാങ്ങളു കിടന്നുറങ്ങിയപ്പം അതോർത്ത്, അതുമിതും കഴിഞ്ഞ് ചോതനും കുഞ്ഞാച്ചിയും പിന്നെയും ചിരിച്ചു..

അതികാലത്തു പൂവങ്കോഴി തന്റെ തപശ്ചര്യയിൽ നിന്നുണർന്നു. ഒറ്റച്ചാട്ടം. ഇതെന്തു കൂത്ത്. ആദ്യത്തെ ചാട്ടം ചാവടിയിലേക്കാണ്. അവിടെ ചെലപ്പം ആ പറേൻ കള്ളും കുടിച്ചുറങ്ങുന്നുണ്ടാകും. അവിടന്നു ചാടിയാൽ കൃത്യം എണേന്റെ കൂരപ്പുറത്താണ്. ഇതെപ്പളാ ആ കൂര ഇങ്ങോട്ടു മാറ്റിയേ. ആലോചിച്ചിരിക്കുന്നതിനിടയിൽ രണ്ടാമത്തെ ചാട്ടത്തിൽ സംഭവിക്കേണ്ടതു സംഭവിച്ചു. ഇന്നലെയാണെ പൂവൻ കോഴി തിന്ന ആ അളിഞ്ഞ തീട്ടത്തിനു ഉപ്പുപോലുമില്ലായിരുന്നു. അതുകൊണ്ടു നല്ലപോലെ എളകിപോയി.

വായിലെന്തോ നിറഞ്ഞു ശ്വാസം മുട്ടിയെഴുന്നേറ്റ ചോതൻ മുറ്റത്തേക്കു ചർദ്ദിച്ചു. ചർദ്ദിച്ചു ചർദ്ദിച്ചു വെറും കാറ്റു മാത്രമായപ്പോൾ അലറി ചർദ്ദിച്ചു. അതൊക്കെ ഇവിടത്തെ പതിവല്ലെ, പൂവങ്കോഴി താഴ്ചുണ്ടൊന്നു ഇടത്തോട്ടും വലത്തോട്ടും വെച്ചിട്ട് നീട്ടിക്കൂവി.

പൂവങ്കോഴിയുടെ കൂവലും ചോതന്റെ കൊരക്കലും. കേട്ടു കുഞ്ഞാച്ചി ഞെട്ടിയുണർന്നു. കോഴിക്കൂട്ടിൽ പാക്കാനോ കുറുക്കനോ കേറിയോ ?

" കുട്ടാങ്ങളേ ദേ" ....പാക്കാനോ കുറുക്കനോ......... പുറത്തുവന്നതു വിളിച്ചു കൂവി "പറുക്കൻ"

കോഴിക്കൂടിനുനേരേ ഓടിയ കുഞ്ഞാച്ചിയെ തടഞ്ഞുകൊണ്ടു കുഞ്ഞുലച്ചുമി വിളിച്ചു പറഞ്ഞു:

''പറുക്കനല്ലമ്മെ, അച്ഛനാ'' കുഞ്ഞുലച്ചുമിയുടെ മനസ്സിൽ പറുക്കനെന്നൊരു ജീവി കാണാമറയത്തു ഇന്നും ജീവിക്കുന്നു.

വെളുക്കാപ്പുറത്തെ അരണ്ട വെളിച്ചത്തിൽ കറുത്തതെന്തോ ഛർദ്ദിച്ചു കിടക്കുന്ന ചോതനെ കണ്ടു നെഞ്ചത്തടിച്ചു കുഞ്ഞാച്ചി നിലവിളിച്ചു:"

“എന്റെ കെട്ടിയോനിട്ട് ഇതു ചെയ്തതു ആരാണെങ്കിലും ഇന്നേക്കു നാപ്പതാം പക്കം അവനെ കാലപാമ്പു കൊത്തുവേ”

അടുത്തുള്ള മച്ചുനമ്മാരും എണങ്ങമ്മാരും ഓടിക്കൂടി ചോതനെ എടുത്തുപൊക്കി ചാവടിയിൽ കിടത്തി. വീണ്ടും വീണ്ടും വെള്ളം കുടിപ്പിക്കുകയും ഛർദ്ദിപ്പിക്കുകയും ചെയ്തു.. മണം പിടിച്ചു തലേന്നു മന്നത്തുനിന്നു ഒന്നിച്ചു മടങ്ങിവന്ന മച്ചുനൻ പറഞ്ഞു:

‘‘ങ്ഹും, കടുത്ത ചെയ്ത്തുതന്നെ. കോഴി ദ്രാവകത്തിലാ ചെയ്തിരിക്കണെ.’’

‘‘ഇനി പുറത്ത് എങ്ങും കിടത്തണ്ട’’ കുഞ്ഞാച്ചിയുടെ പ്രാക്ക് വന്നുപോയ സകല പെഞ്ചാതികളും ഏറ്റു പറഞ്ഞു. പക്ഷേ, പൂവങ്കോഴി ഒന്നും സംഭവിക്കാത്തതുപോലെ ഈ വീട്ടിലെയും അയലത്തെ വീട്ടിലെയും പെടക്കോഴികളുമായി ഇണചേർന്നും കൊത്തിയും മാന്തിയും മാന്തിയും കൊത്തിയും പിന്നെയും ഏറെക്കാലം ജീവിച്ചു..

അതിൽ പിന്നെ ചോതൻ ഒറ്റയ്ക്കു കിടന്നിട്ടില്ല.. കുഞ്ഞാച്ചി കിടത്തിയിട്ടില്ല. കുടീലതൊക്കെ നടക്കും. കല്യാണവീട്ടിലോ? ചോതന്റെ നെഞ്ചിലൊരു ഇടിവാളു മിന്നി.. തൃക്കൊടിത്താനത്തെ ചീതേന്റെ കല്യാണം.

അന്നു കുഞ്ഞുലച്ചുമി മാത്രമേയുള്ളു. മലേലെ കുട്ടപ്പായി സന്ധ്യായപ്പം തന്നെ കുടിയിലേക്കു പോയി. അയാൾക്കു വാതം കൂടുതലാ. രാത്രി തണുപ്പടിക്കാൻ വയ്യ. ചോതന്റെ സ്വഭാവമറിയാവുന്നതുകൊണ്ടു രാത്രി കിടക്കാൻ ചെല്ലാൻ വിളിച്ചിട്ടാണു പോയത്. കുടീം തീറ്റേം കഴിഞ്ഞു കുട്ടപ്പായീടങ്ങോട്ടു നടന്നു. നിലാവുള്ളതുകൊണ്ട് ചൂട്ടുകറ്റയൊന്നും വേണ്ടിവന്നില്ല. കുറച്ചു നടന്നപ്പോൾ പിന്നാലേ ആരോ വരുന്നുണ്ടെന്നു തോന്നി തിരിഞ്ഞു നോക്കി.

“ഞാനാ. കല്ലു,”

“ചേട്ടനെങ്ങോട്ടാ?”

“കുട്ടപ്പായിന്റെ കുടിക്ക. എനക്ക് ആടെക്കെടന്നാ ഒറക്ക് വരില്ല.”

“അയിനിപ്പം അങ്ങാട്ടു.പോണോ?” കല്ലു അവളുടെ കുടീലേക്കു തിരിഞ്ഞു.

“ങ്ങടെ കുടീലും എടോണ്ടു. വാ”

“ആനേടെ?”

“ഒറങ്ങണ്”

കുടിക്കുള്ളിൽ ഒച്ചയും അനക്കവും ഒന്നുമില്ല.. ചെന്നപാടെ ഒരു പായെടുത്തു വിരിച്ചു കട്ടിപ്പഞ്ഞിനിറച്ച തലയിണയും കൊടുത്തിട്ടു കല്ലു പറഞ്ഞു:

“ചേട്ടൻ കിടന്നോ.. നല്ല ചീണോണ്ടാകൂല്ലോ?” അവൾ വിളക്കുമെടുത്ത് അകത്തേക്കു പോകാൻ തുനിഞ്ഞു..മാതനെ ഉച്ച കഴിഞ്ഞ് കണ്ടേയില്ല.

“അവൻ ഒറക്കാ”

“ആടെ കല്യാണപ്പെരേലാ. പൂണ്ട ഒറക്കാ. ഞാനിങ്ങാ പോന്നു”. അവൾ അകത്തേക്കു പോയി. പാ കണ്ടതും ചോതനുറങ്ങിക്കഴിഞ്ഞു.

ഉറക്കത്തിന്റെ കാഠിന്യത്തിൽനിന്ന് മൃദുലതയിലേക്കുണരുമ്പോൾ ഇരുളിന്റെ നഗ്നത തന്നിലേക്കു കിഴിഞ്ഞിറങ്ങുന്നതയാളറിഞ്ഞു. പിന്നെ സ്നിഗ്ദ്ധ താളങ്ങളിൽനിന്ന് വ്യാഘ്രമുരൾച്ചകളുണർന്നു.. മൂന്നാം യാമത്തിൽ ഇരുളിന്റെ ശക്തികളെ പെരുപ്പിച്ചെടുത്തവൾ തന്നിലേക്കാവാഹിച്ചിരുത്തി.

കാലത്തു പറമ്പിപ്പോയി കുളികഴിഞ്ഞ് കല്യാണപ്പെരേൽ ചെല്ലുമ്പം ഈറ്റപ്പുലി ചീറ്റുന്നു.. ഏടാരുന്നെന്ന ചോദ്യത്തിന് ഉത്തരം പന്തലിൽ നിന്നുയർന്ന കുട്ടപ്പായിയുടെ ചിരി കേട്ടപ്പോൾ കെട്ടുപോയി..

"ഞായെങ്ങും പോയില്ല. ദാണ്ടവിടത്തെ പാറപ്പുറത്തു കെടന്നൊറങ്ങി"

"ഷരീ. നാണോല്ലാണ്ടായി"

എന്താണെന്നറിയുന്നേനു മുമ്പേ അവൾ വെട്ടിത്തിരിഞ്ഞു അകത്തേക്കു പോയി. ചുറ്റുവട്ടത്തുനിന്ന പെൺപട വാപൊത്തി തിരിഞ്ഞു നടന്നു. പിന്നെ, തലയ്ക്കുള്ളിൽ നേരം വെളുത്തപ്പോൾ ആരുടേം മഖത്തു നോക്കാൻ മടി.

പാറപ്പുറത്തു കല്ലു ഒരു കൂസലുമില്ലാതെ അവിടൊക്കെ നടക്കുന്നുണ്ടായിരുന്നു.

പത്തൊൻപത്

കുട്ടിക്കാനത്തു ബസ് കാത്തുനിന്നു മടുത്തു. അവസാനം തോട്ടത്തിൽനിന്ന് വന്ന ലോറി കുഞ്ഞുലക്ഷ്മിയെ കണ്ടു ചവിട്ടി. എതൽ മാദാമ്മയുടെ മോളല്ലെ. കുഞ്ഞുലക്ഷ്മിയെയും എളേ ചെറുക്കനെയും കാലു വയ്യാത്ത കുഞ്ഞാച്ചിയെയും മുമ്പിൽ കയറ്റി. ബാക്കിയെല്ലാവരും പിന്നിൽ. ഒരു വിധത്തിൽ മുണ്ടക്കയത്ത് എത്തി. വീണ്ടും കാത്തിരിപ്പ്. അടുത്ത വണ്ടിയിൽനിന്നും ഇരുന്നും തൂങ്ങിയും പറിഞ്ഞും ചങ്ങനാശ്ശേരിയിൽ. അവിടന്നു അടുത്തതിനു തിരുവല്ല. അവിടന്നു നടപ്പു തന്നെ രാത്രിയിൽ കല്യാണവീട്ടിൽ കയറിചെല്ലുമ്പോൾ നിറഞ്ഞ പ്രകാശത്തിൽ വെളുപ്പിന്റെ പ്രളയം.

"പ്രാർത്തനാ."

ചോതനും കുഞ്ഞാച്ചിയും കണ്ണു മിഴിക്കുന്നതുകണ്ടു ചാഞ്ചൻ പറഞ്ഞു.

"അവരിപ്പോ സബേ ചേർന്നു"

"ഏതു സബേ?"

"പൊയ്കയിലപ്പച്ചന്റെ[74] സബേ"

ചക്കീടെ നേതൃത്വത്തിൽ കുഞ്ഞാച്ചിയും മക്കളും അകത്തേക്കു പോയി. ചാഞ്ചൻ എളിയിൽ തിരുകിയിരുന്ന ബീഡിക്കെട്ടിൽനിന്ന്

---

74. പൊയ്കയിൽ യോഹന്നാൻ. തിരുവിതാംകൂർ പ്രജാസഭാംഗമായിരുന്നു. പ്രത്യക്ഷ രക്ഷാ ദൈവസഭയുടെ സ്ഥാപകൻ. 1939 ജൂൺ 29 നു മരിച്ചു.

മൂന്നെണ്ണം നുള്ളിയെടുത്ത് ചോതനെ വിളിച്ച്, പെട്രോമാക്സിന്റെ പ്രകാശതീക്ഷ്ണതയിൽ നിന്നൊഴിഞ്ഞ് രണ്ടുപേരും വലിച്ചു. പോന്നവഴിയിലെ വിശേഷങ്ങൾ ഒന്നയവിറക്കി. പിന്നെ ചുറ്റുമൊക്കെ നോക്കി, അവരെ കണ്ട് കാർന്നോരുവന്നു വിശേഷങ്ങളൊക്കെ ചോദിച്ചു. ഇതിനിടയിൽ ചാഞ്ചൻ മൂന്നാമത്തെ ബീഡിയുടെ കെട്ടഴിച്ചു, അരയിൽ നിന്നു മറ്റൊരു പൊതിതുറന്ന് കൈവെള്ളയിൽ തിരുമ്മി, ബീഡിയിലെ ചുക്കാ കളഞ്ഞ് അതിലേക്കു തിരുകി തെറുത്തുകെട്ടി കത്തിച്ചു. രണ്ടു പുകയെടുത്തു ശേഷം ചോതനു കൊതുത്തിട്ട് കാർന്നോരുടെ തോളത്തു തട്ടി..

"പിന്നെ.... മോന്താൻ വെല്ലോമൊണ്ടോ?"

"അയ്യോ. അതാ കഷ്ടം. ഇബടത്തോരു സബേ ചേർന്നേപ്പിന്നെ അമ്മാതിരി ഒന്നുമില്ല."

"അടുത്തേടെ കിട്ടും"

"അതിന് വഴീണ്ട്"

കാർന്നോരു ജില്ലെന്നായി.. രണ്ടു ചട്ടി കള്ള് അകത്തു ചെന്നപ്പോൾ കള്ളില്ലാത്ത കല്യാണത്തിന്റെ പോക്കണം കേടിനെക്കുറിച്ചു കാർന്നോരു വാചാലനായി.

"മ്മക്കു മേണ്ടാന്നു വെക്കാം. ന്നാ ഇത്രേം കാലായി മ്മളെ കാക്കണ ചത്തുപോയോരെന്നാ ചെയ്യും. ആണ്ടിലൊരു നേരത്തതുങ്ങാ വെള്ളം കുടിച്ചു പെഴച്ചോട്ടേന്നു ബെക്കണ്ടെ. ങാ ഹാ,"

കല്യാണപ്പെരേലെത്തിയപ്പോൾ, പ്രാർത്ഥന കഴിഞ്ഞിരുന്നു. ആളുകളൊക്കെ തീറ്റിയുടെ തിരക്കിലാണ്. സ്വന്തക്കാരും ബന്ധക്കാരും അടുത്തുകൂടി കുശലം ചോദിച്ചു:

ഇടയ്ക്കു മച്ചുനൻ വന്നറിയിച്ചു.:

"മ്മക്കവസാന പന്തിക്കിരിക്കാം."

"ഞങ്ങാ ഇമ്മിണി മോന്തി"

അതായിരിക്കും മച്ചുനൻ ഉദ്ദേശിച്ചതെന്നോർത്താണ് പറഞ്ഞത്. മച്ചുനൻ ചൂണ്ടുവിരൽ ചുണ്ടിൽ ചേർത്തു മിണ്ടരുതെന്നു ആംഗ്യം കാട്ടി. ചാഞ്ചൻ ചെവിയിൽ പറഞ്ഞു:

"അതല്ല. കറി[75]യുണ്ട്. വീട്ടുകാർക്കു മാത്രാ. പോരാഞ്ഞിട്ട് സബേ പെലേരും കുറവരും ഒക്കെണ്ടു. ആരറിയണ്ട."

വെള്ളകുപ്പായം ഇട്ടവരോടു അടുത്തുനിന്നു സംസാരിക്കാതിരിക്കാൻ ചാഞ്ചനും ചോതനും ഏറെ പണിപ്പെടുന്നുണ്ടായിരുന്നു.. ചാഞ്ചന്റെയും ചോതന്റെയും വിനയഭാവം വെള്ളക്കുപ്പായക്കാരെ ഏറെ ആകർഷിച്ചു. "എത്ര നല്ല വാല്യക്കാർ. മ്മടെ സഭേ കൂട്ടണം." പോകുന്ന പോക്കിൽ അവർ ചിന്തിച്ചു

പെൺകൂട്ടത്തിൽ കുഞ്ഞുലക്ഷ്മി എല്ലാവരോടും കൂട്ടം കൂടി നടന്നു. ഇടയ്ക്കിടയ്ക്കു ചക്കി അന്വേഷിക്കും,

75. കുടൽ കറി. ഇന്ന് ഇന്റർനാഷണൽ ക്യുസൈനിൽ പെടുന്ന ഐറ്റമാണ്.

“ആ മാദാമ്മേടെ കൊച്ചാ. എന്നേലും പറ്റിയാ വെടിവെച്ചു കൊന്നളയും.”

”മാദാമ്മയും കുഞ്ഞുലക്ഷ്മിയും” ഏറ്റവും പുതിയ മണ്ണാങ്കട്ട കരിയില കഥയായി ഊരുചുറ്റി എത്തിക്കഴിഞ്ഞിരുന്നു. ചക്കി അതിന് ഇടയ്ക്കിടയ്ക്ക് ഓരോ പൂവും ചൂടിക്കൊടുക്കും. അതും കൊണ്ടടുത്ത കറക്കം കറങ്ങി വരും, ആദ്യത്തേതു മാദാമ്മക്കുളത്തിൽ കുളിക്കാൻ പോയ കഥയാണെങ്കിൽ അടുത്തത്, ആഷ്‌ലി ബംഗ്ലാവിൽ പോയ കഥ.. ആർക്കൊക്കെയോ കുഞ്ഞുലക്ഷ്മിയുടെ ഇംഗ്ലീഷ് കേൾക്കണമെന്നു മോഹം. പോരെന്താ. എവിടെയാകുടി. എന്നതൊക്കെ ഇംഗ്ലീഷിൽ പറഞ്ഞുകേട്ട് അവർ തുള്ളിച്ചാടി..

“അല്ലടീ. ചോയുക്ണം ചോയിക്കണമെന്നോർത്തിട്ടു മറന്നേ പോയി” കുഞ്ഞാച്ചി മറന്നുപോയതു തിരിച്ചുപിടിച്ചു.

“ഊം എന്നതാ ചേച്ചി?” ചെറുക്കന്റമ്മേടെ എളേ നാത്തൂൻ ചോദിച്ചു.

“പെണ്ണിന്റെ ഇല്ലം ഏതാ?”

“അദ് തഴക്കര ഇല്ലം”[76]

“തഴക്കര ഇല്ലത്തീ ഏതു കുടീലെ?” കുഞ്ഞാച്ചീടെ ആകാംക്ഷ കൂടി.

“പൊറ്റമ്മെ കണ്ടന്റേം ചോയീടേം മൂത്ത കൂത്തി”

“അയ്യടിമനമേ. അങ്ങനെ വരട്ട്”

“ചേച്ചീടാരാ?”

“എന്റെ വെല്യാങ്ങളേടെ വീടത്തീടെ അനീത്തീടെ കുട്ടിയാ. ഞാം കുഞ്ഞന്നാളീം കണ്ടിട്ടുണ്ട്?”

“ചേച്ചീടില്ലം എതാ?”

“ചെറുനാടില്ലം”

കുറച്ചു ദൂരയാണെങ്കിലും ചെറുനാടെന്നു കേട്ടപ്പോൾ ചോതൻ വിളിച്ചു പറഞ്ഞു:

“ചെറുനാടല്ല.”

അതു കേട്ടപ്പഴേ കുഞ്ഞാച്ചിക്കു പിടികിട്ടി പറയാൻ പോകുന്നതെന്താണെന്നു. വഴക്കുണ്ടാക്കുമ്പം പലപ്പോഴും പറയുന്നതാ ചെറുനാടല്ല. ചൊറിനാടാന്ന്. തിരിച്ചു കൊടുക്കാതിരിക്കാൻ ഇതു കുഞ്ഞാച്ചി അല്ലാണ്ടിരിക്കണം.

“മാണ്ടാ മാണ്ടാ. വെല്ലേം തിന്നിട്ട് കെടക്കാന്നോക്ക്. പാറപ്പുറത്തും വെട്ടുകുഴീലൊന്നും വീണേക്കല്ലു.”

കണ്ടോ അവ്ളു പിന്നേം പാറപ്പുറത്തു കൊണ്ടുവെച്ചു. പിന്നെ ചോതൻ ജീവിച്ചീരിക്കുന്നു എന്നതിനു തെളിവില്ലാണ്ടായി.

ചോതനും ചാഞ്ചനും സഭയെക്കുറിച്ച് അന്വേഷിച്ചു. വെള്ളക്കുപ്പാ

---

76. പറയർക്കും പുലയർക്കും പതിനാറില്ലം. അല്ല പന്ത്രണ്ണന്നും. കുറഞ്ഞതു താഴെ കൊടുക്കുന്നു. 1. കാഞ്ഞിരം. 2. തച്ചൻ 3. പൂഞ്ഞേരി. 4. പേയി. 5. വെള്ളി 6. തഴക്കര 7. കൊഞ്ചി. 8. കോവാനി 9. മൈൽ 10. വയ്യോടൻ. 11. ചെറുനാടൻ, 12. നെടുങ്ങാട് The Travancore tribesx and Castes Vol. III 1940

യക്കാർ വാചാലരായി. പൊയ്കയിൽ അപ്പച്ചൻ ചെയ്ത സൽപ്രവൃത്തികൾ, അത്ഭുതങ്ങൾ, പ്രവചനങ്ങൾ എല്ലാം ധാരധാരയായി പ്രവഹിച്ചു. ഒരാൾ അവസാനിപ്പിക്കുന്നിടത്ത് മറ്റൊരാൾ തുടങ്ങി. അപ്പച്ചൻ മരിച്ചിട്ട് ആറുമാസമായി.. മരണശേഷം മകളിലൂടെ വിശ്വാസികളിലൂടെ താൻ കൂടെയുണ്ടന്നു തെളിയിച്ചത്. മനസ്സും ശരീരവും ശുദ്ധമായി സൂക്ഷിക്കേണ്ടുന്നതിന്റെ ആവശ്യകത. ജന്മദത്തമായതെല്ലാമാകാം. കള്ളും ലഹരിയും അതിൽപ്പെടുന്നില്ല. അതുകൊണ്ടു ലഹരികൾ മുഴുവൻ ഉപേക്ഷിക്കണം. മച്ചുനന്റെ വീട്ടുകാരത്തിവഴി അളിയന്റെ കൂാത്തൻ ഏറെ വീറോടെ സഭേടെ നന്മകൾ വിശദീകരിച്ചു.. അടിമ ജീവിതത്തിന്റെ പ്രാക്തനാനുഭവങ്ങൾ പുതിയ ചൈതന്യങ്ങൾക്കു വഴിമരുന്നിടുന്നതു ചോതനും ചാഞ്ചനും കേട്ടറിഞ്ഞനുഭവിച്ചു. കാളയുടെയും പോത്തിന്റെയും മാംസം കഴിക്കുന്നതുപോലും അടിമ ജാതിക്കാർ നിർത്തണം. ചെക്കൻ ചരിത്രത്തിന്റെ കടുകട്ടിയായ ഏടുകൾ മറിച്ചു. കുടിച്ച കള്ളും കഞ്ചാവും ആവിയായി പോകുന്നതും കവിയൂർ തോട്ടിലെ ചരലു വിരിച്ച നിലത്തു കാലുകുത്തി നില്ക്കുന്നതും ചോതനും ചാഞ്ചനും തിരിച്ചറിഞ്ഞു. നുകത്തിന്റെ ഒരു വശത്തു കാളയോ പോത്തോ മറുവശത്ത് അടിമജാതിക്കാരനെയുംകെട്ടി നിലമുഴുതിരുന്ന കാലമുണ്ടായിരുന്നു. തുല്യമായ അനുഭവം പങ്കുവെച്ചവരാണെന്നതു മറക്കാൻ പാടില്ല..

ചാഞ്ചനും ചോതനും ആ ചെക്കന്റെ വാക്ചാതുരിയിൽ ഭ്രമിച്ചിരുന്നു പോയി.

ഇരുപത്

തിരിച്ചെത്തി പത്താം നാൾ കവിയൂരു നിന്നു ചക്കിക്കു വിരുന്നുകാരെത്തി. നേരം പോയ നേരത്തു വന്നതുകൊണ്ടു ഒന്നും നേരെ ചൊവ്വെ ഒണ്ടാക്കി കൊടുക്കാൻ പറ്റിയില്ല. ചാഞ്ചേട്ടൻ വരാൻ താമസിച്ചു. മൂന്നു നാളു കല്യാണത്തിനുപോയി വന്നപ്പം ഒന്നാം കാട്ടിലെ പണി പോയി. പിന്നെ മൂന്നാം കാട്ടിലാ കിട്ടിയത്. അതാണേ മലേടെ മോളിൽ. ആദ്യത്തെ ദിവസം കഞ്ഞീം കപ്പേമായി ആ മല കയറിയതിന്റെ ക്ഷീണം ചക്കിക്കിന്നും മാറിയിട്ടില്ല. പിറ്റേന്നു മുതൽ പെലകാലേ എണീറ്റു കപ്പേം കഞ്ഞീം കൂട്ടാനും വെച്ചു പൊതികെട്ടി കൊടുത്തുവീട്ടു. ശനിയാഴ്ച അവിടത്തെ വേലേം കഴിഞ്ഞു ആപ്പീസിൽ ചെന്നു നീണ്ട വരിയുടെ പിന്നിൽനിന്നു വെഷമിച്ചു കൂലിവാങ്ങി വന്നപ്പളാ വിരുന്നുകാരൊണ്ടെന്ന വിവരം അറിയുന്നതു തന്നെ.

“നെണക്കാ കൂാത്തിയെ ആപ്പീസറ്റം വിടാഞ്ഞില്ലേ?” ചാഞ്ചൻ ചക്കിയോടു ഒതുക്കി കടുപ്പിച്ചു.

“അയിനു മലേന്നു നിങ്ങാ എപ്പ വരണേന്നോർത്താ കൊച്ചിനെ വിടണെ.”

അതുനേരം. ചാഞ്ചൻ ആപ്പീസിലെത്തിയപ്പഴതന്നെ ഇരുട്ടി.

“അണ്ണാ. ദാ ബരുണു.” വന്നിരിക്കുന്നതു സ്വന്തം അണ്ണനല്ലെങ്കിലും അതേ അവകാശമുള്ളോനാ. ആ ബഹുമാനം കൊടുക്കണ്ടെ.. പിന്നെ ള്ളതു ആ പയ്യൻ. സഭേടെ നീറു. ദേവേന്ദ്രൻ അതാണവന്റെ പേര്. മുഴുവൻ പേര് ദേവേന്ദ്രകൊച്ചുതമ്പുരാൻ എന്നാണ് ഉറപ്പിച്ചത്. നാളിതുവരെ നിലനിന്ന ഉച്ചനീചത്വങ്ങൾക്കെതിരെ ഒരായുധമായാണ് ആ പേര് സ്വീകരിച്ചത്. ആളുകൾക്ക് അവനെ ദേവൻ എന്നോ ഇന്ദ്രൻ എന്നോ തമ്പുരാൻ എന്നോ വിളിക്കാതിരിക്കാൻ തരമില്ല.

“നീ ഏടെ പോണു.” അണ്ണനോടെന്താ പറയുക. മീനോ എറച്ചിയോ കിട്ടുവോന്നു നോക്കണം. കഴിഞ്ഞാഴ്ചയിലെ കണക്കു തീർത്താ ഇത്തിരി അരി കിട്ടുവോന്നു നോക്കണം. യുദ്ധോന്നു കേക്കുമ്പഴേ അരീം പലചരക്കു സാമാനങ്ങളും ചുമ്മാ ഇല്ലാണ്ടാവണ കാലാ. എന്നാലും അണ്ണൻ വന്നപ്പം ഇമ്മിണി കഞ്ഞിവെള്ളം കൊടുത്തില്ലേ എങ്ങനാ?. അതൊക്കെ പറഞ്ഞാ ഒന്നും വേണ്ടാ ഉള്ളതുകൊണ്ടു കഴിയാം എന്നു പറയും.

“അണ്ണാ മണ്ണെണ്ണ കിട്ടാനില്ല. ഇപ്പം ചെന്നാ കിട്ടൂന്നറിഞ്ഞു. രാതരീ ഇച്ചിരെ വർത്താനം പറേണ്ടെ.”

ചാഞ്ചേട്ടന്റെ അതിസാമർത്ഥ്യം ചക്കി ആദ്യമായി കേക്കുന്നതാണ്.

“പിന്നെ.” ചക്കി പിന്നാലെ ഓടി അടുത്തുചെന്നു പറഞ്ഞു:

“ഇന്നു കുടിക്കല്ല്. ആരൊക്കെ സഭേടെ ആൾക്കാരാ. പോക്കണം കേടാകും. പറഞ്ഞേക്കാം. എനിക്കൊന്നൂല്ല. ഇങ്ങടെ ആൾക്കാരന്നല്ലെ.”

“ഹാം”

ആറു ദിവസം മലമണ്ടേ നിന്നു പണിതിട്ടു വന്നാൽ ആഴ്ചയിലൊരു ദിവസമാണ് കിട്ടുന്നത്.. അന്നു ഒരിത്തിരി മോന്തിയില്ലെങ്കിൽ മുഞ്ഞികണ്ടാൽ ഒരു ചേലുമില്ലെന്നു ചക്കിപോലും പറയും. അയാൾ വേഗം നടന്നു. മാദാമ്മേടെ ബംഗ്ലാവിന്റങ്ങോട്ടു പോകാതെ കുറുക്കുവഴി തേടി. തേടിയവള്ളി കാലിൽ ചുറ്റീന്നു പറഞ്ഞമാതിരി ചോതഞ്ചേട്ടൻ മുമ്പില്.

“ഞാം അളിയനെക്കാണാം വരാണ്. ആരാണ്ട് തെരക്കി വന്നെന്നു കേട്ടു”

“അളിയൻ ബാ പറയാം”

“ആടെ മ്മടെ എരവിപേരൂരെ കണ്ടനണ്ണനിണ്ട്. കൂടെ ആ ചെക്കനും.”

“ഏദ് ചെക്കൻ?”

“കവിയൂരു കല്യാണത്തിനു വർത്താനം പറഞ്ഞ ചെക്കനേ”

“ങാ. തേവതാതനാ”

“ഇച്ചിരെ മീനോ എറച്ചിയോ കിട്ടോന്നു നോക്കാം?”

“ഇനീപ്പം എറച്ചി കിട്ടില്ല. തങ്കചാമീടെ കടേ ഒണക്കമീൻ കാണും”

തങ്കസാമീടെ കടേന്നു അരപ്പടി അരീം ഉണക്കമീനും പത്തു പപ്പടവും; ചക്കി തന്നുവിട്ട കുപ്പിയിൽ രണ്ടു തുടം എണ്ണയും വാങ്ങിയിട്ട്,

ചോതനെയും കൂട്ടി കുറച്ചു തെക്കോട്ടു നടന്നു. അവിടെ റാക്കു കിട്ടും. കള്ളുഷാപ്പിൽ പോകണമെങ്കിൽ മൂന്നാലു മൈൽ നടക്കണം. കുടീൽ വിരുന്നുകാരുള്ളപ്പോൾ. താമസിക്കാൻ പാടില്ലല്ലോ. ഓരോ ഗ്ലാസകത്താക്കീട്ടു അവർ കുടിയിലേക്കു തിരിച്ചു.

പാടിയിൽ ചെന്നു കയറുമ്പോൾ അണ്ണൻ കരിമ്പടം പുതച്ചിരുന്നു കുഞ്ഞുപെണ്ണിനെ പാട്ടു പഠിപ്പിച്ചുകൊണ്ടിരിക്കുന്നു. കവിയൂരെ കല്യാണത്തിനു പ്രാർത്ഥനയ്ക്ക് പാടിക്കേട്ട പാട്ടുതന്നെ. ചാഞ്ചന്റെ കൂടെ ചോതനെയും കണ്ടപ്പോൾ ചെക്കൻ ചാടിയെഴുന്നേറ്റു. അണ്ണൻ ചോതനെ വിളിച്ചു പായിലിരുത്തി.

"ഞങ്ങൾ വരുന്ന വഴി താങ്കളുടെ ഭവനത്തിൽ അന്വേഷിച്ചിരുന്നു?"

"അവ്ളും ക്ടാങ്ങളും ചുള്ളലു കൊണ്ടരാൻ പോയതാർന്നു. ഞാമ്മന്നപ്പം നാട്ടീന്നാരോ വന്നെന്നു അറുമുഖം കങ്കാണി പറഞ്ഞാ അറിഞ്ഞെ. അപ്പളെ ഇങ്ങാട്ടു പോന്നു"

"എന്തായാലും വന്നതു നന്നായി. നമ്മുടെ നാട്ടുകാരെ എല്ലാവരേയും കാണുവാനും സ്നേഹം പങ്കിടാൻ കഴിയുന്നതും അപ്പച്ചന്റെ[77] അനുഗ്രഹമാണെന്നു ഞാൻ വിശ്വസിക്കുന്നു."

"അണ്ണൻ നാട്ടീന്ന് എപ്ലാ പൊറപ്പെട്ടെ?" ചോതൻ ചോദിച്ചു.

"നാലു നാളായി"

"അണ്ണാ അവരു വെള്ളനാടി തോട്ടത്തിലും ബോയീസിലും[78] ഒക്കെ പോയിട്ടാണു വരുന്നെ" ഉണക്കമീമ്പൊതി അഴിക്കുന്നതിനിടയിൽ ചക്കി തുടർന്നു: "മ്മടെ കാലായിലെ പാക്കരേട്ടൻ ബോയീസിലൊണ്ടന്നു"

"അയ്യടാ. ആദെപ്പാ വന്നേ?"

"ഒരു കൊല്ലായീന്നു. മ്മളു പോന വഴീലൊന്നും കണ്ടിട്ടില്ല."

ചക്കി മീൻ ചട്ടിയെടുത്തു അടുക്കളവഴി പുറത്തേക്കു പോയി. കുഞ്ഞുപെണ്ണ് ചക്കി മീൻ വൃത്തിയാക്കുന്നിടത്തു വിളക്കു പിടിക്കാൻ അടുക്കളപ്പുറത്തേക്കു പോയി. ചാഞ്ചൻ അണ്ണനോട് വീട്ടുകാര്യങ്ങൾ ചോദിച്ചു. നാട്ടിലെ അറിയുന്ന ആൾക്കാരെക്കുറിച്ചൊക്കെ ചോദിച്ചു. അറിയുന്നാൾക്കാരെക്കുറിച്ചും അറിയാത്ത ആൾക്കാരെക്കുറിച്ചും കണ്ടനണ്ണൻ നല്ല വടിവൊത്ത ഭാഷയിൽ സംസാരിച്ചു. ചോതന് അതു കേട്ടിരിക്കാൻ രസം തോന്നി. എങ്കിലും കുടിക്കു പോണോല്ലോ. അവരെ വർത്താനം പറയാൻ വിട്ടിട്ട്, കഞ്ഞികുടിച്ചിട്ടു പോകാനുള്ള ചക്കിയുടെയും ചാഞ്ചന്റെയും നിർബ്ബന്ധത്തെ സ്നേഹപൂർവ്വം നിരസിച്ച് ചോതൻ സ്വെറ്ററിന്റെ കൈയിറക്കി, കഴുത്തിൽ കിടന്ന മഫ്ലർ കൊണ്ട് ചെവി മൂടിക്കെട്ടിയിട്ടു പറഞ്ഞു:

"നാളെ അണ്ണൻ ഏങ്ങടെ കുടിക്കു വാ"

"കാലത്തു വെള്ളനാടി എസ്റ്റേറ്റിൽ പ്രാർത്ഥനാ യോഗമുണ്ടു. വരുമ്പം വൈകും"

---

77. പൊയ്കയിൽ യോഹന്നാൻ
78. ബോയ്സ് റബ്ബർ എസ്റ്റേറ്റ് മുണ്ടിക്കയം

"അപ്പം രാത്രി ആടെക്കൂടാം"

അങ്ങനെ തീരുമാനിച്ചു ചോതൻ കുട്ടിക്കാനത്തിന്റെ തണുപ്പിനെ വകഞ്ഞുമാറ്റിയിറങ്ങി..

ഇരുപത്തിഒന്ന്

"ചോദൻ" ചോതൻ നല്ല ഉറക്കത്തിലായിരുന്നു.

ഇന്നലെ ഒരുപാടു താമസിച്ചാണുറങ്ങിയത്. വർത്താനം പറഞ്ഞിരുന്നു സമയം പോയതറിഞ്ഞില്ല.. കണ്ടനണ്ണനും, തേവതാസനും വരുന്നതു പ്രമാണിച്ചു, ചക്കിയും ചാഞ്ചനും കുഞ്ഞുപെണ്ണും എല്ലാവരും അവിടുണ്ടായിരുന്നു. ചോതന്റെയും കുഞ്ഞാച്ചിയുടെയും കരവിരുതു കൊണ്ട് ആ കുഞ്ഞു പെരേൽ ഇഷ്ടം പോലെ സ്ഥലമുണ്ട്. കൂടാതെ കുഞ്ഞുലച്ചുമിക്കു പഠിക്കാനെന്നു പറഞ്ഞ് ഒരു ചാർത്തും പിടിച്ചിരുന്നു,.

ചക്കി വന്നതു എന്തായാലും നന്നായി. തണുപ്പു തുടങ്ങിയാൽ കുഞ്ഞാച്ചിക്കു കാലിനു വേദന കൂടും.. അല്ലെങ്കിൽ കുഞ്ഞുലച്ചുമിയും ചോതനും പെടാപ്പാടു പെട്ടേനെ. ഞായറാഴ്ച ചോതനും ചാഞ്ചനും കൂടി പാമ്പനാർ ചന്തയിൽ പോയി പലചരക്കു സാമാനങ്ങളും ഉണക്കുകപ്പയും ആളെ കൊല്ലുന്ന വിലയ്ക്കു മൂന്നുപടി അരിയും (എന്നാലും തങ്കചാമിയുടെ കൊലക്കത്തിയേക്കാൾ ഭേദമാണ്) വാങ്ങി. ചാഞ്ചൻ എല്ലാം കുറേച്ചെ വാങ്ങി. അവരു മൂന്നുപേരല്ലെ ഉള്ളു. എല്ലാം ചാക്കുകളിലാക്കി. ചാഞ്ചൻ അവിടെ ഇവിടെ ഒക്കെ അന്വേഷിച്ചു നടന്നു രണ്ടു റാത്തൽ പച്ചകപ്പയും വാങ്ങി. പോരുന്ന വഴിക്കു മമ്മാലീടെ എറച്ചികടേന്നു രണ്ടു റാത്തൽ ഇറച്ചിയും. കൊടലും പണ്ടോമൊക്കെ കാലത്തുതന്നെ തീർന്നു. പിന്നെ മറക്കാതെ പളനിയാണ്ടീടെകുടീ കയറി ഒരു കുപ്പി റാക്കും. കണ്ടനണ്ണനും തേവതാസനും വൈകീട്ടല്ലെ വരൂ..

പച്ചകപ്പ കണ്ടപ്പം ക്ടാങ്ങയ്ക്കു അപ്പം വേണം. അതു വൈകീട്ടു മാമമ്മാരു വരുമ്പം ഉണ്ടാക്കാനാണെന്നു പറഞ്ഞു സമാധാനിപ്പിച്ചു. പക്ഷേ, എറച്ചി അപ്പോൾത്തന്നെ ചോതനും ചാഞ്ചനുംകൂടി നുറുക്കിക്കൊടുത്തു. ബാക്കികാര്യം ചക്കി ഏറ്റെടുത്തു.

കാലത്തുതന്നെ പാമ്പനാറിനും തിരിച്ചും നടന്നതിന്റെ ക്ഷീണം തീർക്കാൻ ഒരോ തുടം റാക്കു മോന്തിയിട്ടു താഴത്തെ ചാലിൽ പോയി മുങ്ങിക്കുളിച്ചു. തിരിച്ചുവന്നു. വിശാലമായിട്ടു തുടങ്ങി. അര ഗ്ലാസു വീതം അകത്തുചെന്നപ്പോൾ കൊടലു കത്താൻ തൊടങ്ങി. അടുപ്പത്തുനിന്നു മസാലചേർത്ത പാതിവെന്ത എറച്ചിയുടെ മണം അതുവഴി ഒന്നു ചുറ്റിത്തിരിഞ്ഞു കുട്ടിക്കാനം കാറ്റുമായി കൂട്ടുകൂടാൻ പോയി.

"അതേന്നു നാലുകഷ്ണം ഇങ്ങായെടുത്തേ. അരപ്പുപിടിച്ചോന്നു നോക്കട്ടു." ചാഞ്ചൻ ചക്കിയോടായി പറഞ്ഞു. അതു പതിവായതു കൊണ്ടു ചക്കി ചട്ടിയിൽ ഒരു തവി കോരിക്കൊടുത്തു. പളനിയാണ്ടീടെ റാക്കിൽ ഇരുമ്പുപോലും ദഹിക്കും.. ക്ടാങ്ങളു അലക്കും കുളീം കഴിഞ്ഞു

വന്നിട്ടു എല്ലാവരും ഉണക്കു കപ്പ പുഴുക്കും, എറച്ചിക്കറിയും വറ്റുകുറഞ്ഞ കഞ്ഞീം കുടിച്ചു. വർത്താനം പറഞ്ഞിരുന്നു..

എന്തോ ടക് ടക് ശബ്ദവും അതിന്റെ പിന്നാലെ ആരെയോ വിളിക്കുന്നതും കേട്ടെങ്കിലും ഉറക്കക്ഷീണം കൂടുതലായതുകൊണ്ടു കണ്ടൻ ഒന്നളകി കിടന്നു വീണ്ടും ഉറക്കത്തിലേക്കു കൂപ്പു കുത്തി. അലച്ചിലു ഇപ്പോൾ കൂടുതലാണ്. സഭയ്ക്കുവേണ്ടി എത്ര അലയുന്നതിനും യാതൊരു മടിയുമില്ല. പക്ഷേ, ഇപ്പം പുതിയൊരു ഉദ്ദേശവുമായിട്ടാണ് ഇറങ്ങിയത്. സഭയ്ക്കുബേണ്ടിയല്ല. ദേവദാസനു വേണ്ടി. ഉടപ്പിറന്നവളുടെ നിർബ്ബന്ധം.

ചക്കിയും പതിവില്ലാതെ നല്ല ഉറക്കത്തിലായിരുന്നു. കാലത്തു പണിക്കു പോകുന്നില്ല എന്നു ചാഞ്ചൻ തലേന്നുതന്നെ പറഞ്ഞു. എറച്ചി വാങ്ങുന്നതിന്റെ പിറ്റേന്നു ചാഞ്ചൻ പണിക്കു പോകാറില്ല.. അതു കണ്ടു പഠിച്ചിട്ടായിരിക്കും കുഞ്ഞുപെണ്ണ് സ്കൂളിൽ പോകുന്നില്ലാന്നു പറഞ്ഞു അച്ഛന്റെ അനുവാദവും വാങ്ങി. അതുകൊണ്ട് ചക്കി നന്നായി ഉറങ്ങാൻ തന്നെ തീരുമാനിച്ചു. കമ്പിളികൊണ്ടു തല മൂടി കിടന്നു. ആരോ വിളിക്കുന്നതു കേട്ടെങ്കിലും അതു ചോതനണ്ണനെ ആണെന്നതുകൊണ്ടു തന്നെ എഴുന്നേറ്റില്ല. എന്തൊക്കെയോ മുറുമുറുത്തുകൊണ്ട് അവൾ വീണ്ടും കിടന്നു. തലേന്നത്തെ മുറുമുറുപ്പ് അവൾക്കിപ്പോഴും മാറീട്ടില്ല.

കുഞ്ഞാച്ചിക്കു കിടന്നിട്ട് പെട്ടന്നുറക്കം വന്നില്ല. തണുപ്പു തുടങ്ങിയാ പിന്നങ്ങനെയാണ്. അവൾ കണ്ടനണ്ണൻ പറഞ്ഞ കാര്യം വീണ്ടും വീണ്ടും ആലോചിച്ചു.. രാത്രിയിൽ കപ്പയും ഇറച്ചിയും പിന്നെ അല്പം കഞ്ഞി നിർബ്ബന്ധിച്ചതുകൊണ്ടു മാത്രം കുടിച്ചു കൈകഴുകി വന്നിരുന്ന കണ്ടനണ്ണൻ പിന്നെയും കുറെ നാട്ടുവിശേഷങ്ങൾ വിളമ്പി., എളേക്കുാങ്ങളു രണ്ടും നല്ല ഉറക്കമായി. കുഞ്ഞുപെണ്ണും പൊന്നമ്മയും സ്കൂളുവിശേഷങ്ങളൊക്കെ വീണ്ടും വീണ്ടും പറഞ്ഞുകടന്നു ഉറങ്ങി. ചക്കിയും കുഞ്ഞുലക്ഷ്മിയും മാത്രം പാത്രം കഴുകുന്നതിന്റെയും ബാക്കി വന്നതൊക്കെ കേടാകാതെയും പൂച്ച തലയിടാതെയും നോക്കണമല്ലോ.

"ഞാനൊരു പ്രത്യേക കാര്യം പറയണമെന്നു കരുതിയാണ് വന്നത്."

കണ്ടനണ്ണൻ എന്തിനോ തുടക്കമിടുന്നതു കേട്ടു ചക്കി ചെവി വട്ടം പിടിച്ചു.. വല്യാളുകളു വർത്താനം പറയുന്നിടത്തു കുഞ്ഞുലക്ഷ്മി ചെവി കൊടുക്കാറില്ല. ചാഞ്ചനും ചോതനും കുഞ്ഞാച്ചിയുമെല്ലാം ആകാംക്ഷ യോടെ കണ്ടനണ്ണനെ കേട്ടിരുന്നു.

"എന്റെ മരുമകൻ ദേവദാസൻ സഭാ കാര്യങ്ങളിലൊക്കെ വളരെ താല്പര്യമെടുക്കുന്നുണ്ട്. അവനു നന്നായിട്ടു സംസാരിക്കാനുമറിയാം,. സഭയുടെ ചില ചുമതലകൾ അവനെ ഏല്പിക്കുവാനുള്ള തീരുമാനവു മുണ്ട്. അധികം താമസിയാതെ അവൻ സഭയുടെ ഒരുയർന്ന പദവിയി ലെത്തും."

കണ്ടൻ എല്ലാവരെയും ഒന്നുഴിഞ്ഞു നോക്കി. ദേവദാസന്റെ വലിപ്പം

എല്ലാവരുടെയും മനസ്സിൽ പതിഞ്ഞെന്നും ഇനിയതു കൂടുതൽ വലുതാക്കി വഷളാക്കണ്ട എന്നു സ്വയം തീരുമാനിക്കാനും ആ സമയം ഉപകരിച്ചു.

‘‘ഇവനെ അങ്ങനെ ചില ഉത്തരവാദിത്വങ്ങൾ ഉണ്ടാകും എന്നറിഞ്ഞപ്പോൾ ഇവന്റെ അമ്മ, അതായത് എന്റെ പെങ്ങൾ ഒരു കാര്യം പറഞ്ഞു. അവന് എന്ത് ഉത്തരവാദിത്വം വേണേലും ഏല്പിച്ചു കൊടുത്തോ. പക്ഷേ, അതിനുമുമ്പ്, ഈ കുടുംബം നിലനിർത്താൻ എന്തെങ്കിലും ചെയ്യണം. അല്ലെങ്കിൽ ഉത്തരവാദിത്വങ്ങളിൽ മുഴുകി അവനതു മറന്നു പോകും.”

”ങ..ങ...ങഞ അങ്ങനെ വരട്ടെ” ചക്കി ചെയ്തുകൊണ്ടിരുന്ന പണി അവിടിട്ടിട്ട് കൂട്ടത്തിലേക്കു വന്നു കുഞ്ഞാച്ചീടെ അടുത്തിരുന്നു.. ചക്കിയെ ഒന്നു പാളി നോക്കിയിട്ട്, ചാഞ്ചന്റെ മുഖത്തു കണ്ണുകളുറപ്പിച്ചു കണ്ടനണ്ണൻ തുടർന്നു.

“നിനക്കറിയാമല്ലോ പെങ്ങടെ കാര്യം. വീട്ടുകാര്യങ്ങളൊക്കെ നേരാം വണ്ണം നടക്കണമെന്നു വെല്യ വാശിയാണ്.” അറിയില്ലെങ്കിലും ചാഞ്ചൻ തലകുലുക്കി. എളംതിണ്ണയിലിരുന്നു മുറുക്കുന്നതല്ലാതെ മറ്റൊന്നും ചാഞ്ചൻ കണ്ടിട്ടില്ല.. ചിലപ്പം നാലും കൂട്ടി മുറുക്കി കഴിയുമ്പഴാരിക്കും നേരാം വണ്ണം എല്ലാം കാണുന്നതും ചെയ്യുന്നതും.

“പെങ്ങക്കു ഒരു വാശി. അടക്കോം ഒതുക്കോം കുടുംബമഹിമയു മുള്ള പെണ്ണായിരിക്കണം. പൊന്നും പണവും ഒന്നുമല്ല കാര്യം.. അപ്പോൾ ഞാൻ പെങ്ങളോടു ചോദിച്ചു പെങ്ങക്കാരെയെങ്കിലും അറിയാമോന്നു. അപ്പോൾ പെങ്ങളൊരു കാര്യം പറഞ്ഞു.” വീണ്ടും ചക്കിയെ ഒന്നു പാളിനോക്കി, കുഞ്ഞാച്ചിയെ ഒന്നു ഉഴിഞ്ഞെടുത്തു. (കുഞ്ഞാച്ചിയുടെ കാലിന്റെ വേദന അല്പനേരത്തേക്കു ശമിച്ചെന്നു തോന്നുന്നു.) ചാഞ്ചന്റെ മുഖത്തുകൂടി ഒഴുകി നോട്ടം ചോതനിൽ തറഞ്ഞുനിന്നു.

“ഇന്നു എരുമേലിയിൽ ഒരു പ്രാർത്ഥനാ യോഗമുണ്ടായിരുന്നു. ഞങ്ങൾ രണ്ടാളും ചെല്ലണമെന്നു അതിന്റെ സംഘാടകർ പറഞ്ഞതാണ്. വളരെ സുപ്രധാനമായ കാര്യങ്ങൾ ചർച്ച ചെയ്തു തീരുമാനിക്കാ നുണ്ടെന്നു. അതൊക്കെ മാറ്റിവെച്ചു ഞാൻ ഇങ്ങോട്ടു വന്നതു പെങ്ങളു പറഞ്ഞിട്ടാണ്.”

ചക്കിക്കൊഴികെ മറ്റാർക്കും ഒന്നും മനസ്സിലായില്ല. കണ്ടൻ മനസ്സിൽ കണ്ടതു ചക്കി മരത്തിൽനിന്നു പറിച്ചു അതിന്റെ മുള്ളും പൊറ്റയും കളഞ്ഞു ഉള്ളംകൈയിലിട്ടു തിരുമ്മിക്കൊണ്ടിരിക്കുകയാണ്. വരട്ടെ, വരട്ടെ. പറയാം എന്നു മനസ്സിൽ പല്ലിറുമ്മികൊണ്ട്..

“പെങ്ങൾക്കിഷ്ടപ്പെട്ടതു ചോതന്റെ മോളെയാണ്.”

“ഇന്നും തന്റെ ഉള്ളംകൈയിലിരിക്കുന്ന കുട്ടിയായി മാത്രം കുഞ്ഞുല ച്ചുമിയെ കാണുന്ന ചോതൻ മരവിച്ചിരുന്നുപോയി. കുഞ്ഞാച്ചിക്കും ഏതാണ്ടു പോലായി. ചാഞ്ചൻ കൊടുത്ത സ്വറ്ററിനുള്ളിലാണെങ്കിലും ദേവദാസന്റെ ശരീരമാകെ കുളിരു കോരി.

"അതു ഒക്കൂല." ചക്കി ഉറക്കെ പറഞ്ഞു.

കണ്ടനണ്ണന്റെ മുഖത്തുനോക്കി അതു പറയാൻ അവൾക്കെന്താ അവകാശം എന്ന ചോദ്യം ചാഞ്ചൻ തന്റെ രൂക്ഷമായ നോട്ടത്തിൽ കൊരുത്തിയിട്ടു. കണ്ടനും സത്യത്തിൽ ഞെട്ടിപ്പോയി. തങ്ങളെ അമ്പരപ്പിൽനിന്നു മോചിപ്പിച്ച ചക്കിയെ നന്ദിയോടെ നോക്കിക്കൊണ്ട് എന്നാൽ ചക്കിയുടെ ചാട്ടുളിയുടെ മൂർച്ച ഒന്നു കുറയ്ക്കാനായി ചോതൻ പറഞ്ഞു:

"അവ്ളു പടിച്ചോണ്ടിരിക്കണ കൂാത്തിയാ?"

''പടിക്കുന്നതു നല്ലതാ. എന്തിനു വേണ്ടിയാ പഠിക്കുന്നത്?'' കണ്ടനണ്ണൻ ഒരു ചോദ്യമെറിഞ്ഞു കൊടുത്തിട്ട് എല്ലാവരേയും മാറി മാറി നോക്കി.

"ചക്രം കിട്ടണ പണി വേണോന്നാ അവടെ അപ്പന്റെ മനസ്സിലിരിപ്പ്" കുഞ്ഞാച്ചി.

''അതിനല്ലേ നമ്മുടെ സഭേടെ സ്കൂളുകളൊള്ളത്'' കണ്ടൻ അങ്ങനെയൊരു കാര്യം ഇതുവരെ ഓർത്തതല്ല. മാത്രവുമല്ല, സഭയിൽ തന്നെയുള്ള പലരും കാത്തിരിക്കുന്നുണ്ട്. പക്ഷേ, എങ്ങനെയോ കടന്നുകൂടിയ വാശിയാണ് അയാളെക്കൊണ്ട് അതു പറയിച്ചത്. പറഞ്ഞു കഴിഞ്ഞ് വേണ്ടായിരുന്നു എന്ന തോന്നലും ഉണ്ടായി.

കണ്ടൻ വലിച്ചെറിഞ്ഞ ചൂണ്ട എവിടൊക്കെയോ ഉടക്കിയെന്നു തോന്നുന്നു. ചക്കിയൊഴികെ.

കുഞ്ഞുലച്ചുമി ഞെട്ടിത്തരിച്ചു. അവൾക്കു പഠിക്കണം. കാത്തിയെപ്പോലെ. കാത്തിക്ക് ഇപ്പം പത്തിരുപത്താറു വയസ്സായി. കല്യാണം ഉടനെ വേണ്ടെന്നു ഒരേ വാശിയിലാണ്. തനിക്കും അതു തന്നെയാണ് വേണ്ടത്.

"എന്നാണേലും എനക്കവ്ളു സിത്തുപോം[79] വരെ പഠിക്കണോന്നാ" ചക്കി അടങ്ങിയിരുന്നില്ല..

ഈ തല തെറിച്ചത് ചാഞ്ചന്റെ തലയിൽത്തന്നെ വന്നു വീണല്ലോ? കണ്ടനു അരിശം വന്നെങ്കിലും മിണ്ടിയില്ല. പെലേരുടേം പറേരുടേം കൂട്ടത്തിൽ തീരുമാനങ്ങളെടുക്കുന്നതിൽ എല്ലാവർക്കും പങ്കുണ്ട്. പക്ഷേ, അധികാരമുള്ളോരിരിക്കുമ്പം ഇവളെന്തിനാ തലക്കാണം വെട്ടുന്നെ. ദേവദാസന്റെ രൂക്ഷമായ ഒളിഞ്ഞുനോട്ടം ഇടയ്ക്കിടയ്ക്കു ചക്കിയെ കുത്തി.

"ഏഴാം ക്ലാസു പാസായാൽ ടീച്ചറാകാം പിന്നെന്തിനാ സമയം വെറുതേ കളയുന്നത്." കണ്ടൻ പറഞ്ഞു. ഇനിയിതിന്മേൽ ഒരു ചർച്ച, അതും ചക്കിയുടെ സാന്നിദ്ധ്യത്തിൽ വേണ്ടാ എന്നു കണ്ടനുറപ്പിച്ച് കൊണ്ട് കലാശക്കൊട്ടു കൊട്ടി.: "ഇതു ഇന്നോ നാളെയോ നടത്താനല്ല. നിങ്ങളു നല്ലപോലെ ആലോചിച്ചിട്ടുമതി. എന്നായാലും മുന്നേ ഉറപ്പിക്കുന്നതു നല്ലതാണല്ലോ."

79. Sixth form

”ഇതെന്നാ പശുക്കുട്ടിയോ മറ്റോ ആണോ നേരത്തെ പറഞ്ഞു വെക്കാൻ'' ചക്കി മനസ്സിൽ പറഞ്ഞു. ചോതനണ്ണനും ചേച്ചിയും മിണ്ടാതിരിക്കുന്നിടത്തു കൂടുതൽ പറയുന്നതു പന്തിയല്ല എന്നവൾക്കു തോന്നി. അവൾ ചാർത്തിൽ കണ്ടനണ്ണനും ദേവദാസനും പായ് വിരിച്ചു കമ്പിളിയും കൊടുത്തു. എന്തു പറയണമെന്നറിയാതെ ചോതൻ കിടന്നുറങ്ങി. തിരിഞ്ഞും മറിഞ്ഞും കിടന്ന കുഞ്ഞാച്ചി ഒന്നു മയങ്ങിയെന്നേ തോന്നുന്നുള്ളു അപ്പഴാണ് കുതിരക്കുളമ്പടിയും പിന്നാലേ എതൽ മാദാമ്മയുടെ വിളിയും കേൾക്കുന്നത്. അവൾ കണ്ടനെ കുലുക്കിയുണർത്തി. മാദാമ്മയോടു വർത്താനം പറയാൻ കുഞ്ഞുലച്ചുമി വേണം. തിരിഞ്ഞു കുഞ്ഞുലച്ചുമി കിടന്നിടത്തു നോക്കിയപ്പോൾ അവിടെ ആളില്ല. ഈ നേരത്ത് അവളെവിടെ പോയതാണെന്നു ചിന്തിച്ചു മറക്കിടവഴി നോക്കുമ്പോൾ കുഞ്ഞുലച്ചുമി കുതിരപ്പുറത്തിരിക്കുന്നു.

“ചോദൻ” എതൽ പിന്നെയും ഒച്ച ഉയർത്തി വിളിച്ചു.

കാര്യം എന്തെന്നറിയാതെ ചോതൻ സടകുടഞ്ഞെഴുന്നേറ്റു പുറത്തേക്കോടി. ആ പരാക്രമത്തിൽ കുാങ്ങളൊഴികെ എല്ലാവരും എഴുന്നേറ്റു പുറത്തെത്തി. വെള്ളകുതിരപ്പുറത്തു വെള്ളക്കുപ്പായത്തിനു പുറത്ത് കറുത്ത ഓവറോൾ ഇട്ടു മദാമ്മയും മുമ്പിലായി കാത്തി കൊടുത്ത കുപ്പായമിട്ടു സ്വറ്ററൊന്നുമില്ലാതെ കുഞ്ഞുലക്ഷ്മിയും. അവളെ തണുക്കാതിരിക്കാൻ മാദാമ്മസ്വന്തം സ്വറ്ററിന്റെ ഉള്ളിലാക്കി കൈകൊണ്ടവളെ ചേർത്തു പിടിച്ച് ഒറ്റക്കൈകൊണ്ടു കടിഞ്ഞാൺ പിടിച്ച് ഇരിക്കുന്നു.

“ഇതു എന്നുടെ കുട്ടി. അവളെ നാനേ പഠിക്ക വെച്ചിറുക്കേ. അപ്പോ നാൻ ശൊന്ന മാതിരിയെ നടക്കണം. പുരിയിതാ?”

എതൽ തനിക്കു നല്ല വശമുള്ള തമിഴിൽ പറഞ്ഞു.

“ആം..” ചോതൻ തൊഴുകൈയോടെ പറഞ്ഞു.

“യാരാവതു തൊന്തരവ് കൊടുത്താ...”

എതൽ ഒന്നു നിർത്തിയിട്ടു തുടർന്നു.

“ആമാ.......യാരു ഇവളെ കേട്ടു വന്നത്?”

ദേവദാസൻ കണ്ടനമ്മോന്റെ പിന്നിലേക്കൊതുങ്ങി.

“തേശത്തൂന്നാ.” ചോതൻ പറഞ്ഞു.

“യാരാന്നാലും പോക ശൊല്ല്” എന്നിട്ടു കുഞ്ഞുലച്ചുമിയോട്

“'Let"s go for a ride.”

വിഷമം തോന്നുമ്പോൾ, മനസ്സിൽ പിരിമുറുക്കം കൂടുമ്പോൾ എതൽ ചെയ്യുന്നത് അതാണ്. കുഞ്ഞുലക്ഷ്മിക്കു നല്ല വിഷമം ഉണ്ടെന്നു എതലിനു മനസ്സിലായി. അല്ലെങ്കിൽ, വെളുപ്പിന് ഈ തണുപ്പത്ത് സ്വറ്റർ പോലുമില്ലാതെ താൻ വരുന്ന വഴിക്കു കാത്തുനില്ക്കുമോ? കുതിരപ്പുറത്ത് എതലിന്റെ നെഞ്ചിലെ ചൂടിൽ ഒട്ടിയിരുന്നു പോകുന്ന കുഞ്ഞുലക്ഷ്മിയെ നോക്കി ചക്കി പൊട്ടിച്ചിരിച്ചു.

ഇരുപത്തിരണ്ട്

ആയിരത്തിത്തൊള്ളായിരത്തി നാല്പത് മെയ് പത്താം തീയതി സഖ്യസൈന്യത്തിന്റെ ഡൈൽ പ്ലാൻ[80] തകർത്തുകൊണ്ട്, ബെൽജിയം തുറമുഖത്ത് ബോംബ് വർഷിച്ച് ജർമ്മൻ സൈന്യത്തിന്റെ ഗ്രൂപ്പ് B, ഫ്രഞ്ച് അതിർത്തിയിലേക്കു മാർച്ചു ചെയ്തു. അതേസമയംതന്നെ, ജർമ്മൻ സൈന്യത്തിന്റെ ഗ്രൂപ്പ് A സുഡാനിൽ മിയൂസ് നദിതാണ്ടി, ഫ്രാൻസിന്റെ രണ്ടും ഒൻപതും സൈന്യങ്ങളെ നിഷ്ക്രിയമാക്കി, ആർഡന്നീസ് വനത്തിലൂടെ സഖ്യസൈന്യത്തിന്റെ സകല പ്രതീക്ഷകളെയും തകർത്തുകൊണ്ട് തെക്കുഭാഗത്തു പ്രത്യക്ഷപ്പെട്ടു. വടക്കു പടിഞ്ഞാറുനിന്ന് ഗ്രൂപ്പ് B യും തെക്കുനിന്ന് ഗ്രൂപ്പ് A യും BEF നെ വളഞ്ഞപ്പോൾ, സഖ്യസൈന്യം പ്രതിരോധത്തിലായി. ജർമ്മൻ സൈന്യത്തെ പിന്തിരിപ്പിക്കുക സാദ്ധ്യമല്ലെന്നു ബോദ്ധ്യമായപ്പോൾ പിന്മാറ്റത്തിലേക്കു തന്ത്രം മാറ്റി. ബോലോണ സംരക്ഷിക്കാൻ കൂടുതൽ ബ്രിട്ടീഷ് സൈന്യത്തെ വിന്യസിച്ചെങ്കിലും അതും ജർമ്മൻ സൈന്യം പിടിച്ചെടുത്തു. അതോടെ ഇംഗ്ലീഷ് ചാനലിലെ തുറമുഖങ്ങളെല്ലാം ഭീഷണിയിലായി. ഗത്യന്തരമില്ലാതെ മെയ് ഇരുപത്തിയാറാം തീയതി അവശേഷിക്കുന്ന സുരക്ഷിത തുറമുഖമായ ഡൺകിർക്കിലേക്കു പിന്മാറാൻ സഖ്യസൈന്യത്തിനു നിർദ്ദേശം ലഭിച്ചു. അവിടെനിന്ന് നേവിയുടെ കപ്പലുകളിൽ ബ്രിട്ടനിലേക്കു കുടിയൊഴിപ്പിക്കാനായിരുന്നു പ്ലാൻ. പക്ഷേ, ആഴം കുറഞ്ഞ തീരം പ്രശ്നമായി. കുറേപ്പേർ നീന്തി കപ്പലിൽ കയറിപ്പറ്റി. ബാക്കിയുള്ളവർ കഴുത്തറ്റം വെള്ളത്തിൽ അടുത്തുകൊണ്ടിരിക്കുന്ന ജർമ്മൻ സൈന്യത്തിനും ഇംഗ്ലീഷ് ചാനലിനും നടുക്കു മണിക്കൂറുകളോളം നിന്നു. കിട്ടാവുന്ന ചെറുബോട്ടുകൾ സർക്കാർ ഉത്തരവിന്റെ ബലത്തിൽ പിടിച്ചെടുത്തു തുറമുഖത്തു എത്തിയവരെ രക്ഷപ്പെടുത്തി..

മെയ് മുപ്പത്തി ഒന്നാം തീയതി ജർമ്മൻ സൈന്യം ഡൺകിർക്ക് പിടിച്ചെടുത്തെങ്കിലും നിലനിർത്താൻ അവർക്കു കഴിഞ്ഞില്ല. ജൂൺ ഒന്നാം തീയതി കാലത്തു പതിനൊന്നു മണിക്കു യുദ്ധമുന്നണിയിൽ സർവ്വസൈന്യ ആക്രമണത്തിനുള്ള ജർമ്മൻ പ്ലാൻ ഫ്രഞ്ചു സൈന്യത്തിന്റെ പ്രതിരോധം കൊണ്ടു വിഫലമായി. ജൂൺ രണ്ടാം തീയതി അർദ്ധരാത്രിക്കു തൊട്ടുമുമ്പ് "BEF evacuated" എന്ന സന്ദേശത്തോടെ ഫ്രഞ്ചു പിന്മാറ്റം ആരംഭിച്ചു. ജൂൺ മൂന്നാം തീയതി ജർമ്മൻ സൈന്യം മൂന്നു മൈൽ അകലെ എത്തിയപ്പോൾ ബ്രിട്ടീഷ് സൈന്യത്തിനു അവശേഷിച്ചത് ഒരു രാത്രി മാത്രം. 1940 ജൂൺ മാസം നാലാം തീയതി കാലത്ത് 10.20 ന് ഡൺകിർക്ക് തുറമുഖത്ത് സ്വസ്തികം പാറിക്കളിച്ചു.

---

80. ജർമ്മൻ സൈന്യത്തിന്റെ ഫ്രഞ്ചു ബെൽജിയം ആക്രമണത്തെ ചെറുക്കുന്നതിനു സഖ്യസൈന്യം തയ്യാറാക്കിയ പ്ലാൻ - ഡൈൻ നദീതീരത്തെ ഉപരോധംകൊണ്ട് ജർമ്മൻ സൈന്യത്തെ നിർവ്വീര്യമാക്കുക എന്നതായിരുന്നു പ്ലാൻ.

ഒറ്റ ബോംബ് വർഷംകൊണ്ട് 1,92,130 ആളും ആയുധങ്ങളും തകർക്കാൻ കഴിയാതിരുന്ന ജർമ്മൻ സൈനികോദ്യോഗസ്ഥന്റെ തല ഹിറ്റ്ലറുടെ മുമ്പിൽ ഉരുണ്ടു എന്നത് പരസ്യമായ രഹസ്യം.

ഡൺകിർക്ക് തുറമുഖത്തുനിന്നുള്ള പലായനം ഒരു അത്ഭുതമായി[81] ചർച്ചിൽ കരുതി. ബ്രിട്ടീഷ് പത്രങ്ങൾ വിപത്തിനെ വിജയമാക്കിയ കഥ കൊട്ടിഘോഷിച്ചു. പക്ഷേ, 1,92,130 ബ്രിട്ടീഷ് സൈനികർ രക്ഷപ്പെട്ടപ്പോൾ 14,030 പേർ വെടിയേറ്റു മരിച്ചു. ഓലക്കാൽ ചീലക്കാൽ മാർച്ചു ചെയ്തവർ യുദ്ധത്തടവുകാരായി പിടിക്കപ്പെട്ടു. അവർ മാർച്ചു തുടർന്നു. ജർമ്മൻ പട്ടാളത്തിന്റെ താളത്തിന്. മൈലുകളോളം. അവസാനം ജർമ്മൻ വ്യവസായ ശാലകളിലും പാടങ്ങളിലും പണിക്കാരായി. 1941 ൽ നേതാജി സുഭാഷ് ചന്ദ്രബോസ് ജർമ്മനിയിലെത്തുന്നതുവരെ.

ഇരുപത്തിമൂന്ന്

കാലത്തുതന്നെ പുറപ്പെടണം. പാക്കരേട്ടനെ കാണണം. കണ്ടൻ ചേട്ടൻ പറഞ്ഞു തന്ന സ്ഥലം അറിയാം. എന്തായാലും മുണ്ടക്കയംവരെ പോണോന്നു കൊറേ നാളായി ചക്കി മനസ്സിലിട്ടു ലാളിക്കുന്ന ഒരു കാര്യമാണ്. ഇനി പാക്കരേട്ടനെ കാണാൻ പറ്റിയില്ലെങ്കിലും മുണ്ടക്കയം കാണാല്ലോ.

അവിടെ പോകുമ്പം എന്തെങ്കിലും കൊണ്ടു പോകണ്ടെ. പഞ്ഞകാലമാ, യുദ്ധമാ എന്നൊക്കെ പറഞ്ഞിട്ടു കാര്യമുണ്ടോ. പാക്കരേട്ടനെ പാക്കരേട്ടാന്നു വിളിക്കുന്നെന്നേ ഒള്ളു. ശരിക്കും അമ്മേടെ ഏറ്റവും എളേ അനിയനാ. പ്രായം കുറവായതുകൊണ്ടും കണ്ടാൽ എന്നും ചെറുതായിരിക്കുന്നതുകൊണ്ടും മറ്റുള്ളവർ വിളിക്കുന്നതുകേട്ടു അങ്ങനെ വിളിക്കുന്നെന്നേയുള്ളു. അമ്മാവന് ആ സ്ഥാനം കൊടുക്കണ്ടെ.

ഇന്നലെ കാലത്തു അപ്രത്തെ ലയത്തിലെ മേരിച്ചേച്ചി ഒരു മുറി ചക്ക കൊണ്ടു തന്നു. വരിക്കയാന്നാ ഓർത്തത്. വയ്യുന്നേരായപ്പം അതു പഴുത്തളിഞ്ഞപ്പഴാ മേരിച്ചേച്ചിപോലും അറിഞ്ഞത്. മേരിച്ചേച്ചി ഒരു പാവമാ. വന്നു പറഞ്ഞപ്പം അതു നന്നായെന്നു തോന്നി. നാളത്തേക്കു പലഹാരമുണ്ടാക്കാമല്ലോ. നാട്ടീന്നു കൊണ്ടുവന്ന ഇച്ചിരെ അരി ഇരുന്നതെടുത്തു ഇടിച്ചു പൊടിച്ചു. അതൊരു കഥയാ. ഈ ലയത്തിൽ ആകെ കൂടെ ഒരലും ഒലക്കയും ഒള്ളതു ആണ്ടാളിന്റവിടെയാ. എന്തെങ്കിലും ഇടിക്കാനോ പൊടിക്കാനോ ഉണ്ടെങ്കിൽ അവിടെ പോകണം. ഒരലും ഒലക്കയും തൊടച്ചെടുത്തു കുത്താൻ തുടങ്ങുമ്പം ആണ്ടാളെത്തും. അരി പൊടിക്കുന്നതിൽ എത്ര സാമർത്ഥ്യമുണ്ടെന്നു പറഞ്ഞാലും ആണ്ടാളുടടുത്തു വിലപ്പോകില്ല. ഇടിക്കുന്നവരുടെ

81. ബ്രിട്ടീഷ് ആത്മവീര്യമുണർത്തിയ ഈ സംഭവം ഡൺകിർക്ക് സ്പിരിറ്റ് (ആപത്തു കാലത്ത് ഒരുമിച്ചു നില്ക്കാനുള്ള പ്രേരണ എന്നറിയപ്പെടുന്നു

കൈയിൽനിന്ന് ഒലക്ക വാങ്ങി ആണ്ടാളുതന്നെ ഇടിച്ചോ പൊടിച്ചോ കൊടുക്കും. അതിന് ഒന്നും കൊടുക്കുകയും വേണ്ട. എന്തെങ്കിലും കൊടുക്കാമെന്നു വെച്ചാ ആണ്ടാളു കയർക്കും.

ആണ്ടാൾക്കു ഒരു മകളുണ്ട്. സ്വർണ്ണം. പേരുപോലെ തന്നെ നല്ല സ്വർണ്ണനിറം. മക്കളുണ്ടാകാതിരുന്നു മധുരമീനാക്ഷിക്കു നേർന്നുണ്ടായ താണെന്നു ആണ്ടാള് വരുന്നോരോടും പോകുന്നോരോടും പറഞ്ഞു കൊണ്ടിരിക്കും. അതുണ്ടായതിൽ പിന്നെയാണ് ആണ്ടാള് പണിക്കു പോകാതായത്. സൂപ്രണ്ടിന്റെ ബംഗ്ലാവിന്റെ മേലത്തെ കാട്ടിൽ വേലയ്ക്കു പോയാൽ ഇനിയും മധുരമീനാക്ഷി അനുഗ്രഹിച്ചെന്നിരിക്കും. അതു മുനിയാണ്ടിക്കു നന്നായറിയാം. ആ കൊച്ചിനെക്കണ്ടാൽ നാട്ടുകാരു പറയുന്നതു നേരല്ലാന്നു പറയാൻ പറ്റുമോ. ആ നടപ്പും ചിരീം. പക്ഷേ, മുനിയാണ്ടിക്കവൾ ജീവനാണ്. ആണ്ടാളു അതൊര് ശീലമാക്കണ്ടാ ന്നോർത്താണ് പണിക്ക് വിടാത്തത്.

കാലത്തു അരിപ്പൊടിയും കൂഴച്ചക്കപ്പഴവും കൂട്ടിക്കുഴച്ചു ശർക്കരയും ചേർത്തു എടനയിലയിൽ കുമ്പിളാക്കി പൊതിഞ്ഞ് അടുപ്പത്തു വെച്ചു . കലത്തിൽനിന്നു പൊങ്ങിയ ആവി എടനയുടെയും ശർക്കരയുടെയും മണവുമായി ലയത്തിലൊക്കെയൊന്നു ചുറ്റിയടിച്ചു വന്നപ്പോൾ സ്വർണ്ണം അടുക്കളയിലെത്തി. പിന്നാലെ ആണ്ടാളും.

“കൊളന്തെക്കു ഒരേ പിടിവാതം. അക്കാവെ കാണണം അക്കാവെ കാണണംന്ന്.”

കുളിക്കാൻ പോകുമ്പം കുഞ്ഞുപെണ്ണ് സ്വർണ്ണത്തെ വിളിച്ചു കൊഞ്ചിക്കുന്നതു ചക്കി കേട്ടതാണ്. കുമ്പളപ്പം മൂന്നെണ്ണം ഒരു പാത്ര ത്തിലാക്കി കൊടുത്തുവിട്ടു.

കുഞ്ഞുപെണ്ണിനെ ചോതനണ്ണന്റെ അവിടേക്കു കുറേ കുമ്പളപ്പവും കൊടുത്തു വിട്ടിട്ട് അവർ പുറപ്പെട്ടു. ഭാഗ്യത്തിനു കവലയിൽ ചെന്ന ഉടനെ ബസ് കിട്ടി. ബോയ്സ് എസ്റ്റേറ്റിൽ ലയം കണ്ടുപിടിക്കാൻ ബുദ്ധിമു ട്ടിയില്ല. പാക്കരേട്ടന്റെ മൂത്തമോളു കുഞ്ഞിക്കോത മുറ്റത്തുതന്നെ നില്പുണ്ടായിരുന്നു. എളിയിലൊരു ക്ടാത്തനും മുറ്റത്തു ഓടിക്കളി ക്കളിക്കുന്ന ക്ടാത്തിയും.

“ങാ ചക്കിയേച്ചിയോ?”

“ക്ടാങ്ങളു രണ്ടായിട്ടും നിനക്കൊരു മാറ്റോമില്ലല്ലോടി” ആവശ്യത്തിനു പൊക്കവും അതിനൊത്ത വണ്ണവും കരുത്തുള്ള കൈകാലുകൾ. കൈലിയിലും ബ്ലൗസിലും നിറഞ്ഞുനില്ക്കുന്ന വക്രതകൾ. ചെറുപ്പത്തിലെ അവളുടെ എടുപ്പും നടപ്പും കാണണ്ടതു തന്നെയായിരുന്നു. എന്തു പണിക്കും മിടുക്കിയായിരുന്നു. എന്തെങ്കിലും വാശിയുണ്ടായാൽ അതു നടത്തിയെടുക്കാതെ അടങ്ങിയിരിക്കില്ല.

“ചേച്ചിക്കും മാറ്റൊന്നുവില്ല.”

“അമ്മായി ഐടെ?”

“ആത്തൊണ്ട്”

"നീ വാ. ഒത്തിരി പറയാനൊണ്ട്"

പുറത്ത് വർത്താനം കേട്ടു അമ്മായി വാതുക്കലെത്തി. അമ്മായിയെ കെട്ടിപ്പിടിച്ചു ചക്കി അകത്തേക്കുപോയി. ചാഞ്ചൻ തൂക്കിപ്പിടിച്ചുകൊണ്ടുവന്ന പലഹാരം അകത്തെ പെട്ടിപ്പുറത്തുവെച്ചിട്ട് അടുത്തുകണ്ട നാല്ക്കാലിയിൽ കയറി ഇരുന്നു. ചക്കി കുറച്ചുനേരം വർത്താനം പറഞ്ഞിരുന്നിട്ടും കുഞ്ഞിക്കോതയെ കാണുന്നില്ല. "ഇവളെവിടെപ്പോയി കിടക്കുവാ" എന്നു ചോദിച്ചുകൊണ്ടു ചക്കി പുറത്തേക്കു ചെന്നു നോക്കി. കുഞ്ഞിക്കോതയെയും മക്കളെയും അവിടെങ്ങും കാണാനില്ല. തിരിച്ചെത്തിയപ്പോൾ അടുക്കളപ്പടിയിൽ കുനിഞ്ഞിരുന്നു ഏങ്ങിക്കരയുന്ന അമ്മായി. ചക്കിയും അടുക്കളപ്പടിയിൽ തിരുകിയിരുന്ന് അമ്മായിയുടെ തോളത്തുകൂടി കൈയിട്ടു. അവൾക്ക് എന്തോ പന്തികേടുണ്ടെന്നു മനസ്സിലായി. ഒരു തേങ്ങൽ ഉടുത്ത കൈലിയുടെ കോന്തലയിൽ അമർത്തിയിട്ട് ഒന്നും സംഭവിക്കാത്തതുപോലെ അമ്മായി എഴുന്നേറ്റു. കണ്ണീരു ചാലുവെച്ച തൊണ്ടയിൽ നിന്ന് നനഞ്ഞ വാക്കുകൾ പുറത്തു വന്നു. "നീ വാ. കാപ്പിയിടാം." രഹസ്യങ്ങൾ അടുക്കളയിൽ മറനീക്കിയിറങ്ങി:

കുഞ്ഞിക്കോതയെ കെട്ടിയവൻ ഉപേക്ഷിച്ചെന്ന്. ചക്കിയോർക്കുന്നുണ്ട്, എത്ര കേമമായിട്ടാ പാക്കരേട്ടനതു നടത്തിയത്. നാലു ക്ലാസു പഠിത്തമുള്ള ചെറുക്കനായിരുന്നു. കാണാനും മിടുക്കൻ. ആരുടേം കൂടെ കൂടിക്കൊള്ളും. കല്യാണത്തിന്റെ പിറ്റേന്നു മുതൽ അവിടത്തന്നെ ജനിച്ചു വളർന്നവനെപ്പോലെയാണ് ആളുകളോടു ഇടപഴകുന്നത്. കുഞ്ഞിക്കോതയുടെ ഭാഗ്യത്തിൽ മൊരട്ടു കെട്ടിയോമ്മാരുള്ള സകല പെണ്ണുങ്ങൾക്കും അസൂയയിരുന്നു. ചക്കിക്കുപോലും. ചാഞ്ചൻ നിരുപദ്രവകാരിയാണെങ്കിലും അങ്ങനെ എടപഴകുന്ന ആളായിരുന്നില്ല. ഇപ്പത്തന്നെ കണ്ടില്ലെ ആ നാല്ക്കാലിയിൽ കയറിയിരുന്നു കുമുകുമാന്നു ബീഡി വലിക്കുന്നതല്ലാതെ യാതൊരു ശല്യവുമില്ല.

ചക്കി കൊണ്ടുവന്നു കൊടുത്ത കട്ടൻ കാപ്പിയും കുടിച്ചിട്ട് ചാഞ്ചൻ പുറത്തേക്കിറങ്ങി. ചക്കിക്കു മനസ്സിലായി അത് എന്തിനാണെന്ന്. വയറ്റിലോട്ട് എന്തെങ്കിലും ചെന്നാൽ വല്ലാത്ത വിമ്മിട്ടമാണ്. പീരുമേടൻ പച്ച വേണം അതിനെ പുകച്ചു പുറത്താക്കാൻ. അതുകഴിഞ്ഞാൽ എല്ലാം പഴയ പടിയാണ്.

"എന്നാണ്ടായേ?" അടുക്കളയുടെ ഗോപ്യതയിൽ ചക്കി ചോദിച്ചു.

"അവനൊരു മഴേത്തു ഓടിക്കേറി ചെന്നപ്പം....."

മേടം പത്തിന്റെ മഴക്കുളിരിൽ മുളപൊട്ടി വളർന്ന കപ്പത്തണ്ടുകളാണ്. കുംഭത്തിലെ നടീലു കഴിഞ്ഞു കപ്പത്തണ്ടൊന്നും കിട്ടാനില്ലായിരുന്നു. രായ്ക്കു രാമാനം രാമനേം വെളുമ്പനേം ഇല്ലാത്ത മിന്നിപ്പാട് എരന്നുവാങ്ങി കൊടുത്തു ചുമന്നു കൊണ്ടുവന്നതാണ്. എണ്ണം കുറവായതു കൊണ്ടു അഞ്ചു മുട്ടകലത്തിൽ മുറിക്കാതെ മൂന്നുമുട്ടകലത്തിൽ മുറിച്ചിട്ടാണ് തികഞ്ഞത്. കപ്പ എങ്ങനെ നടണം, വളമിടണം,

എലീം കളേം തിന്നുമുടിക്കാതെ എങ്ങനെ സംരക്ഷിക്കണം എന്നു മാത്രമല്ല, കപ്പയുടെ ചരിത്രപരമായ ഉത്ഭവ വളർച്ചകളെപ്പറ്റിയുള്ള ജ്ഞാനം പൂർണ്ണമായി ഉൾക്കൊണ്ടുകൊണ്ടാണ് കോരൻ കപ്പകൃഷിക്കിറങ്ങിയത്. മഹാരാജാവ് തിരുമനസ്സ് ബ്രസീൽ എന്ന രാജ്യത്തുനിന്ന് കൊണ്ടുവന്ന് തന്റെ പ്രജകളുടെ ക്ഷേമത്തിനായി പ്രോത്സാഹിപ്പിച്ചു വളർത്തിയതും വടക്കൻ തിരുവിതാംകൂറിൽ മീനച്ചിൽ, കാഞ്ഞിരപ്പള്ളി എന്നിവിടങ്ങളിലും, തെക്കൻ തിരുവിതാംകൂറിൽ അമ്പൂരി, മാർത്താണ്ഡം എന്നിവിടങ്ങളിലും വേരു പിടിച്ചതുമാണ് കസാവയെന്ന കപ്പ.

തന്റെ അരയൊപ്പം പൊങ്ങിയ കപ്പത്തലകൾ ഉലയാതെ ചുവട്ടിൽ വളരുന്ന കളകളെ മമ്മട്ടിത്തൂമ്പാകൊണ്ടു വടിച്ചുചെത്തി, കപ്പമൂട്ടിലെ കളകൾ കൈകണ്ടു പറിച്ചു കൂട്ടിയിട്ടു. കപ്പക്കിടയിൽനിന്നു മാറ്റിയിടണം. മഴതുടങ്ങിയാൽ അതു വീണ്ടും വളർന്നു വളമെല്ലാം തിന്നുതീർക്കും കപ്പ കൂാങ്ങയ്ക്കു കൊടുക്കാതെ...... താനടുത്തുചെല്ലുമ്പോൾ തലനീട്ടുന്ന കപ്പയുടെ ഇലകളെ തണ്ടൊടിയാതെ തിരിച്ചും മറിച്ചും നോക്കും. വീട്ടിലെ കറമ്പിപ്പശുവിന്റെ ചെവിക്കടിയിൽ കടിച്ചുതൂങ്ങി ചോര കുടിക്കുന്ന ചെള്ളുകളെ നോക്കുന്നപോലെ. മഞ്ഞയും ചുവപ്പും പുള്ളികുത്തിയ ഇലച്ചെള്ളുകളെ വിരൽകൊണ്ടു ഞൊട്ടിയെറിഞ്ഞു. ഇലചുരുട്ടിപ്പുഴുവിന്റെ നേരെ ആക്രോശിച്ചു. ഉറുമ്പിൻ കൂടുകൾ പറിച്ചെറിഞ്ഞു ചവിട്ടിയരച്ചു.

വയ്യുമ്പാടായപ്പം കുഞ്ഞിക്കോത തൊണ്ടിട്ടുതിളപ്പിച്ച കാപ്പിയും വെള്ളം നനച്ചു കുതുപ്പിച്ചു തേങ്ങാചിരണ്ടിയിട്ടു ഞെരടിയെടുത്ത അവിലും കൊണ്ടെത്തി. അതു അടുത്ത പാറപ്പുറത്തു വെച്ചിട്ടു ചെത്തിക്കൂട്ടിയിട്ട പുല്ലെല്ലാം വാരി പറമ്പിന്റെ കോണിൽ കൂട്ടിയിട്ടു. കാപ്പി കുടിച്ചിട്ട് നോക്കുമ്പ്ലൊണ്ട്, പടിഞ്ഞാറുനിന്ന് പോത്തിൻകൂട്ടം മാനത്തേറി നിറഞ്ഞിരിക്കുന്നു. കുഞ്ഞിക്കോത പുല്ലെല്ലാം വാരിക്കൂട്ടിക്കഴിഞ്ഞിരുന്നു. പാവം ഏറെ പണി ചെയ്തു ക്ഷീണിച്ചിരിക്കുന്നു. മിനിയാന്നു മന്നത്തുപോയിവന്നു അവളൊണ്ടാക്കിയ മീങ്കൂട്ടാനുംകൂട്ടി കഞ്ഞീം പുഴുക്കും കഴിച്ചപ്പം ഇമ്മിണി പൂതി കേറീതാ. പക്ഷേങ്കി അവക്കെന്തോ ക്ഷീണം. കെടന്നൊറങ്ങാൻ പറഞ്ഞാ കേക്കണ്ടെ. ചട്ടീം കലോം കഴുകി കമത്തീട്ടാ അവളു കെടന്നതു. കൂാങ്ങളെ നോക്കണം, പശുക്കക്കു വയ്ക്കോലും വെള്ളോം നേരാനേരത്തു കൊടുക്കണം, കഞ്ഞീം കൂട്ടാനും വെക്കണം. പിന്നെ പറമ്പിലെ പണീം.

“മഴേണ്ടാവും. നീ കുടിക്കു പോ. ഇത്രടം കൂടി തീർത്തിട്ടു വരാം”

കോരൻ പറഞ്ഞിട്ടും കുഞ്ഞിക്കോത പിന്നെയും അതുമിതും പെറുക്കി നടന്നു.

“മ്മക്കൊന്നൊച്ചു പാം.” കുഞ്ഞിക്കോതയുടെ മൊഴിമുത്തുകൾ.

“നനേണ്ട. പോകാനാ പറഞ്ഞെ.” കോരൻ കലികൊണ്ടു. കോരനങ്ങനെയാണ്. പെട്ടന്ന് അരിശം വരും. പറഞ്ഞാ കേട്ടില്ലെങ്കിൽ, അമ്മേം അച്ഛനും ഇരിക്കുന്നിടത്തു കൊഞ്ചിക്കുഴഞ്ഞാൽ, രാത്രിയിൽ കാര്യം

കഴിഞ്ഞും കൂടെക്കിടക്കാൻ നിർബ്ബന്ധിച്ചാൽ. എല്ലാത്തിനും ഒരു ന്യായീകരണം തന്നെ. “കുടുമ്മം നോക്കാൻ പാടഞ്ചും പെടുമ്പ്ലാ”........ അവളുടൊരു............”

കുഞ്ഞിക്കോത ഊരും കൊണ്ടോടി. അവളുടെ പിന്നാലെ ഇടവപ്പാതി തിമിർത്തിറങ്ങി. മരച്ചില്ലകളിൽ ഉറങ്ങിക്കിടന്നിരുന്ന ശക്തികൾ ചിറകുവിടർത്തി പറന്നു. മഴയുടെ രൗദ്ര ഭാവങ്ങൾ ഉറഞ്ഞിറങ്ങി. പേടിച്ചരണ്ട കപ്പത്തണ്ടിന്റെ കുഞ്ഞിച്ചില്ലകൾ വിറയ്ക്കുന്നതു കോരൻ നോക്കി നിന്നു. മഴമുറിച്ചുവന്ന മിന്നലിനെ ഇടതു കൈകൊണ്ടയാൾ തടഞ്ഞുനിർത്തി. പിതൃക്കൾ കാർകൊണ്ട മേഘത്തിന്റെ കറുത്ത രൂപം വിട്ട് തെളിവെളിച്ചമായി കോരന്റെ തലയ്ക്കു മുകളിൽ കുടനിവർത്തി.

“നീ പോ. ഇതു ഞങ്ങാ കാക്കും”

താഴേക്കു നോക്കിയ കോരൻ സ്തംഭിച്ചു പോയി. ഇളംകാറ്റിൽ തലയാട്ടുന്ന കപ്പത്തണ്ടുകൾ. അതിനുമുകളിൽ തിമിർക്കുന്ന ഇടവപ്പാതിയുടെ മറുമഴ മാത്രം. ഏതോ മുളംതണ്ടുകളിലെ രാഗം കോരന്റെ ചുണ്ടിലും ചൂളത്തിലും ഇണചുറ്റിയിറങ്ങി. പെട്ടെന്ന്, മിന്നലിന്റെ അകമ്പടിയില്ലാതൊരു മേഘഗർജ്ജനം. തനിക്കുള്ള മുന്നറിയിപ്പാണ്. ഇനിയിവിടെ നില്ക്കാൻ പാടില്ല. തൂമ്പയെടുത്ത്, വെട്ടുകത്തിയെടുത്ത്, മഴനനയാതെ കോരൻ നടന്നു.

കുടിയടുത്തപ്പോൾ എന്തോ പന്തികേട്. കൂടാവിനെ കെട്ടിയിട്ടില്ല. കോരൻ പറഞ്ഞ തെറി നിരന്നിറങ്ങിയ ഇടിമുഴക്കത്തിൽ അലിഞ്ഞു പോയി. കാലിക്കൂടിനടുത്ത ചായ്പിന്റെ വാതിൽ തുറന്നുകിടക്കുന്നു. അമ്മീടമ്മൻ ചത്ത ആ ചായ്പിലേക്കു ആരും കയറാറില്ല. തെന്നിയിറങ്ങി വന്ന മിന്നൽ മായാതെ നിന്നു. അമ്മീടമ്മൻ ചത്ത കട്ടിലിൽ ഇരിക്കുന്ന കുഞ്ഞിക്കോതയുടെ പിൻവശം കാണാം. ഇവളെന്തിനാ ഇവിടെവന്നിരിക്കുന്നെ? പിന്നിലേക്കു കൈകുത്തിയിളകുന്ന കുഞ്ഞിക്കോതയ്ക്കെന്താ വല്ല ബാധയും കൂടിയോ?. പെട്ടെന്നു മറവാതിൽ തുറന്നു നോക്കിയ കോരൻ ഞെട്ടിപ്പോയി. വിശന്നുവലഞ്ഞ പശു കച്ചിത്തുറുവിന്റെ ചുവട്ടിൽ. എഴുന്നേറ്റു നില്ക്കുന്ന സ്വന്തം മരുമകനെ കണ്ടു കോരൻ ഞെട്ടുന്നതിനും മേഘം തകർത്തിറങ്ങിവന്ന ഇടിത്തീ മുറ്റത്തെ പ്ലാവിന്റെ എകരം ഒടിച്ചു കുടിക്കും പശുക്കൂടിനും ഇടയിലേക്കിട്ടതും ഒരുമിച്ചായിരുന്നു.

“കോരൻ പിന്നെ ഇങ്ങാട്ടു വന്നോ?” ചക്കി ചോദിച്ചു.

“ഇല്ല, അവന് കുടിവിട്ടു പോയീന്നു. അങ്ങു വടക്കീന്നെങ്ങാണ്ടു ഓല വന്നൂന്നറിഞ്ഞു. പട്ടാളത്തീ ചേർന്നെന്നു.” അമ്മായി കണ്ണീരു തുടച്ചു.

“അവ്ളെവിടെപോയതാ?”

“ദാണ്ടാ തോട്ടുങ്കരേണ്ടാകും”

ചക്കി തോട്ടുങ്കരയിൽ കുഞ്ഞിക്കോതയ്ക്കടുത്തിരുന്നു. കുട്ടങ്ങളെ രണ്ടിനേം കുളിപ്പിച്ചു, എളേതിനെ മടിയിൽ കിടത്തി മുലകൊടുക്കുന്നതിനൊപ്പം മൂത്തതിന്റെ തലയിലെ പേൻ നോക്കുന്നു.

"എന്നാണ്ടടി വിശേഷം?"

"അമ്മ എല്ലാം പറഞ്ഞില്ലേ?" കുഞ്ഞിക്കോത കൂസലൊന്നുമില്ലാതെ ചോദിച്ചു.

"ഊം. കുറച്ചൊക്കെ." ചക്കിക്കു കരച്ചിലൊതുക്കാൻ കഴിഞ്ഞില്ല.

"അയ്യേ, ചേച്ചി എന്നാത്തിനാ കരേന്നെ. ചേച്ചി, മ്മക്കു വേണ്ടതെന്നാന്നറിയാത്തിടത്തു മ്മക്കെന്നാ ചെയ്യാമ്പറ്റും. അത്രേ ഒള്ളു"

ചക്കി ചൂളിനിന്നുപോയി.

ഇരുപത്തിനാല്

"ജപ്പാൻ ഇന്നലെ മലയാ ആക്രമിച്ചു.

കഴിഞ്ഞ രാത്രി അവർ ഹോങ്കോങ് ആക്രമിച്ചു.

കഴിഞ്ഞ രാത്രി അവർ ഗുവാം ആക്രമിച്ചു.

കഴിഞ്ഞ രാത്രി അവർ ഫിലിപ്പൈൻ ദ്വീപുകൾ ആക്രമിച്ചു.

കഴിഞ്ഞ രാത്രി അവർ വേക്ക് ദ്വീപുകൾ ആക്രമിച്ചു.

ഇന്നു കാലത്ത് അവർ മിഡ്വേ ദ്വീപ് ആക്രമിച്ചു."

ഫ്രാങ്ക്ലിൻ റുഡോൾഫിന്റെ ശബ്ദം കനത്തു.

കുപ്രസിദ്ധിയിൽ കഴിയാൻ വിധിക്കപ്പെട്ട ഡിസംബർ ഏഴാം തീയതിയുടെ ഓർമ്മ അമേരിക്കൻ ജനതയുടെ ആത്മവീര്യമുണർത്തി. പേൾ ഹാർബ്ബറിലെ യുദ്ധക്കപ്പലുകൾക്കുനേരെ വ്യോമാക്രമണം നടത്തിയ ജപ്പാന്റെ ചതിക്കളികൾ മറനീക്കി പുറത്തു വന്നു. അമേരിക്ക ജപ്പാനെതിരെ യുദ്ധം പ്രഖ്യാപിച്ചു.

വിൻസ്റ്റൺ ചർച്ചിലിന്റെ ഭൂപടത്തിൽ മലയായ്ക്കും ഹോങ്കോങ്ങിനും ശേഷം അടുത്തുകിടക്കുന്ന സിങ്കപ്പൂർ ചോദ്യങ്ങളുയർത്തി. നാലു ചാലു നടന്ന ചർച്ചിൽ പെട്ടെന്നു നിന്നു. ഏറ്റവും അടുത്ത ഇന്ത്യയിൽനിന്ന് ഒരു കുപ്പിണിയെ സിങ്കപ്പുരിലേക്കു വിടുക. ഉത്തരവിറങ്ങി. രഹസ്യമൊഴികളിൽ റേഡിയോ സന്ദേശമൊഴുകി. മോഴ്സ് കോഡുകൾ[82] ചിറകടിച്ചു പറന്നു. ബർമ്മയുടെ അതിർത്തികൾ കാക്കാൻ തട്ടിക്കൂട്ടിയ ഒരു കുപ്പിണി പട്ടാളം മദിരാശിയിൽനിന്നു കപ്പലു കയറി. സിങ്കപ്പൂർ കീഴടക്കിയ ജപ്പാൻ നാവികരുടെ യുദ്ധത്തടവുകാരാകാൻ വേണ്ടി മാത്രം.

പട്ടാളത്തിൽ ചേർന്നപ്പോൾ പഴേ നാലാം ക്ലാസ് ഇംഗ്ലീഷ് തേച്ചുമിനുക്കിയെടുത്തു ജപ്പാൻകാരോടു ഇഷ്ടം കൂടിയ കോരൻ മേജറിന്റെ വീട്ടിലെ കാര്യസ്ഥനായി. ജപ്പാൻ കുട്ടികളോടുള്ള ആംഗ്യഭാഷ ജപ്പാൻ മൊഴിയിലേക്കു വഴിതിരിയാൻ അധിക കാലമൊന്നും വേണ്ടിവന്നില്ല. അതുകൊണ്ടു ഗുണമുണ്ടായി. സ്വനഗ്രാഹിപ്പെട്ടിയുടെ കോളാമ്പിയിലൂടെ ഒഴുകിവന്ന നേതാജി സുഭാഷ് ചന്ദ്രബോസിന്റെ ഹിന്ദി പ്രസംഗം ജപ്പാൻ ഭാഷയിലേക്കു വിവർത്തനം ചെയ്തപ്പോഴാണ്

---

82. ടെലഗ്രാഫ് സന്ദേശം അയക്കാൻ ഉപയോഗിക്കുന്ന കോഡ്

കോരനു പിടികിട്ടിയത്. ഹിറ്റലർ ജർമ്മനിയിൽ ചെയ്ത പ്രസംഗം കേട്ടപ്പോഴാണ് കോരനറിഞ്ഞതു ഹിറ്റ്ലറേക്കാൾ വലിയ നേതാവാണ് സുഭാഷെന്ന്. ഹിറ്റ്ലർ വെറും പത്തുകോടി ജനങ്ങളുടെ നേതാവാണ്. പക്ഷേ, സുഭാഷ് നാല്പതു കോടി ജനങ്ങളുടെ നേതാവാണെന്നു ഹിറ്റ്ലർ പ്രഖ്യാപിച്ചപ്പോഴാണ് കോരനു മനസ്സിലായത്. കോൺഗ്രസിൽ നിന്നു തെറ്റിപ്പിരിഞ്ഞ ആളാണെന്നറിഞ്ഞപ്പോഴാണ് കോരനു സമാധാനമായതു. കോൺഗ്രസുകാരാണ് നാട്ടിലെ നേതാക്കൾ. പക്ഷേ നാട്ടിലെ പെലേനേം പറേനെം ഏറെ ദ്രോഹിച്ചത് കോൺഗ്രസുകാരാണെന്നു കോരൻ വിശ്വസിക്കുന്നു.

സി കേശവന്റെ ആലപ്പുഴ പ്രസംഗത്തിൽനിന്നു ഉരുത്തിരിഞ്ഞു വന്ന ഔന്നത്യങ്ങൾ നാട്ടിലെ പറേനും പെലേനും കിട്ടിയില്ല. അതറിയുന്ന കോരൻ കോൺഗ്രസിനെ പണ്ടേ വെറുത്തിരുന്നു. പക്ഷേ, എന്തോ ഒരു ഇത്. സുഭാഷിന്റെ പാർട്ടി ജാതിക്കെതിരെ എന്തു ചെയ്യും. ഉത്തരം കിട്ടാത്ത ചോദ്യങ്ങൾക്കു പിന്നാലെ കോരൻ പോയില്ല. അതുകൊണ്ടു ഇന്ത്യൻ നാഷണൽ ആർമിയുടെ വോളന്റീയറാകാൻ പേരു കൊടുത്തു. ഇംഗ്ലീഷറിയുന്ന, ജപ്പാൻ ഭാഷയറിയുന്ന കോരൻ മേജറുടെ വിശ്വസ്തൻ. അതുകൊണ്ടു അക്കൂടെ പോകാൻ വിട്ടില്ല..

മേജർക്കു കിട്ടിയ പരമോന്നത സ്വാതന്ത്ര്യങ്ങൾ കോരനോടു പങ്കുവെച്ചു. ബർമ്മയുടെ അതിർത്തികളിലൂടെ സൈന്യത്തെ വിന്യസിക്കുക. നേതാജിയുമായുള്ള ആസൂത്രണമനുസരിച്ച് ബ്രിട്ടീഷ് മേല്ക്കോയ്മയ്ക്കെതിരെ ജനങ്ങളെ സജ്ജരാക്കുക. ബർമ്മയുടെ വനാന്തർഭാഗങ്ങളിലൂടെ പട്ടാളത്തിനുവേണ്ട ആളും വാളും അന്നവും എത്തിക്കുക. മേജർക്കു കല്പിച്ചു നല്കിയ ജോലി ഒന്നു മാത്രം. യുദ്ധമുന്നണിയിലെ ആപ്പീസർമാർക്കും മറ്റുള്ളവർക്കും സൗഖ്യം നല്കാൻ ഏർപ്പാടാക്കുക.[83] ജപ്പാനിൽനിന്നു പോരാഞ്ഞിട്ടു തായ്ലാൻഡിൽനിന്നും കൊറിയയിൽ നിന്നും അളവും വളവും കൊഴുപ്പും മെഴുപ്പുമുള്ള പെണ്ണുങ്ങളെ കണ്ടുപിടിക്കുന്നതും, വൈദ്യപരിശോധന നടത്തിപ്പിക്കുന്നതും, നടത്തിപ്പുകാരെ ഏർപ്പാടാക്കുന്നതും, ബിസിനസ് നടത്താൻ ലൈസൻസു നല്കുന്നതും എല്ലാം മേജർ. എല്ലാത്തിനും കൂട്ടായി കോരൻ വേണം. ആളും വാളും തികഞ്ഞപ്പോൾ എല്ലാവരേയും കപ്പലിൽ കയറ്റി. കപ്പിത്താനും മേജർക്കും മാത്രമാണ് ക്യാബിനുണ്ടായിരുന്നത്. പടക്കോപ്പുകളും ഭക്ഷണടിന്നുകളും നിറച്ച താഴത്തെ നിലവറകളിൽ കിടക്കാൻതന്നെ കഴിയില്ല. മേജറിന്റെ ക്യാബിന്റെ മുമ്പിൽത്തന്നെ കോരനു കിടക്കയൊരുക്കി. അത്താഴത്തിനുശേഷം പെണ്ണുങ്ങളിൽ കാണാൻ കൊള്ളാവുന്നതിനെ മേജറിന്റെ അറയിലെത്തിക്കുന്നതും കോരന്റെ പണിതന്നാണ്. എല്ലാം കഴിഞ്ഞിറങ്ങി പോകുന്നതിന്റെ ശേലു കണ്ടു കിടക്കുകയല്ലാതെ മറ്റെന്തു കഴിയും. തന്നാൽ കഴിയുന്നതു ചെയ്തു കോരനുറങ്ങും.

തായ്ലന്റുമായുണ്ടാക്കിയ സൗഹൃദ ഉടമ്പടിയുടെ പിൻബലത്തിൽ

83. Comfort women

ബർമ്മയിൽ കടന്നുകയറിയ ജപ്പാൻ സൈന്യം ബ്രിട്ടീഷുകാരുടെ വ്യോമ താവളങ്ങൾ കീഴടക്കി. ബർകോപ്സിന്റെ[84] ഒരു കുപ്പിണിയെ സിങ്കപ്പൂരിലേക്കു തിരിച്ചുവിട്ട മണ്ടത്തരം ഓർത്തു സ്വന്തം മണ്ടയിലടിച്ചു ചർച്ചിൽ സായ്പ് തന്നെ കവാത്തു മറന്നു. ബ്രിട്ടീഷ് വ്യോമതാവളങ്ങളിൽനിന്നുതന്നെ ജപ്പാന്റെ ബോംബർ വിമാനങ്ങൾ രംഗൂണിലേക്കു പറന്നു. രംഗൂൺ പരിസരത്തെ റഡാർ സഹായത്തോടെ ബ്രിട്ടീഷ് സൈന്യത്തിനു അവയെ തുരത്താൻ കഴിഞ്ഞു. പക്ഷേ, അധികം പിടിച്ചുനില്ക്കാൻ കഴിയില്ലെന്നു ബോദ്ധ്യമായപ്പോൾ പിന്മാറ്റത്തിനു ഉത്തരവിറങ്ങി. രംഗൂണിൽനിന്ന് അവസാനത്തെ ബ്രിട്ടീഷ് തീവണ്ടി പുറപ്പെട്ട 1942 മാർച്ച് മാസം ഏഴാം തീയതി ഇരുണ്ടു വെളുത്തപ്പോൾ ആളൊഴിഞ്ഞ പൂരപ്പറമ്പിൽ ജപ്പാൻ സൈന്യം കൊടി നാട്ടി. ബ്രിട്ടീഷ് സൈന്യം ഇരാവഡ്ഡി നദി കടന്നു ഇന്ത്യൻ മണ്ണിലെത്തി നിലയുറപ്പിച്ചു. ബ്രിട്ടീഷ് സാമ്രാജ്യത്തിന്റെ ചരിത്രത്തിലെ ആയിരം മൈലുകൾ താണ്ടിയ ഏറ്റവും വലിയ പിന്മാറ്റം.

പേൾവ്യൂ ആക്രമിച്ചു അമേരിക്കയെ ഞെട്ടിച്ച ജപ്പാൻ മലയായും ഹോങ്കോങ്ങും സിങ്കപ്പൂരും കീഴടക്കി സൂര്യനസ്തമിക്കാത്ത സാമ്രാജ്യത്തെയും ഞെട്ടിച്ചതിനു പിന്നാലെ ചർച്ചിലിന്റെ തലച്ചോറിനെ വരട്ടിയെടുത്തുകൊണ്ട് ബർമ്മയും കീഴടക്കിയിരിക്കുന്നു. ഇന്ത്യൻ നേതാക്കളോട് ആലോചിക്കുകപോലും ചെയ്യാതെ ബ്രിട്ടീഷ് അധികാരികൾ ഇന്ത്യയും ആക്സിസ് ശക്തികൾക്കെതിരെ യുദ്ധക്കൂട്ടു കെട്ടിലാണെന്ന പ്രഖ്യാപനം ഇന്ത്യൻ നാഷണൽ കോൺഗ്രസിന്റെ നേതാക്കളെ വിറളി പിടിപ്പിച്ചു. ഗാന്ധിയുടെ തലയിൽ ഒരു കൊള്ളിയാൻ മിന്നി. 1939 ൽ താൻ നിർത്തിയ സ്ഥാനാർത്ഥിയെ തോല്പിച്ചുകൊണ്ട് കോൺഗ്രസ് പ്രസിഡണ്ടായ സുഭാഷ് ത്രിപുരി സമ്മേളനത്തിൽ പറഞ്ഞതു ഇടിമുഴക്കി:

".......the time has come when we raise our demand for Swaraj in the form of an ultimatum ...."

പോരാഞ്ഞിട്ട് ബെർലിൻ റേഡിയോയിലൂടെ, പിന്നെ ആസാദ് ഇന്ത്യയിലൂടെ[85] ബ്രിട്ടീഷ് അധികാരികൾക്കെതിരെ പ്രചാരണ യുദ്ധത്തിലാണയാൾ. നാട്ടിലെ ചെറുപ്പക്കാർ, വിദ്യാർത്ഥികൾ, സ്ത്രീകൾ എല്ലാവരും സുഭാഷിന്റെ പിന്നാലെയാണ്. താനിതുവരെ പറഞ്ഞുനടന്ന സത്യഗ്രഹസമരത്തിൽ ആളുകൾക്കു വിശ്വാസം നഷ്ടപ്പെട്ടുകൊണ്ടിരിക്കുന്നോ? ഉറക്കമില്ലാത്ത രാത്രികൾ. ചർക്കയുടെ ചക്രങ്ങൾക്കു വേഗത പോരായെന്ന തോന്നൽ. താൻ നടന്നു തീർത്ത വഴികളേക്കാൾ നടക്കാത്ത, നടക്കാൻ കൂട്ടാക്കാതിരുന്ന വഴികളേറെയെന്നുള്ള തിരിച്ചറിവ്.

ക്രിപ്സ് മിഷൻ വച്ചു നീട്ടിയ '"post dated cheque on a crashing bank.." കോൺഗ്രസ് നിരസിച്ചു.

---

84. ബർമ്മയുടെ അതിർത്തി സംരക്ഷിക്കാൻ രൂപീകരിച്ച സൈന്യം
85. നേതാജി ബെർലിനിൽ തുടങ്ങിയ റേഡിയോ നിലയം

ഇനിയന്തു ചെയ്യണം. കോൺഗ്രസ് നേതാക്കന്മാർക്കു മൂള കുറവാണെന്നു സുഭാഷ് പണ്ടു പറഞ്ഞതാണ്. ഇമ്മിണി സത്യം ഉണ്ടെങ്കിൽപോലും, ഗാന്ധി പരിതപിച്ചു, ആ പ്രസ്താവന പിൻവലിക്കാൻ പോലും അയാൾ അന്നു തയ്യാറായില്ല. അല്ലെങ്കിൽ ഇന്നും ഇവിടൊക്കെ തന്നെ ഉണ്ടാകുമായിരുന്നു. ഗാന്ധി എന്തൊക്കെയോ തീരുമാനിച്ചുറച്ചു..

1942 ആഗസ്ത് മാസം എട്ടാം തീയതി.

വർക്കിങ് കമ്മിറ്റി കൂടിപ്പിരിഞ്ഞു.

AICCയുടെ നിറഞ്ഞ സദസ്സിലേക്കു ഗാന്ധിയുടെ വാക്കുകൾ അരിച്ചിറങ്ങി.

'"occasions like the present do not occur in everybody"s life and but rarely in anybody"s life...... God has vouchsafed to me a priceless gift in the weapon of Ahimsa. I and my Ahimsa are on outrail today. If in the present crisis, when the earth is being scorched by the flames of Himsa.... and crying for deliverance, I failed to make use of the God given talent,..... I must act now. I may not hesitate and merely look on, when Russia and China are threatened......AICC അംഗങ്ങൾ വിജൃംഭിതരായി.

ഗാവോലിയ ടാങ്ക് മൈതാനം.[86]

നേരെ മുന്നിൽ ഗോകുൽദാസ് തേജ്പാൽ ഹാൾ.[87] മൂകസാക്ഷിയായി.

ഉരുക്കളും കരുക്കളും ഇടയന്മാരുമെത്തി.

ആക്സിസ് ശക്തികളുടെ ബോംബ് വർഷങ്ങളെ നിഷ്പ്രഭമാക്കിക്കൊണ്ട് ഗാന്ധിയുടെ വാക്കുകൾ:

"There is a mantra, a short one, that I give you. You imprint it in your heart and let every breath of yours give an expression to it. The mantra is Do or Die"

ഫ്രീ ഇന്ത്യാ റേഡിയോ വിതച്ചു പോയ ന്യൂനമർദ്ദത്തിൽ ഗാന്ധിയുടെ വാക്കുകൾ കൊടുങ്കാറ്റായി മാറി.

ഇരുപത്തി അഞ്ച്

കുഞ്ഞുലക്ഷ്മിയെ മദിരാശിയിലെ വിമൺസ് ക്രിസ്ത്യൻ കോളേജിൽ ചേർത്തു. സോഷ്യോളജിയും പൊളിറ്റിക്കൽ സയൻസുമാണ് അവളുടെ ഇഷ്ട വിഷയങ്ങൾ. കോട്ടയത്ത് കുഞ്ഞുലക്ഷ്മിക്കുണ്ടായ അനുഭവങ്ങൾ എതലിനറിയാം. ഹെഡ്മിസ്ട്രസുമായുള്ള ബന്ധം കൊണ്ട് അതൊക്കെ പരിഹരിക്കാൻ കഴിഞ്ഞു. ക്രിസ്ത്യാനികളായ

86. പശുപാലകരുടെ കുളം. ബോംബെയിലെ ഈ പേരിലറിയപ്പെടുന്ന മൈതാനം ഇപ്പോൾ അതിന്റെ പേര് ആഗസ്ത് ക്രാന്തി മൈദാൻ എന്നാണ്.

87. 1885 ൽ ഇന്ത്യൻ നാഷണൽ കോൺഗ്രസ് ജനിച്ച സ്ഥലം.

സഹപാഠികൾതന്നെ ഇങ്ങനെ ജാതിഭേദം കാണിക്കുമ്പോൾ മറ്റുള്ളവരുടെ കാര്യം എന്തായിരിക്കും. കൊച്ചിയിലെ ഏതെങ്കിലും കോളേജിൽ വിടാം. പക്ഷേ, അവിടെയും ഇങ്ങനെയൊക്കെ ഉണ്ടായാൽ തടയാൻ തനിക്കവിടെ വലിയ ബന്ധങ്ങളൊന്നും ഇല്ല. മദിരാശിയിലാണെങ്കിൽ ഒരു വർഷത്തേക്കു കാത്തിയുണ്ടാകും. കോളേജ് പ്രിൻസിപ്പാൾ വളരെ നല്ല സ്ത്രീയാണ്. ലണ്ടൺ മിഷൻ സൊസൈറ്റിയിൽ ചേർന്ന് ആതുര സേവനത്തിനായി ഇറങ്ങി പുറപ്പെട്ട മിസ്. എലിനോർ റിവെറ്റ്. കുഞ്ഞുലക്ഷ്മിയെ അവർക്കു വളരെ ഇഷ്ടപ്പെട്ടു. യാതൊരു കാരണവശാലും കുഞ്ഞുലക്ഷ്മിയെ മതം മാറ്റരുതെന്ന എതലിന്റെ അപേക്ഷ കേട്ടപ്പോൾ എലനോർ കുലീനമായ ഒരു ചിരിയുടെ നനുത്ത ചന്ദ്രിക പൊഴിച്ചു കൊണ്ടു പറഞ്ഞു:

"I did have such notions when I joined LMS. But the past three decades taught me a lot. Now I know all religions profess the same thing. The notion of christianization of India will remain in the realm of dream."

ഇവിടെ എതൽ ആദ്ധ്യാത്മിക രംഗത്തെ തന്റെ തന്നെ ചോദ്യങ്ങൾക്കു ഉത്തരങ്ങൾ കണ്ടെത്തി. മതം മാറുന്നതുകൊണ്ടു സാമൂഹ്യ അസമത്വങ്ങൾക്കു മാറ്റമുണ്ടാകുന്നില്ല. ഏക ദൈവമായിരുന്നിലും കോടിദൈവങ്ങളായിരുന്നാലും സമൂഹത്തിന്റെ പര്യമ്പറത്തുതന്നെയാണ് കുഞ്ഞുലക്ഷ്മിക്കു സ്ഥാനമെന്നു മനസ്സിലാക്കിയ എതൽ കുഞ്ഞുലക്ഷ്മിയുടെ കോട്ടയത്തെ അനുഭവങ്ങൾ പങ്കുവെച്ചു. എലിനോർ എതലിനെ സമാധാനിപ്പിച്ചു.

മിസ്. റിവെറ്റുമായി എതൽ ഏറെനേരം വർത്തമാനം പറഞ്ഞിരുന്നു. സമകാലിക രാഷ്ട്രീയവും അവർ ചർച്ച ചെയ്തു. ഇന്ത്യാക്കാർക്കു ഭരണസ്വാതന്ത്ര്യം നല്കണമെന്നു തന്നെയാണ് അവരുടെ അഭിപ്രായം. ഗാന്ധിയുടെ അഹിംസയിൽ അധിഷ്ഠിതമായ സമരം വഴിതിരിഞ്ഞു പോകുന്നതിൽ അവർക്കു വിഷമം ഉണ്ട്. ആക്സിസ് ശക്തികളുടെ മുന്നേറ്റം, ബർമ്മൻ പതനം. എല്ലാം നല്ലതിനാകട്ടെ എന്നു പറഞ്ഞ് അവർ കർത്താവിനെ സ്തോത്രം ചെയ്തു. അന്നു വൈകിട്ടത്തെ കൊച്ചിൻ ഹാർബർ ടെർമിനസ് മെയിലിന്[88] എതൽ തിരിച്ചു പോന്നു.

പിന്നെ മുറതെറ്റാതെ വരുന്ന തപാലിൽ കുഞ്ഞുലക്ഷ്മിയുടെ കത്തിൽ കഴിഞ്ഞ കത്തിന്റെ ബാക്കി വിശേഷങ്ങൾ മുഴുവനുണ്ടാകും. അവളുടെ വിശേഷങ്ങൾ വീട്ടിൽ അറിയിക്കുന്നതും എതലാണ്. കാത്തിയുടെ കാര്യങ്ങൾ അവളുടെ കത്തിലേതിനേക്കാൾ കാര്യമായി കുഞ്ഞുലക്ഷ്മിയുടെ കത്തിൽ തന്നെ ഉണ്ടാകും. വല്ലപ്പോഴും കാത്തിയെ വിളിക്കുമ്പോൾ അവൾ പറയുന്നത് പഴങ്കഥയാണെന്നു പറഞ്ഞശേഷം അവൾ കത്തെഴുത്തു നിർത്തി. എല്ലാം കുഞ്ഞുലക്ഷ്മിയെ ഏല്പിച്ചു.

88. ഇന്നത്തെ തിരുവനന്തപുരം മെയിൽ എറണാകുളം കൊല്ലം ലിങ്ക് ലൈൻ വരുന്നതിനു മുമ്പ്.

ഇപ്പോൾ കാത്തി തുടങ്ങുന്നതു ഒരു പഴങ്കഥ പറയാനുണ്ടെന്നു പറഞ്ഞാണ്. അപ്പോഴാണ് അറിഞ്ഞത് കുഞ്ഞുലക്ഷ്മി മിസ്. റിവെറ്റിന്റെ സ്ക്രിപ്ചർ ക്ലാസുകൾ മുടങ്ങാതെ പങ്കെടുക്കുന്നുണ്ടെന്ന്. അതു മാത്രം കുഞ്ഞുലക്ഷ്മിയുടെ കത്തിൽ ഉണ്ടായിരുന്നില്ല. അതു പറഞ്ഞപ്പോൾ കാത്തിപോലും അത്ഭുതപ്പെട്ടുപോയി. പിന്നിട് കാത്തി വിളിച്ചു പറഞ്ഞു. അവളുടെ മതം മാറ്റുന്നത് അമ്മയ്ക്കു ഇഷ്ടമില്ലെന്നു മിസ്. റിവെറ്റ് അവളോട് പറഞ്ഞിരുന്നു. മതം മാറാനല്ല, ഹിന്ദു മതത്തെക്കുറിച്ചു പഠിക്കാനാണ് അവൾ ക്ലാസിൽ പങ്കെടുക്കുന്നത്. എതൽ മിസ്. റിവെറ്റിനെ വിളിച്ചു നന്ദി പറഞ്ഞു: കുഞ്ഞുലക്ഷ്മിയെ ക്കുറിച്ച് അവർ വാചാലയായി:

"You know, your ward is etxraordinary. When warned her about your concern, you know what was her reply. Madam, we do not belong to hindu religion. It is in your classes I learnt something about hinduism which were denied to us. I will not convert to any religion , Hinduism or Christiantiy."

എതലിനു വിശ്വസിക്കാൻ കഴിയുന്നില്ല. തന്റെ ഏഞ്ചൽ വളർന്നിരിക്കുന്നു. നെഞ്ചു നിറഞ്ഞു തൊണ്ടയടഞ്ഞ വാക്കുകൾ വഴിമുട്ടിയ എതൽ നന്ദി പറഞ്ഞ് ഫോൺ വെച്ചു.

ഇരുപത്തിയാറ്

കാത്തിയുടെ കല്യാണമുറപ്പിച്ചു. വരൻ മദിരാശിയിൽ ജഡ്ജിയാണ്. കല്യാണം ഉറപ്പിച്ചതു ആഷ്ലി ബംഗ്ലാവിൽ വെച്ചാണ്. കാത്തിയാണെങ്കിൽ കുഞ്ഞുലച്ചുമിയെ കൂട്ടത്തിൽനിന്ന് മാറാൻ സമ്മതിച്ചില്ല. വരുന്നോരോടും പോകുന്നോരോടും കുഞ്ഞുലച്ചുമി തന്റെ അനിയത്തിയാണെന്നു പറയാൻ കാത്തി യാതൊരു പിശുക്കും കാണിച്ചില്ല. വരനും വരന്റെ ആൾക്കാർക്കും കുഞ്ഞുലച്ചുമിയെ അറിയാം. ക്രിസ്ത്യൻ വിമൻസ് കോളേജിന്റെ അഭിമാനമാണെന്നാണ് മിസ് റിവറ്റിനെ ഉദ്ധരിച്ചുകൊണ്ട് കാത്തി അവരോടു പറഞ്ഞിരിക്കുന്നത്. നാട്ടിലെ ചില എസ്റ്റേറ്റു ഭരണാധികാരികളായി കയറിപ്പറ്റിയ ചിലർക്ക് അവിടെയും ഇവിടെയുമൊക്കെ ചൊറിഞ്ഞെങ്കിലും വെടിച്ചില്ലിന്റെ കാര്യമോർക്കുമ്പം നാവ് വരണ്ട് വെള്ളം കുടിക്കാനോടും. മനസ്സുചോദ്യത്തിന്റെ തലേന്നു കുഞ്ഞുലച്ചുമിയെ കാത്തി സ്വന്തം മുറിയിൽത്തന്നെ കിടത്തി. കോട്ടയത്തുനിന്നു വന്ന സ്വന്തക്കാരോട് അവൾക്ക് അത്ര മതിപ്പില്ല. അവരെ ഒഴിവാക്കാൻ അവൾ കണ്ടു പിടിച്ച പോംവഴിയാണത്. പലപ്പോഴും അവധിക്കാലത്തു കാത്തി അതു ചെയ്തിട്ടുള്ളതുകൊണ്ടു കുഞ്ഞുലക്ഷ്മിക്കു മറ്റു സംശയം ഒന്നും ഉണ്ടായിരുന്നില്ല. കാത്തി രാത്രി വിവരം പറഞ്ഞപ്പോഴാണ് കുഞ്ഞുലക്ഷ്മി തന്നെ അറിഞ്ഞത്. പക്ഷേ, എതലിന് കാര്യം മനസ്സിലായിരുന്നു. തന്റെ കല്യാണം പത്തൊൻപതു വയസ്സിൽ

കഴിഞ്ഞു. പക്ഷേ, കാത്തിക്കിപ്പോൾ മപ്പത്തിമൂന്നു വയസ്സായി. കോട്ടയത്തു സ്വന്തക്കാരുടെ വീട്ടിൽ ചെല്ലുമ്പോൾ അവിടത്തെ പെണ്ണുങ്ങൾ സ്വന്തം സമ്പാദ്യമായി രണ്ടോ മൂന്നോ പിള്ളേരെ കാണിക്കുകയും കെട്ട്യോ ന്മാരുടെ മഹത്ത്വം വിളമ്പുകയും ചെയ്തിട്ടു കല്യാണം ഒന്നും നടക്കാത്ത കാത്തിയെപ്പറ്റി സഹതപിക്കും. കാത്തിക്കു അതു കേൾക്കുന്നതുതന്നെ ഇഷ്ടമില്ല. അമ്മയ്ക്കു പറ്റിയ അബദ്ധം മോൾക്കുണ്ടാകരുതെന്നു അമ്മയും മോളും നേരത്തെ തീരുമാനിച്ചിരുന്നതാണ്. വിദ്യാഭ്യാസം കഴിഞ്ഞു ചേരുന്ന ഒരാളെ തന്നെ കല്യാണം കഴിക്കുക. പത്തൊൻപ താമത്തെ വയസ്സിലെ എടുത്തു ചാട്ടം തന്നെ ഈ എസ്റ്റേറ്റിൽ തന്നെ തളച്ചു. എവിടെ പോയാലും കാത്തി പിന്നോക്കം നില്ക്കാൻ പാടില്ല. അത് അവൾക്കു സാധിക്കും. സാധിക്കണം.

പള്ളിയിൽ കയറുമ്പോഴും കുഞ്ഞുലക്ഷ്മി കൂടെ വേണമെന്നു കാത്തി ശാഠ്യം പിടിച്ചു . കുഞ്ഞുലക്ഷ്മി എതലിനെ നോക്കി.

"Nothing to worry. Take it, no, attack it as another lesson. I know you are on the bedrock of your personaltiy, Nothing can move you from there."

അപ്പോൾ ഓടിച്ചെന്ന് എതൽ ഓണ്ടിനു ഒരുമ്മ കൊടുക്കണമെന്നു തോന്നി കുഞ്ഞുലക്ഷ്മിക്ക്. പക്ഷേ, അവൾ നിയന്ത്രിച്ചു. അത്ര സ്വാതന്ത്ര്യം താൻ കാണിക്കുന്നതു സദസ്സിനു യോജിച്ചതല്ല. എതൽ ഓണ്ടി തടയില്ലെന്നു ഉറപ്പുണ്ടായിട്ടു പോലും.

മദിരാശിയിൽ കല്യാണത്തിനു മിസ്. റിവെറ്റിന്റെ കൂടെയാണു പോയത്. അവിടെ കുഞ്ഞുലച്ചുമിയെ എല്ലാവർക്കും അറിയാം. മിസ്. റിവെറ്റിനെയാണ് പരിചയപ്പെടുത്തേണ്ടി വന്നത്. അതൊക്കെ കണ്ടപ്പോൾ ഓടിച്ചെന്നു കാത്തിക്കു ഒരുമ്മ കൊടുക്കണമെന്നു തോന്നി. അതും അവൾ അടക്കി. പക്ഷേ, കാത്തിയുടെ അടുത്തു ചെന്നപ്പോൾ യാതൊരു പരിസരബോധവുമില്ലാതെ അവൾ കെട്ടിപ്പിടിച്ചു ഉമ്മ വെച്ചു കളഞ്ഞു. കൈയടിച്ചു പ്രോത്സാഹിപ്പിച്ച വരന്റെ ആൾക്കാർക്കു നേരെ നോക്കി കാത്തി പറഞ്ഞു:

"She is my sweet sister. I really missed her for last one month."

കരച്ചിൽ വഴിമുട്ടിയ കുഞ്ഞുലക്ഷ്മിയെ മിസ്. റിവെറ്റ് സ്വന്തമാക്കി. എതൽ അതുകണ്ടു. തിരക്കിനിടയിലും കുഞ്ഞുലക്ഷ്മിക്ക് ഒരുമ്മ കൊടുക്കാൻ അവളും സമയം കണ്ടെത്തി.

"Angel it is to you."

ഒഴുകിവന്ന കണ്ണീർ തടഞ്ഞുനിർത്തി എതൽ കർത്തവ്യങ്ങളിലേക്ക് ഒഴുകിപ്പോയി.

ഇരുപത്തിയേഴ്

കുഞ്ഞാച്ചിയുടെ കാലിന്റെ വേദന കൂടിക്കൊണ്ടിരുന്നു. എസ്റ്റേറ്റ്

ഡോക്ടറുടെ പൊടിക്കൈകളൊന്നും ഫലം കണ്ടില്ല. മുണ്ടക്കയത്തും കാഞ്ഞിരപ്പള്ളിയിലും ഉള്ള വൈദ്യന്മാരെയും കണ്ടു. കുഴമ്പും കഷായവും ജീവിതത്തിന്റെ ഭാഗമായി. വീട്ടിലെ പണിയൊക്കെ പൊന്നമ്മയാണ് ചെയ്യുന്നതു. നാലാം ക്ലാസിൽ തോറ്റതിനുശേഷം അവൾ പഠിപ്പ് നിർത്തി. അവളുടെ എളേത്തുങ്ങളു സ്കൂളിൽ എങ്ങനെയൊക്കെയോ പോകുന്നു. ഒന്നിനും പഠിക്കണമെന്ന് തീരെ താല്പര്യമില്ല. വീട്ടുപണി കഴിഞ്ഞു പൊന്നമ്മ കൊളുന്തുനുള്ളാൻ പോകുന്നതു കൊണ്ടു കുടുംബം എങ്ങനെയൊക്കെയോ കഴിഞ്ഞു പോകുന്നു.

യുദ്ധം അതിന്റെ ഉച്ചസ്ഥായിയിലായിരിക്കുന്നു. എസ്റ്റേറ്റ് സ്റ്റോറിൽ അരി മരുന്നിനു പോലുമില്ല. പട്ടിണിക്കഞ്ഞി എന്നു പറഞ്ഞു തിനയും ഗോതമ്പും പൊൻകുന്നത്തുനിന്നു കാളവണ്ടിക്കു മല കയറി വരുന്ന കപ്പയും തീ പിടിച്ച വിലയ്ക്കാണെങ്കിലും ചൂടപ്പം പോലെ വിറ്റഴിയുന്നു. അരിയില്ലാത്തതുകൊണ്ടു ചൂടപ്പം കെട്ടുകഥയായി മാറിക്കഴിഞ്ഞു. കുഞ്ഞുലക്ഷ്മിയുടെ വിശേഷം പറയാൻ വരുമ്പം എതൽ ഇമ്മിണി അരിയോ ഗോതമ്പോ കൊടുത്തുവിടും. ആരെയും കാണിക്കതെ കൊണ്ടു വരുന്നതു അതുപോലെ എടുത്തു വെക്കും; വല്ലപ്പോഴും കുഞ്ഞുലക്ഷ്മി വന്നാൽ കൊടുക്കാൻ. കുഞ്ഞുലക്ഷ്മിക്കുവേണ്ടി കാശൊക്കെ എതൽ മാദാമ്മ കൊടുക്കുന്നതു കൊണ്ടു ചോതൻ ഒന്നും അറിയുന്നില്ല. മനസ്സറിഞ്ഞു തന്നാലല്ലാതെ ചോതൻ മാദാമ്മയോടു കടം വാങ്ങാൻ നില്ക്കില്ല. ഇപ്പം പൊന്നമ്മയും പണിക്കു പോകുന്നതു കൊണ്ടു വല്യ കഷ്ടപ്പാടില്ല. പക്ഷേ, കുഞ്ഞാച്ചിക്കു മരുന്നു വാങ്ങാൻ എമ്പിടി കാശു വേണ്ടി വരുന്നതു കൊണ്ടു വെക്കാനും കുടിക്കാനുമൊക്കെ നന്നേ ഞെരുങ്ങണം. എന്തായാലും വേണ്ടില്ല. കുഞ്ഞുലക്ഷ്മി പഠിച്ചു ജോലിയായി കഴിഞ്ഞ്........... അതു പിന്നെയും പ്രശ്നമാണ്. പെണ്ണു വളർന്നാൽ കെട്ടിച്ചു വിടേണ്ടെ. പ്രത്യേകിച്ചു. മൂത്തതാകുമ്പം നേരത്തെ കെട്ടിക്കണം. പിന്നെ അവളുടെ മാസപ്പടി കുടിക്കു വരുമോ. എന്തെങ്കിലുമാകട്ടെ. ഒന്നുമല്ലെ കൂട്ടത്തിൽ നിന്നൊരാളു പഠിച്ചു പപ്പനാപന്റെ ചക്രം വാങ്ങുന്നെന്നു പറയാമല്ലോ. അങ്ങനല്ലെ......... എന്നതാ ആ കൊച്ചിന്റെ പേരു...മറന്നുപോയി.

"എടി എന്നതാ ആ കൊച്ചിന്റെ പേര്?"

ചോതൻ കുഞ്ഞാച്ചിയോടു ചോദിച്ചു:

"ഏതു കൊച്ച്?"

"ആ കൊച്ചീലെ പെങ്കൊച്ച്"

"ദാക്ഷായണി"

ചോതൻ വീണ്ടും തന്റെ സ്വപ്നങ്ങളിലേക്കു തിരിച്ചുപോയി.

എളേ ക്ടാങ്ങളും പഠിച്ചു വല്ല സർക്കാരു പണിക്കാരുമായിരുന്നെങ്കിൽ. പൊന്നമ്മ പഠിപ്പു നിർത്തി കൊളുന്തു നുള്ളാൻ പോകുന്നുണ്ട്. ഈ ഇടയായി. വേല കഴിഞ്ഞു താമസിച്ചാണു വരുന്നത്. ആ കരോട്ടെ ലയത്തിലെ തങ്കമണിയുടെ കൂടെയാണു നടപ്പ്. തങ്കമണിയുടെ

ആങ്ങളച്ചെറുക്കനുമായി മിണ്ടീം പറഞ്ഞും നിക്കുന്നതു കണ്ടിട്ടു കുഞ്ഞാച്ചിയോടു പറഞ്ഞപ്പഴാ വിവരം മുഴുവൻ അറിഞ്ഞത്. ആ വീട്ടുകാർക്കു അവളെ പിടിച്ചിരിക്കുന്നു. ചോതൻ ഒന്നും മിണ്ടിയില്ല. ഈ പ്രായത്തിലിങ്ങനെയൊക്കെയാണ്. താനാണെ ഓരോ കൊല്ലവും ആളു മാറിയായിരുന്നു ഇഷ്ടം കൂടൽ. അവസാനം ഒരു ഇഷ്ടോം കൂടാത്ത കുഞ്ഞാച്ചിയെ കെട്ടി. അവയ്ക്കാണെ ഇമ്മാതിരി ചങ്ങാത്തോം കൊണ്ടു വരുന്നോരെ തന്നെ കാണരുതെന്നാ പറഞ്ഞത്. പിന്നെങ്ങനാ അവളു പൊന്നമ്മയുടെ കാര്യം സമ്മതിച്ചുകൊടുത്തത്. പൊന്നമ്മയുംകൂടി വേലയ്ക്കു പോകുന്നതു കൊണ്ടാണ് കുടുംബം നടന്നു പോകുന്നതു. പക്ഷേ, അതുകൊണ്ടു അവളെ കൊട്ടിച്ചു വിടാതിരിക്കാൻ പറ്റുമോ? പക്ഷേ, കുഞ്ഞുലക്ഷ്മിയല്ലെ മൂത്തത്. അവളുടെ പഠിപ്പു കഴിയണമെങ്കിൽ ഇനിയും രണ്ടു കൊല്ലമെടുക്കും. അതുവരെ അവരു കാത്തിരിക്കുമോ?. ഇളയവര് ആദ്യം കൊട്ടിപ്പോണത് പുത്തരിയൊന്നുമല്ല. എന്തായാലും യുദ്ധം കഴിയുന്നവരെ ഒന്നും നടക്കില്ല. അരിശ്ശ് കിരിശ്ശ് കിട്ടാനില്ലാത്ത കാലമല്ലേ.

മൂന്നാമത്തവളു പെണ്ണമ്മയ്ക്കു കുഞ്ഞുലക്ഷ്മിയെപ്പോലെ പഠിക്കണമെന്ന് ആഗ്രഹം ഉണ്ട്. പക്ഷേ, ക്ലാസിൽ പറയുന്നത് ഒന്നും മനസ്സിലാകുന്നില്ല. പറഞ്ഞുകൊടുക്കാനാണെ ആർക്കും കഴിയുന്നുമില്ല. വല്ലപ്പോഴും കുഞ്ഞുലക്ഷ്മി വരുമ്പോഴാണ് അവളു വല്ലതും നന്നായി പഠിക്കുന്നത്. ഇളയവന് കളി കളി കളി എന്ന് ഒറ്റ ചിന്തയേ ഉള്ളു. ഒന്നാം ക്ലാസിൽ തന്നെ തോറ്റു. അതുകൊണ്ട് ഇപ്പം കുഞ്ഞുലക്ഷ്മി മാത്രേ യുള്ളു ഒറ്റ പ്രതീക്ഷ.

ഒരു കോട്ടുവായുടെ മുന്നൊരുക്കത്തോടെ ചോതൻ ഉറക്കത്തിലേക്കു വഴുതി. അതികാലത്ത് കണ്ണു തുറന്നു, കിടക്കപ്പായിൽതന്നെ മൂരിനീർത്തപ്പോൾ ഹിരോഷിമയിൽ ബോംബു പൊട്ടിയിരുന്നു.[89]

ഇരുപത്തിഎട്ട്

“She likes to interview Dr. B R Ambedkar”

മിസ്. റിവെറ്റിന്റെ ഫോൺ ഇതിനുമുമ്പ് ഒരിക്കലുമുണ്ടായിട്ടില്ല. അതിന്റെ അമ്പരപ്പ് തകർത്ത് മറ്റൊരമ്പരപ്പ് ആണ് മിസ്. റിവെറ്റ് തരുന്നത്. എതൽ ഒരു നിമിഷം ഭൂതകാലത്തിന്റെ വിസ്മൃത മേഖല കളിലേക്കു പറന്നു. പരീക്ഷകളിൽ ഗ്രേഡ് നേടുമെങ്കിലും ഒരിക്കലും ക്ലാസിൽ കയറാത്ത കുട്ടിയായിരുന്നു ഏഞ്ചൽ. അവളാണു പറഞ്ഞത് ഒരു ഇന്ത്യാക്കാരൻ, മിസ്റ്റർ. അംബേദ്കർ ആ കോളേജിൽ പഠിക്കാൻ വന്നിരിക്കുന്നു. ഡോക്ടറേറ്റാണ് ലക്ഷ്യം. ഭയങ്കര ബുദ്ധിശാലിയാണ്. അവൾ ഓറിയന്റൽ ലിറ്ററേച്ചറിന്റെ അന്വേഷണത്തിനിടയിൽ

89. 1945 ആഗസ്ത് 6. വെളുപ്പിന് 4.46 ന് ജപ്പാൻ സമയം 8.16 ന്

പരിചയപ്പെട്ടതാണ്.

"Why are you going after the oriental things. Its all for the seniors?"

അവൾ ഒന്നും പറഞ്ഞില്ല. രണ്ടു കണ്ണും ഇറുക്കിയൊരു ചിരി മാത്രം.

പിന്നെ എപ്പോഴോ അവൾ കാണിച്ചു തന്നു. ഒരു സാധാരണ ഇന്ത്യാക്കാരന്റെ പരുങ്ങലുകളില്ലാതെ നടക്കുന്ന ഒരാൾ. അനന്യതയ്ക്കു വേണ്ടിയുള്ള ഓട്ടത്തിനിടയിൽ പിന്നൊന്നും ശ്രദ്ധിക്കാൻ നേരമുണ്ടായിരുന്നില്ല. ഏഞ്ചലിൽ നിന്നല്ലാതെ മറ്റാരിലും നിന്നും തനിക്കു ശ്രദ്ധ കിട്ടുന്നില്ലെന്നു മനസ്സിലായപ്പോൾ എങ്ങനെയെങ്കിലും ഇന്ത്യയിൽ എത്തിയാൽ മതിയെന്നായി. അപ്പോൾ യുദ്ധം കൊടുമ്പിരിക്കൊണ്ടിരുന്നു. പിന്നെ എല്ലാ ദിവസവും വാർത്തകൾ ശ്രദ്ധിക്കാൻ തുടങ്ങിയത്. നാട്ടിലേക്കയച്ച അംബേദ്കറുടെ മുഴുവൻ പുസ്തകങ്ങളും അറിവിന്റെ ആകാശം മുഴുവൻ ആഴക്കടലിൽ കൈസർ വില്യം ടോർപ്പിഡോ ചെയ്തെന്ന വാർത്തയറിഞ്ഞ് ഏഞ്ചൽ ഏങ്ങിയേങ്ങി കരഞ്ഞു. തനിക്കൊന്നും മിണ്ടാനുണ്ടായിരുന്നില്ല. അറിവിന്റെ ലോകത്തെ അഗാധമായി സ്നേഹിക്കുന്നവരുടെ ആത്മബന്ധം തനിക്കെങ്ങനെ അറിയാൻ.

മധുവിധുകാലത്ത് ജാറിന്റെ[90] സുഹൃത്തിനെ യാത്രയാക്കാൻ ബോംബെയിൽ പോയപ്പോഴാണ് മിസ്റ്റർ അംബേദ്കറെ വീണ്ടും കണ്ടത്. കോളേജ് ജീവിതത്തിന്റെ സ്മരണകൾ അയവിറക്കാൻ കിട്ടിയ അവസരം. ഏഞ്ചലിന്റെ ആരാദ്ധ്യൻ തനിക്കും ആരാദ്ധ്യൻ.

ഏഞ്ചലിന്റെ പേരു കേട്ടപ്പോൾ അംബേദ്കർ ഓർമ്മകളിലേക്കു ഒരു നിമിഷം മറഞ്ഞു.

"Now I remember, that little girl engaged in reading serious books. She itnrodued herself to me. A real treasure of knowledge. What and where is she now?"

പെയ്തിറങ്ങിയ എതലിന്റെ മുമ്പിൽ അംബേദ്കർ വാക്കുകളിടറി നിന്നു. ജാർ ഫോർമാലിറ്റിക്കു പുറത്തേക്കു എതലിനെയും കൂട്ടി നടന്നു.

ഇപ്പോൾ എതലിനെല്ലാം നേർരേഖയിൽ തെളിഞ്ഞുവരുന്നു. ഓറിയന്റൽ ലിറ്ററേച്ചർ കേട്ടുകേൾവിയില്ലാത്തപ്പോൾ അതന്വേഷിച്ചു പോയ ഏഞ്ചൽ. ഓറിയന്റൽ ജീവിതത്തിന്റെ തിക്തതകൾ പടവാളാക്കിയ ഡോക്ടർ. ബി ആർ അംബേദ്കർ. ഇതിനുള്ളിൽ കണ്ണിചേർക്കപ്പെട്ടതു താൻ. അംബേദ്കറുമായി മുഖാമുഖം. ഏഞ്ചലിനുപോലും ആരാധനയോടെ നോക്കി നില്ക്കാനെ കഴിഞ്ഞിരുന്നുള്ളു. അവിടെ ചോദ്യങ്ങൾ ചോദിക്കാൻ, ഉത്തരങ്ങൾ തേടാൻ കുഞ്ഞുലക്ഷ്മി. തന്റെ പുണ്യമല്ല. ഏഞ്ചലിന്റെ. അല്ല. ഇതു തന്റെ ഏഞ്ചൽ തന്നെ.

അവൾ നാളെ ബോംബേക്കു പുറപ്പെടുന്നു. മിസ്. റിവെറ്റ് എല്ലാ! ഒരുക്കങ്ങളും ചെയ്തു കഴിഞ്ഞെന്ന്. തന്റെ അനുവാദം മാത്രമേ വേണ്ടൂ.

---

90. ജെ എ ആർ

എതൽ അനുവാദം കൊടുത്തു. തുടികൊട്ടുന്ന ഹൃദയത്തോടെ.

ഇരുപത്തി ഒൻപത്

ലണ്ടൻ മിഷൻ സൊസൈറ്റിയുടെ ബോംബെയിലെ പ്രവർത്തകർ മിസ്. റിവെറ്റിന്റെ നിർദ്ദേശപ്രകാരം ഡോക്ടർ. ബി ആർ അംബേദ്കറുടെ സന്തത സഹചാരിയായ ശങ്കരാനന്ദ ശാസ്ത്രിയുമായി ബന്ധപ്പെട്ടു. യുദ്ധാനന്തര രാഷ്ട്രീയത്തിന്റെ തീച്ചൂളയിലേക്കു എടുത്തുചാടിയ ഡോക്ടർ. അംബേദ്കറുടെ വിലപ്പെട്ട കുറച്ചു സമയം കുഞ്ഞുലക്ഷ്മിക്കു വേണ്ടി മാറ്റി വെച്ചു. കുഞ്ഞുലക്ഷ്മിയുടെ ബയോഡാറ്റയിലൂടെ കടന്നു പോയ അംബേദ്കർ താല്പര്യത്തോടെ കാത്തിരിക്കുകയായിരുന്നു.

കുഞ്ഞുലക്ഷ്മി സ്വയം പരിചയപ്പെടുത്തിയപ്പോൾ പക്ഷേ, അംബേദ്കർ പ്രതികരിച്ചില്ല. വളരെ പരിചയമുള്ള ശബ്ദം. തന്റെ കൈയിൽ ഉണ്ടായിരുന്ന രണ്ടുമൂന്നു പുസ്തകങ്ങൾ കുഞ്ഞുനക്ഷ്മി മേശപ്പുറത്തു വെച്ചു. ഏറ്റവും മുകളിൽ *Annihilation of Caste* ന്റെ 1944 ലെ പരിഷ്കരിച്ച പതിപ്പ്.

"Sir"

ഭൂതകാല വിഹായസ്സിനെ തുളച്ചിറങ്ങിവന്ന അതേ ശബ്ദം. ദൈനംദിനം നൂറിലേറെ ശബ്ദങ്ങളോടു മല്ലിടുന്ന തനിക്കു ഇന്നുവരെ പിഴച്ചിട്ടില്ല. കാലം കുറെ ആയില്ലെ. എന്നും എപ്പോഴും കഴിയുന്നതാണോ ഇത്. അംബേദ്കർ ചോദ്യത്തിലേക്കു ശ്രദ്ധിച്ചു.

"That political reform cannot with impuntiy take precedence over social reform in the sense of the recontsruction of socitey, is a thesis which I am sure cannot be controverted."

പുസ്തകം തുറന്നെങ്കിലും അതിന്റെ ആവശ്യമുണ്ടായിരുന്നില്ല കുഞ്ഞുലക്ഷ്മിക്ക്.

"Sir, it is my ignorance, of course, but the Russian revolution of 1917 baffles me. Could you correct me?"

മിസ്. റിവെറ്റിന്റെ നിർദ്ദേശപ്രകാരം പഠിച്ചെടുത്ത ചുരുക്കെഴുത്തിന്റെ ആയുധങ്ങൾ ഒരുക്കി കുഞ്ഞുലക്ഷ്മി മനസ്സും തനുസ്സും ഏകാഗ്രമാക്കി. മറുപടിക്കുവേണ്ടി അധികം കാത്തിരിക്കേണ്ടി വന്നില്ല. അംബേദ്കർ വിശദീകരിച്ചു. ഇന്ത്യൻ സാമൂഹ്യവ്യവസ്ഥയുടെ അനന്യത. ജനാധിപത്യത്തിന്റെ കാതൽ. പിന്നെ കാത്തിരിക്കുക റഷ്യയിൽ ജനാധിപത്യം വരുന്നതുവരെ.

"How can there be a revolution if the proletariat cannot present a united front?"

കുഞ്ഞുലക്ഷ്മി പുസ്തകത്തിൽനിന്ന് വായിച്ചു:

"Sir, some years back a man named Mr. Ayyankali, leader of depressed class in Travancore led a strike against the landlords and he succeeded in it. This proves that the proletariate can unite and fight for a cause."

കുഞ്ഞുലക്ഷ്മി അംബേദ്കറെ നോക്കി. ഉത്തരവുമായി അംബേദ്കർ തയ്യാറായിരുന്നു. കേരളത്തിലെ സാമൂഹ്യരംഗത്തെ ചലനങ്ങളെ വളരെ കൃത്യമായി വിലയിരുത്തിയ അംബേദ്കർ സാന്താൾ കലാപത്തേയും കുറിച്ചു സംസാരിച്ചു. ആകസ്മികമായ ഇത്തരം മുന്നേറ്റങ്ങളെ അതിന്റെ യുക്തിസഹമായ പരിണാമത്തിലേക്കു എത്തിക്കാൻ കഴിയാത്തതിന്റെ കാരണം ജാതിവ്യവസ്ഥയാണെന്നു സമർത്ഥിച്ചു.

"Sir, What is your opinion about the Aundh Experiment?"[91]

അംബേദ്കർ സത്യത്തിൽ ഞെട്ടിപ്പോയി. ഇത്രയും ചെറിയ കുട്ടി എന്തെല്ലാം അറിയുന്നു.

"My dear, four or five years is not enough to judge the state of affairs of a state. One thing I can tell you clearly. The sufferers of that state will not be other than the dalits. Even the least educated dalits would be from that state. Because they are after a euphoria"

സ്വാതന്ത്ര്യസമര ചരിത്രത്തിൽ ആദ്യമായി, ഗാന്ധിജി നിർദ്ദേശിച്ച പ്രകാരം തുല്യാവകാശം ഉറപ്പുവരുത്തി, സാമാജികർ അംഗീകരിച്ച ഭരണഘടനയുമായി, 1941 ൽ ജനാധിപത്യ സ്വാതന്ത്ര്യം പ്രഖ്യാപിച്ച നാട്ടുരാജ്യത്തിന്റെ ഭാവി അവജാതീയതയുടെയും വിജാതീയതയുടെയും തുലാസിൽ തൂങ്ങി.

"But Sir, they claim that they are having more number of elimentary school than the total number of villages there"

ഒരുപാടു സ്വാതന്ത്ര്യസമര കുറ്റവാളികൾ ഒളിവിൽ താമസിക്കുന്ന നാട്ടിൽ എലിമെന്ററി വിദ്യാഭ്യാസ സ്ഥാപനങ്ങൾ പുകമറയാകുന്നതു കണ്ടും കേട്ടും അറിഞ്ഞെങ്കിലും, അംബേദ്കർ ഉത്തരം തെരഞ്ഞെടുത്തു.

"But they don't have that many number of hands to feed them. The available hands are gracefully exempted from the rigours of education."

"What is your opinion about the Wardha Scheme of Basic Education[92] and the Sergeant Plan."[93]

"Wardha scheme did not reach anywhere. Of course, I endorse

91. ഔദ് മഹാരാഷ്ട്രയിലെ ഒരു നാട്ടുരാജ്യമാണ് (ഇന്നത്തെ സാത്താറ ജില്ലയിൽ) മഹാത്മാ ഗാന്ധി നിർദ്ദേശിച്ച ചട്ടങ്ങൾ ഉൾപ്പെടുത്തി. സ്വന്തമായ തുല്യാവകാശം ഉറപ്പു നല്കുന്ന ഒരു ഭരണഘടനയും സാമാജികരുമുണ്ടായിരുന്നു. 1948 ൽ ഇന്ത്യൻ യൂണിയനിൽ വിലയം പ്രാപിച്ചു.

92. 1937 ഒക്ടോബർ 22-23 തീയതികളിൽ വാർദ്ധയിൽ നടന്ന ദേശീയ വിദ്യാഭ്യാസ കോൺഫറൻസ് ചുമതലപ്പെടുത്തി ഡോക്ടർ. സക്കീർ ഹുസൈൻ കമ്മിറ്റി സമർപ്പിച്ച രേഖ.

93. 1944 ൽ സെൻട്രൽ അഡ്വൈസറി ബോർഡ് ഓഫ് എഡ്യൂക്കേഷൻ തയ്യാറാക്കിയ വിദ്യാഭ്യാസ പദ്ധതി.

the view of Mahatma. But it should not be something like teaching a mahar to carry carcass and a kayastha to rule the coutnry. There should be a universally applicable one. I think Sergeant Plan aims at it."

സമകാലിക രാഷ്ട്രീയ സാമൂഹ്യവികാസങ്ങളും മാറിയ ചുറ്റുപാടിൽ പ്രത്യേകിച്ചു ഇംഗ്ലണ്ടിൽ ലേബർ പാർട്ടി അധികാരത്തിൽവന്ന പശ്ചാത്തലത്തിൽ എന്തെല്ലാം സംഭവിക്കാമെന്നതിനെക്കുറിച്ചും കുഞ്ഞുലക്ഷ്മിയുടെ നിഗമനങ്ങൾ അംബേദ്കർ ശരിവെച്ചു.

"Why you are agreeable to intercaste marriage as a measure to annihilate caste"

"It is a mitigating step"

ചോദ്യങ്ങളുടെ ശരവർഷങ്ങൾ. അംബേദ്കർ ശരിക്കും ആസ്വദിച്ചു. അവസാനം കുഞ്ഞുലക്ഷ്മി ചോദിച്ചു:

"All relgions are rule bound. How does Buddhism differ from it?"

"Buddhism is materialistic."

അംബേദ്കർ വാചാലനായി. ബുദ്ധമതത്തിന്റെ അന്തഃസത്തയെ കുറിച്ചു ഇത്രയ്ക്കു യുക്തിസഹമായ വിവരണം കുഞ്ഞുലക്ഷ്മി മറ്റെങ്ങും വായിച്ചിരുന്നില്ല. പുറപ്പെടുന്നതിനുമുമ്പ് മിസ്. റിവെറ്റുമായി ബുദ്ധിസത്തെക്കുറിച്ചു സംസാരിച്ചിരുന്നു. മതപഠനക്ലാസുകളിൽ പറയാൻ അത്യാവശ്യമായ വിവരങ്ങൾക്കപ്പുറം കാര്യങ്ങളൊന്നും അവർക്കും അറിയില്ലായിരുന്നു. ചോദ്യങ്ങൾ അവസാനിച്ചപ്പോഴും ഉത്തരങ്ങൾ മുഴുവനാക്കാൻ അംബേദ്കർ ശ്രമിച്ചില്ല.

"I know you are not an ordinary girl. It is better you find it yourself. You learned so much at this age. I am hopeful you will find more revolutionary answers to your own questions."

അവസാനം പിരിയുന്നതിനുമുമ്പ്, തന്റെ സ്പോൺസർ മിസ്സസ്. എതൽ മൺറോ ആണെന്നറിയിച്ചപ്പോഴും അംബേദ്കറിൽ മാറ്റം ഒന്നും കണ്ടില്ല.

"She considers me as reincarnation of her childhood friend Miss. Angel."

ഓർമ്മകളുടെ മഞ്ഞുമലകൾ ഇടിഞ്ഞിറങ്ങുമ്പോൾ ഡോക്ടർ. അംബേദ്കർ ശങ്കരാനന്ദ ശാസ്ത്രിയോടു പറഞ്ഞു:

"I wish if she had reincarnated as my daughter"

മുപ്പത്

യുദ്ധം കഴിഞ്ഞപ്പോൾ സകല ഞാഞ്ഞൂലുകൾക്കും വിഷം കൂടി. മരവിച്ചുകിടന്ന ഉത്തരവാദപ്രക്ഷോഭം മുക്കിയും മൂളിയും വളരുമ്പോൾ

നീണ്ടൂരും നിരണത്തും കർഷകത്തൊഴിലാളികളുടെ ചെറുത്തുനില്പുകൾ ചരിത്രത്തിൽ പുതിയ അദ്ധ്യായങ്ങൾ രചിച്ചുകൊണ്ടിരുന്നു. സ്വന്തം വേല കൂലി വേതനങ്ങൾക്കപ്പുറം ജനാധിപത്യാവകാശങ്ങളും മുന്നോട്ടുവെച്ച അമ്പലപ്പുഴ-ചേർത്തല തൊഴിലാളികൾ വടക്കുനോക്കിയന്ത്രങ്ങളാകാൻ മടിച്ചു. പള്ളിത്തേരുകളുരുണ്ടു. സി പിയുടെ പടയണികൾ പള്ളികളിലും ചാപ്പലുകളിലും കൂട്ടംകൂടി കള്ളും കണമ്പും നായരു മാപ്ലച്ചിമാരുടെ മുലപ്പാലിൽ ചാലിച്ചു മൃഷ്ടാന്നം ചെയ്തു. കിഴക്കിന്റെ വെനീസിലെ പാലങ്ങളിൽ കുത്തിയിരുന്നു താഴേക്കു തൂറി. നാറ്റംകൊണ്ടു വഴിനട ക്കാൻ കഴിയാതെ പെലേമ്മാരും പറേമ്മാരും അവരുടെ പഴയ വഴി തന്നെ തെരഞ്ഞെടുത്തു. രാത്രിയുടെ മറവിൽ തുറകണ്ണുകളുമായി പറത്തറക ളിലും പുലത്തറകളിലും ഉരലുകളിൽ ഉലക്കകൾ ഉമികളുതിർത്തു അരിമണികൾ പേറ്റി രായ്ക്കുരാമാനം ക്യാമ്പുകളിലെത്തിച്ചു. പുന്നപ്രയും വയലാറും ജീവനാഡികളായി. കയ്യൂരിന്റെ വീരയോദ്ധാക്കൾ, കുഞ്ഞമ്പുവും ചിരുകണ്ടനും, അബുബേക്കറും അപ്പുവും ആലപ്പുഴയുടെ ധമനികളിൽ കരുത്തിന്റെ ചാക്രിക പ്രവാഹമായി. 1938 ലെ ആലപ്പുഴയിലെ മത്സ്യത്തൊഴിലാളി സമരകാലത്ത് മുനപ്പെടുത്തി മൂർച്ചകൂട്ടി വച്ചിരുന്ന വാരിക്കുന്തങ്ങൾ വീണ്ടും തോകിച്ചെടുത്തു. സഖാവ് പി കൃഷ്ണപിള്ളയും ഏ കെ ജിയും നായനാരും 112 ൽ പറഞ്ഞു പഠിപ്പിച്ചതും വടക്കൻ മഞ്ഞുമലകളിൽനിന്നു തിരിച്ചെത്തിയ ജവാന്മാർ കാണിച്ചുതന്നതുമായ എല്ലാ സമരതന്ത്രങ്ങളും സ്വന്തം കണ്ണുളുടെയും വാരിക്കുന്തങ്ങളുടെ മുനപ്പുകളിലും അവർ കാത്തുസൂക്ഷിച്ചിരുന്നു.

പുന്നപ്രയിൽ പൊലീസ് സ്റ്റേഷൻ, ചേർത്തലയിൽ, മാരാരിക്കുളത്ത്, മുഹമ്മയിൽ പാലങ്ങൾ തകർത്ത് സിപിയുടെ സൈനികമുന്നേറ്റം തടഞ്ഞു! ഒക്ടോബർ 25 ന് സൈനികനിയമം പ്രഖ്യാപിച്ചു. പിന്നെ നരഹ ത്യയുടെ ദിനങ്ങൾ. ഒളിവിൽപോയ കമ്യൂണിസ്റ്റുകൾ തിരിച്ചുവരാൻ കാലമേറെയെടുത്തു. നാളിതുവരെ അനഭിമതരായിരുന്ന പറേമ്മാരും പെലേമ്മാരും നിവർത്തന ബാക്കി പത്രമായി വളർന്നുവന്ന സ്റ്റേറ്റ് കോൺ ഗ്രസിനു അഭിമതരായി മാറി. തൊഴിലാളി സംഘങ്ങളുടെ അമരക്കാരായി കാഞ്ഞിരപ്പള്ളിയിലെയും മുണ്ടിക്കയത്തെയും പീരുമേട്ടിലെയും നാട്ടരചന്മാർ തന്നെ രംഗത്തുവന്നു. പലരുടെയും കാഞ്ഞ ബുദ്ധിയിൽ വെള്ളക്കാരുടെ പൊന്നു വിളയിക്കുന്ന തോട്ടങ്ങൾതന്നെ ആയിരുന്നു. വെടക്കാക്കി തനിക്കാക്കുക.

അങ്ങനെ നിവർത്തനക്കാർ ബ്രിട്ടീഷ് മേല്ക്കോയ്മയെ വെല്ലുവിളിക്കാതെ ഭരണാധികാരത്തോടു സമരം ചെയ്തു. രാജാവിനെ പിണക്കാതെ സർ സി പി ക്കെതിരെ ഉത്തരവാദഭരണ സമരമുഖത്ത് പോരാളികളായി, ഉത്തരവാദ പോരാളികൾ തൊഴിലാളി നേതാക്കളായി കമ്യൂണിസത്തെ ഉപരോധിച്ചു. വെള്ളക്കാർക്കെതിരെ സമരം ചെയ്യാതെതന്നെ സ്വാതന്ത്ര്യ സമരനേതാക്കളായി.

പ്ലാന്റേഷൻ തൊഴിൽ മേഖലയിലെ നേരും നെറികേടും രുധിരതാ

ളമാടിയ കാലം. ഉപാസിയുടെ[94] ചൊല്പടിയിൽനിന്ന് രാജാധികാരവും വഴുതിപ്പോകുന്ന കാലം. തൊഴിലാളിക്ഷേമ പദ്ധതികൾ പണ്ടുമുതലേ നടപ്പാക്കിയിരുന്ന വിദേശി തേയിലത്തോട്ടങ്ങളിലല്ല, കമ്യൂണിസ്റ്റുകളാണ് ഈ പെലേനും പറേനും സമരപാത കാണിച്ചുകൊടുത്തതെന്ന സ്വദേശിബോധത്തിൽനിന്നാണ് തൊഴിൽ പ്രശ്നങ്ങൾ ഉരുത്തിരിഞ്ഞത്. ആ സ്വദേശി ബോധം സ്വദേശി തൊപ്പിയണിഞ്ഞ് ബ്രിട്ടീഷ് പൊലീസിന്റെ ബയണറ്റും കാഞ്ചിയുമായി മാറി.

സോഷ്യലിസത്തെക്കുറിച്ചു കേട്ടുകേൾവി മാത്രമുണ്ടായിരുന്ന കമ്യൂണിസ്റ്റ് മേല്പാവണിഞ്ഞവർ ഒക്ടോബർ വിപ്ലവത്തിന്റെ വീര ഗാഥകൾ ജനസാമാന്യത്തിലെത്തിച്ചു. സാമൂഹ്യവ്യവസ്ഥയുടെ സകല ശ്രേണീബന്ധങ്ങളും നിലനിർത്തിക്കൊണ്ടുതന്നെ വളർന്നു വന്ന കമ്യൂണിസത്തിന് ഉന്നത ശ്രേണിയിൽ നിന്നുതന്നെ ഉൽപതൃഷ്ണുക്കളുടെ മഹാപ്രവാഹമുണ്ടായി. കമ്യൂണിസത്തിന്റെ മഹാഭാരതവും രാമായ ണവും മുടങ്ങാതെ പെലത്തറകളിലും പറത്തറകളിലും നിറഞ്ഞാടി. അതിൽ പെലേരും പറേരുമില്ലാത്ത ഉട്ടോപ്യൻ റഷ്യയുടെ പകൽസ്വപ് നങ്ങൾ മഹദ് വ്യാഖ്യാനങ്ങൾ മെനഞ്ഞു. ചരിത്രസത്യങ്ങളെയും വിപ്ലവോ ന്മുഖ ശക്തികളെയും തിരിച്ചറിയാത്തവിധം വേഷം കെട്ടിച്ചു നാടു കടത്തി.

ഈ ഒരു ഘട്ടത്തിലും കോൺഗ്രസ് വേഷം കെട്ടി കമ്യൂണൽ അവാർഡിന്റെ വിധ്വംസകരായി. പല പെലേനും പറേനും അതേ കമ്യൂണൽ അവാർഡിന്റെ രക്ഷകപദ്ധതിയുടെ മറവിൽ സാമാജികരായി, പുതിയ സാമ്രാജ്യങ്ങൾ കെട്ടിപ്പടുത്തു. പുലയരും പറയരുമില്ലാത്ത സാമ്രാജ്യം.

കൊച്ചിയിൽനിന്ന് കോൺസ്റ്റിസ്റ്റ്യുന്റ് അസംബ്ലിയിലേക്കു തിരഞ്ഞെടുക്കപ്പെട്ട പ്രതിനിധി, പല കാര്യങ്ങളിലും അംബേദ്കറെ പിന്താങ്ങിയെങ്കിലും ഭരണവർഗ്ഗം നഷ്ടപ്പെടുത്തുന്ന ബൗദ്ധിക സ്വത്തിന്റെ ആഴം തിരിച്ചറിഞ്ഞു:

'"Let me make a personal appeal to Dr. Ambedkar to join the nationalist forces of this coutnry. He is the only leader of the Harijan communtiy and his non-cooperation with the nationalist forces is a great tragedy to the Harijans; his co-operation with the nationalist forces will enhance the emancipation of the Harijans. Here is a unique occasion for you Sir, (addressing Dr. Ambedkar) to place your services before the coutnry"

പക്ഷേ, ഡോക്ടർ അംബേദ്കർ കോൺഗ്രസിൽ ചേർന്നില്ല. അദ്ദേഹം ഹരിജൻ ലീഡർ ആയിരുന്നില്ല. ദലിത് നേതാവായിരുന്നു.

---

94. United Planters Association of South India.

മുപ്പത്തിഒന്ന്

മിസ്സ്. റിവെറ്റ് വിട പറയുന്നു. കുഞ്ഞുലക്ഷ്മി ശരിക്കും ഞെട്ടിപ്പോയി. എതൽ ഓണ്ടിനെപ്പോലെ തന്നെ ഒരു മനുഷ്യജീവിയായി കാണാൻ കഴിഞ്ഞ അവരില്ലായിരുന്നെങ്കിൽ തനിക്ക് അക്കാദമിക തലത്തിൽ മികവ് തെളിയിക്കാൻ കഴിയുമായിരുന്നില്ല. പക്ഷേ, അവർക്ക് പോകാതിരിക്കാൻ കഴിയില്ല. ലണ്ടൻ മിഷൻ സൊസൈറ്റിക്ക് ഉത്തരേന്ത്യയിൽ അവരുടെ സേവനം ആവശ്യമുണ്ടത്രെ. പക്ഷേ, പോകുന്നതിന് മുമ്പുതന്നെ കുഞ്ഞുലക്ഷ്മിക്കുവേണ്ടി ബോംബെ റ്റാറ്റാ ഇൻസ്റ്റിറ്റ്യൂട്ട് ഓഫ് സോഷ്യൽ സയൻസിൽ പ്രവേശനം ഉറപ്പാക്കിയിരുന്നു. കുഞ്ഞുലക്ഷ്മി യുടെ പരീക്ഷപോലും കഴിഞ്ഞിരുന്നില്ല. എവിടെ പോയാലും തന്റെ പ്രാർത്ഥന കുഞ്ഞുലക്ഷ്മിയുടെ കൂടെയുണ്ടാകുമെന്ന് അവളെ ചേർത്തു പിടിച്ച് കണ്ണീരൊപ്പികൊണ്ട് മിസ്സ്, റിവെറ്റ് പറഞ്ഞതൊന്നും കുഞ്ഞുലക്ഷ്മിയെ സമാധാനിപ്പിച്ചില്ല. ഇനി പരീക്ഷയ്ക്ക് അധിക നാളില്ലെന്നും അവൾക്കുവേണ്ടി ബോംബെയിൽ സീറ്റ് ഉറപ്പാക്കിയിട്ടുണ്ടെന്നും അപ്പോഴാണ് പറഞ്ഞതും. അതിനുവേണ്ട ശുപാർശ കത്തും അവൾക്കു നല്കി.

പരീക്ഷ കഴിഞ്ഞ് ആഷ്‌ലി എസ്റ്റേറ്റിൽ തിരിച്ചെത്തിയപ്പോൾ അവൾ വീണ്ടും ഞെട്ടി. കാത്തിയുടെ ഭർത്താവിന് ഇംഗ്ലണ്ടിലേക്കു തിരിച്ചു പോകണം. കാത്തിയും പോകുന്നു.

കുഞ്ഞാച്ചി കിടപ്പിലാണ്. നാട്ടിൽനിന്നു കൊണ്ടുവരുന്ന കുഴമ്പും കഷായവും കൊണ്ടു കഴിയുന്നു. യുദ്ധം കഴിഞ്ഞതിന്റെ പിറ്റേ കൊല്ലം തന്നെ പൊന്നമ്മയുടെ കല്യാണം കഴിഞ്ഞിരുന്നു. കരോട്ടെ ലയത്തിലെ കുട്ടപ്പൻ. ആളു നല്ലവനാണ്. പൊന്നമ്മ പിന്നെ സമയമൊന്നും കളഞ്ഞില്ല. ഇപ്പം രണ്ടാമത്തത് വയറ്റിലുണ്ട്. കുഞ്ഞുലക്ഷ്മി വന്നതറിഞ്ഞ് ഓടിയെത്തിയതാണ്. ഇന്നിനി തിരിച്ചുപോക്കില്ല. അവളുടെ കുഞ്ഞ് മുക്കിയും മൂളിയും വർത്തമാനം പറയാൻ തുടങ്ങിയിരിക്കുന്നു. അവൻ കുഞ്ഞുലക്ഷ്മിയോടു ഇംഗ്ലീഷ് പറയും. പെണ്ണമ്മ പറഞ്ഞു പഠിപ്പിച്ച താണ്. അവളിപ്പം തേഡ് ഫോമിലാണ്. എളേ അനിയൻ തേയിലക്കാട്ടിൽ പണിക്കു പോയിത്തുടങ്ങിയിരുന്നു.

കുഞ്ഞുപെണ്ണ് വന്നതറിഞ്ഞ് ചക്കിമ്മായി വന്നു. കുറച്ചു വണ്ണം വെച്ചെന്നല്ലാതെ വേറെ മാറ്റമൊന്നുമില്ല. കുഞ്ഞുലക്ഷ്മിയെ സ്വന്തം മകളെക്കാൾ കൂടുതൽ സ്നേഹിക്കുന്ന ചക്കി കുഞ്ഞുലക്ഷ്മിയെ കണ്ടിട്ട് ഉടനെ തിരിച്ചുപോയി. ചാഞ്ചനെ പറഞ്ഞുവിട്ട് രണ്ടു റാത്തൽ ഇറച്ചി വാങ്ങിപ്പിച്ച് അരിഞ്ഞ് കഴുകി പിഴിഞ്ഞെടുത്തു അരപ്പും ചേർത്ത് അടുപ്പത്തുവെച്ചു. തിളച്ചു കഴിഞ്ഞാൽ എന്നത്തേംപോലെ ചാഞ്ചൻ ഇടയ്ക്കിടയ്ക്ക് ഓരോ കഷണമെടുത്തു വേവ് നോക്കി. മുളകിട്ടു വേവിച്ച പച്ചക്കപ്പയും ഇറച്ചിയുമായി ചക്കി വീണ്ടും കുഞ്ഞുലക്ഷ്മിയുടെ അടുത്തെത്തി. ചക്കി അമ്മായി ഉണ്ടാക്കുന്ന ഇറച്ചിക്കറി കുഞ്ഞുലക്ഷ്മിക്കു പണ്ടു മുതലേ ഇഷ്ടമാണ്. കുഞ്ഞുപെണ്ണ് കുഞ്ഞുലക്ഷ്മിയോടു വർത്തമാനം പറഞ്ഞിട്ടു പെണ്ണമ്മയെ സഹായിക്കാൻ അടുക്കളയിലേക്കു

പോയി. പൊന്നമ്മയുടെ കല്യാണത്തിനു മുമ്പുതന്നെ പെണ്ണമ്മ അടുക്കളയിൽ കയറിയതാണ്. പൊന്നമ്മ അന്നു കൊളുന്തുനുള്ളാൻ പോയിരുന്നു. പൊന്നമ്മയുടെ കല്യാണം കഴിഞ്ഞു മുഴുവൻ ഉത്തരവാദിത്വവും പെണ്ണമ്മയ്ക്കായി. എന്നാലും മിക്കപ്പോഴും പൊന്നമ്മയുണ്ടാകും, പലപ്പോഴും ചക്കിയോ കുഞ്ഞുപെണ്ണോ അവളുടെ സഹായത്തിനെത്തും. ചോതൻ ആവശ്യത്തിനു വെള്ളം തോട്ടം വക ടാങ്കിൽനിന്ന് എത്തിക്കും. കപ്പ പൊളിക്കാനും കറിക്കരിയാനും അയാൾ എന്നും ഉണ്ടാകും. അപ്പനും പെങ്ങളും ഉണ്ടാക്കുന്നതു തിന്നാനല്ലാതെ, എളേ ചെക്കൻ കുട്ടൻ ഒന്നും ചെയ്യാറില്ല. വേലയ്ക്കു പോകുക, വൈകുന്നേരം ഒറ്റമുണ്ടുടുത്ത് കമ്പിളി ബനിയനും ഇട്ടു കുട്ടിക്കാനം കവലയിൽ പോകുക, ബീഡി വലിക്കുക, തിരിച്ചു വരിക, തിന്നുക, കിടക്കുക. ആഴ്ചയിലൊരിക്കൽ മുണ്ടക്കയത്തു പോയി ഓടും പടം കാണുക. അതിനപ്പുറം അവനു ജീവിതമില്ല.

പരീക്ഷ കഴിഞ്ഞ് ഫലം അറിയുന്നതുവരെ കുഞ്ഞുലക്ഷ്മി മറ്റെങ്ങും പോയില്ല. പൊന്നമ്മയുടെ ലയത്തിലും ചക്കി അമ്മായിയുടെ ലയത്തിലും പോയി അടുത്തടുത്ത താമസക്കാരോടും അവരുടെ കുട്ടങ്ങളോടും എല്ലാം മിണ്ടീം പറഞ്ഞും സമയം എങ്ങനെ പോയതെന്നറിഞ്ഞില്ല. അതിനിടയ്ക്കു പലപ്പോഴും ആഷ്‌ലി ബംഗ്ലാവിലും പോകണം. കാത്തി പോകുമെന്നറിഞ്ഞതിൽ പിന്നെ എതൽ വീണ്ടും വിഷമത്തിലാണ്. ഇംഗ്ലണ്ടിലേക്കു പോകുന്ന കാര്യം ചിന്തിക്കാൻതന്നെ കഴിയുന്നില്ല. ജീവിതത്തിന്റെ സിംഹഭാഗവും ചെലവഴിച്ച ഇവിടംവിട്ട് പോകാൻ മനസ്സനുവദിക്കുന്നില്ല. പഠനകാലത്തു അനുഭവിച്ച വിവേചനം അറിഞ്ഞോ അറിയാതെയോ എതലിനെ വേട്ടയാടുന്നതുപോലെ. രണ്ടു ദിവസ ത്തിൽ കൂടുതൽ കുഞ്ഞുലക്ഷ്മിയെ കാണാതിരുന്നാൽ എതൽ കുതിരപ്പുറത്തെത്തും. കുഞ്ഞുലക്ഷ്മിയെയും കൂട്ടിയേ തിരിച്ചു പോകൂ. എങ്കിലും കുഞ്ഞുലക്ഷ്മിയെ അവളുടെ ജീവിത സാഹചര്യത്തിൽനിന്ന് വേർപ്പെടുത്തുന്ന ഒന്നും എതൽ ചെയ്തില്ല. ഒരിക്കൽ എപ്പോഴോ കുഞ്ഞുലക്ഷ്മിയും കാത്തിയും എതലും സംസാരിച്ചിരിക്കുമ്പോൾ, കാത്തിയുടെ നാവിൽനിന്നു വന്നതാണ് അതിനു കാരണം. കുഞ്ഞുലക്ഷ്മിക്കുവേണ്ടി കമ്പനിയുടെ സ്കോളർഷിപ്പിനുള്ള പേപ്പറുകൾ തയ്യാറാക്കുകയും അവളുടെ പേരിൽ അക്കൗണ്ടു തുടങ്ങാ നുള്ള ഫോമിൽ ഒപ്പ് വാങ്ങുകയും ചെയ്യുന്നതിനിടയിൽ കാത്തി പറഞ്ഞു:

“Mom, will you give half of your share to Kunjulachumi. I want only half.”

കുഞ്ഞുലക്ഷ്മി ഞെട്ടിയെന്നു മാത്രമല്ല, പൊട്ടിത്തെറിക്കുകതന്നെ ചെയ്തു.

“No, Aunt you have given me a whole world. Giving me anything else will be a disgrace for me”

അവളുടെ ശക്തമായ പ്രതികരണത്തിൽ കാത്തിപോലും ഞെട്ടിപ്പോയി. അവൾ ഓടിച്ചെന്ന് കുഞ്ഞുലക്ഷ്മിയെ കെട്ടിപ്പിടിച്ചു മാപ്പു ചോദിച്ചു. എതൽ സത്യത്തിൽ കരഞ്ഞുപോയി. തന്റെ ഏഞ്ചൽ............

ആർക്കും വില പറയാൻ പറ്റാത്തതാണ് തനിക്കു കിട്ടിയിരിക്കുന്നത്. അവളുടെ നിസ്സീമമായ, നിസ്വാർത്ഥമായ സ്നേഹം.

മുപ്പത്തിരണ്ട്

ബോംബെ വിക്ടോറിയ ടെർമിനൽസിൽ ലണ്ടൻ മിഷൻ സൊസൈറ്റിയുടെ ആൾക്കാർ കാത്തുനിന്നിരുന്നു. അവർക്ക് മിസ്സ്. റിവെറ്റിന്റെ കത്തുണ്ടായിരുന്നു. മുമ്പു പരിചയമുണ്ടായിരുന്നതുകൊണ്ടു സംഗതികളെല്ലാം എളുപ്പമായി. ടിസ്സിൽ[95] ചെല്ലുകയേ വേണ്ടിയിരുന്നുള്ളു. എദൽ ഓണ്ട് എല്ലാം പറഞ്ഞു വെച്ചിരുന്നു.

ഡോക്ടർ അംബേദ്കർ ഡൽഹിയിലാണെന്നറിയാമെങ്കിലും വെറുതെ അദ്ദേഹത്തിന്റെ ബോംബെയിലെ വീട്ടിൽ ഒന്നു പോയി. ശങ്കരാനന്ദശാസ്ത്രിയുണ്ടായിരുന്നു. കണ്ട ഉടനെ ഓടിവന്നു അഭിവാദ്യം ചെയ്തു. കൈപിടിച്ചിരുത്തി സൽക്കരിച്ചു ബാബാസാബ്. അടുത്തയാഴ്ച വരും. വരുമ്പോൾ അറിയിക്കാം എന്നൊക്കെ പറഞ്ഞു. ശാസ്ത്രി അങ്കിൾ പറഞ്ഞാണ് ബാബാസാബിനു താൻ മകളെപ്പോലെയാണെന്നു കുഞ്ഞുലക്ഷ്മി അറിയുന്നത്. എങ്ങനെയാണ് തനിക്കീ ഭാഗ്യങ്ങളൊക്കെയുണ്ടാകുന്നത്. എതൽ ഓണ്ട് തനിക്കാരാണ്?. മാഡം റിവെറ്റ് തനിക്കാരാണ്? ഇപ്പോൾ ഡോക്ടർ. അംബേദ്കർ തന്നെ മകളെപ്പോലെ കരുതുന്നു. കോടിക്കണക്കിനു ദളിതരുടെ രക്ഷകൻ തന്നെ മകളെപ്പോലെ സ്നേഹിക്കുന്നു.

ഇതൊക്കെ ദൈവാനുഗ്രഹമാണെന്ന അന്ധവിശ്വാസത്തെ പിൻപറ്റാൻ കുഞ്ഞുലക്ഷ്മി ഒരുക്കമല്ല. അത്തരമൊരു ദൈവത്തിനു വർണ്ണാശ്രമങ്ങളിൽ വിശ്വാസമുണ്ടാകാൻ കാരണമില്ല. ദൈവസത്തതന്നെ ആരുടെയൊക്കെയോ അടിമപ്പണി ചെയ്യുന്നുവോ? സ്വന്തമായ നിലനില്പില്ലാത്ത ദൈവത്തെ പോറ്റേണ്ടത് തന്റെ ആവശ്യമല്ല. പോറ്റപ്പെ ടേണ്ടി വരുന്ന ഒരു ദൈവത്തിന് എന്തു ശക്തിയാണുള്ളത്. ഒരു മനുഷ്യൻ മറ്റൊരു മനുഷ്യനെ മനുഷ്യനായി അംഗീകരിക്കുന്നതു തന്നെയാണ് ഇതിന്റെയെല്ലാം നിദാനം. മനുഷ്യനെ മനുഷ്യൻ തിരിച്ചറിയുന്നിടത്താണ് ദൈവം ജനിക്കുന്നത്. വർണ്ണാശ്രമവും ജാതിവ്യവസ്ഥയും അതിനു വിരുദ്ധമായതുകൊണ്ട് അവ ദൈവത്തിന്റെ മരണക്കുറിപ്പാണ്.

അതേ, മനുഷ്യൻ മനുഷ്യനെ തിരിച്ചറിയുന്നതാണ് ദൈവികം. അച്ഛനും അമ്മയും സഹോദരങ്ങളും ചക്കി അമ്മായിയും എതൽ ഓണ്ടും മിസ്സ്. റിവെറ്റും ഡോക്ടർ അംബേദ്കർപോലും ചെയ്തത് ഒന്നു തന്നെയാണ്. തന്നെ മനുഷ്യനായി അംഗീകരിക്കുക. അതിന് താൻ അവരോടെല്ലാം കടപ്പെട്ടിരിക്കുന്നു. മരണം വരെയും.

1947 ആഗസ്ത് 14, അർദ്ധരാത്രിക്കുശേഷം അധികാരം കൈമാറ്റം ചെയ്യപ്പെട്ടു. ബോംബെ നഗരത്തിൽ സന്തോഷ പ്രകടനങ്ങൾ വെളുക്കു

95. Tata Institute of Social Science (TISS)

വോളം നീണ്ടു. ഗാവോലിയ ടാങ്ക് മൈതാനം വീണ്ടും നിറഞ്ഞു കവിഞ്ഞു.

സ്വാതന്ത്ര ഇന്ത്യയുടെ സ്വപ്നങ്ങളെ പാടിയുണർത്തിക്കൊണ്ട് ആഘോഷം ടിസ്സിനുള്ളിലും തിമിർത്താടി. ഹർഷപുളകിതയൗവനം ഒരു അരുവിയായി ബോംബെയുടെ പശുത്താരകൾ[96] ചുറ്റിവന്നു. ക്യാമ്പസിനുള്ളിൽ ചേർന്ന യോഗത്തിൽ അദ്ധ്യാപകരുൾപ്പെടെ വളരെപ്പേർ സംസാരിച്ചു. ഫാക്കൾട്ടിയിൽനിന്ന് ആരുടെയോ നിർദ്ദേശപ്രകാരം കുഞ്ഞുലക്ഷ്മിയും വേദിയിലേക്കു ക്ഷണിക്കപ്പെട്ടു.

"Ladies and Gentlemen,

എല്ലാവരും മദ്രാസിയുടെ വാക്കുകൾക്കു കാതോർത്തു.

Today we are free from the shackles of foreign rulers. It is a fit reason to celeberate. But at the same time this is an ocassion to dedicate ourselves to the cause of the society. We have got political independance. Tot ranslate this political independance into social and economic independance, our leaders are in the process of framing a constitution, based on democratic princples upholding equaltiy and fraterntiy. But existence of a constitution alone will not solve the problem. You must have the will power to implement the same in letter and spirit. To maintain the hard earned independance, earned with the life and blood of hundreds and thousands of men and women we must have a united socitey and a strong economy. What we are having is a tattered, dilapidated socitey, an emasciated, depleted economy. Let"s take an oath at this auspicious ocassion to work for a better socitey and rebuild our India.

Jai Hind."

ആരൊക്കെയോ ചേർന്ന് കുഞ്ഞുലക്ഷ്മി നിർദ്ദേശിച്ച പ്രകാരം ഒരു പ്രമേയം എഴുതിയുണ്ടാക്കി സഭയിൽ അവതരിപ്പിച്ചു. ടിസ്സിന്റെ ക്യാമ്പസ് നീണ്ട ഹസ്തതാഡനത്തോടെ അതു ഏറ്റുവാങ്ങി.

ടിസ്സിലെ ജീവിതം വർണ്ണാഭമായിരുന്നു. ഫീൽഡ് വർക്കും മുഖാമുഖങ്ങളും അവയെക്കുറിച്ചുള്ള ചർച്ചകളും പഠനകാലത്തെ സജീവമാക്കി നിർത്തി. ഇതിനിടയ്ക്കു കാത്തിയുടെ കത്തു വന്നു. ഇംഗ്ലണ്ടിലെ ജീവിതം അത്രയ്ക്കു പിടിക്കുന്നില്ല. പക്ഷേ, മറ്റു വഴികളൊന്നുമില്ല. കപ്പലിലെ യാത്ര വളരെ ദുസ്സഹമായിരുന്നു. ഇതിനുമുമ്പ് ഡാഡിന്റെ കൂടെ യാത്ര ചെയ്തപ്പോഴൊന്നും ഉണ്ടാകാത്ത വിധം ഛർദ്ദിയും മറ്റുമായിരുന്നു. ഗർഭിണിയായതുകൊണ്ടാകാം. എങ്കിലും ഇനിയൊരു കപ്പൽ യാത്രയെക്കുറിച്ചു ചിന്തിക്കാൻ കഴിയുന്നില്ല. പഠനം കഴിഞ്ഞ് കുഞ്ഞുലക്ഷ്മി ഇംഗ്ലണ്ടിലേക്കു ചെല്ലണം. കാണാൻ കൊതിയാകുന്നെന്ന്. കുഞ്ഞുലക്ഷ്മിക്കു ചിരിവന്നു. കാത്തി ഇപ്പോഴും കൊച്ചുകുട്ടിയെപ്പോലെയാണ്.

96. ഗോവണ്ടി (മറാട്ടി) - (മുംബൈയിലെ രണ്ടാമത്തെ വലിയ കോളണി) = പശുതാര

മുപ്പത്തിമൂന്ന്

സ്വതന്ത്രഭാരതത്തിന്റെ സ്വപ്നങ്ങൾ അണിയറയിൽ രൂപം കൊള്ളുമ്പോൾ പാകിസ്ഥാനിലേക്കും പാകിസ്ഥാനിൽനിന്ന് ഇന്ത്യയിലേക്കുമുള്ള കൂടുമാറ്റങ്ങൾ രക്തച്ചൊരിച്ചിലുകളിലേക്കു വഴിതിരിഞ്ഞു. രാഷ്ട്രീയത്തിന്റെ ആത്മാവിലേക്കു നുഴഞ്ഞു കയറിയ മതാധികാരം ചോരച്ചാലുകളിൽ തിമിർത്തുല്ലസിച്ചു. ക്രമസമാധാനപാലനത്തിലും മതാധികാര ത്തിന്റെ മണം പുരണ്ടിരുന്നു. ഗംഗയും യമുനയും നിഷ്കളങ്കജീവിതങ്ങളുടെ ജല സമാധികളായി. പെരുവഴികളിൽ ശവങ്ങൾ അഴുകി. സ്വതന്ത്രഭാരതം ചീഞ്ഞു നാറി. നാറ്റം കുറയ്ക്കാൻ നേതാക്കന്മാരെല്ലാം ഗാന്ധിജിക്കു പിന്നാലേയിറങ്ങി. സാഹോദര്യത്തിന്റെ മുദ്രാവാക്യം മതാധികാരത്തിന്റെ തലയ്ക്കുമുകളിൽ വെള്ളിടിയായി പതിച്ചു. നാനാത്വത്തിൽ ഏകത്വം ദർശിച്ച വിശ്വസംസ്കാരം തത്ത്വമസിവെടിഞ്ഞ് അഹംബ്രഹ്മാസ്മിയുടെ പുതിയ തലങ്ങളിലേക്കു കൂപ്പുകുത്തി. അത് നാഥുറാം ഗോഡ്സെയുടെ കൈയിൽ ഒരു തോക്കായി പരിണമിച്ചു. രാമരാജ്യത്തിന്റെ സ്വപ്നങ്ങൾ കുടിയിരുത്തിയ ശ്രീകോവിലിനുനേരെ അഹംബ്രഹ്മാസ്മി ഗർജ്ജിച്ചു.

1948 ജനുവരി 30-ാം തീയതി കാലത്ത് പതിനൊന്നു മണിക്ക് സ്വതന്ത്രഭാരതത്തിൽ മനുഷ്യത്വം വിറുങ്ങലിച്ചു നിന്നു.

1948 ഫെബ്രുവരി 28-ാം തീയതി അവസാനത്തെ ബ്രിട്ടീഷ് ട്രൂപ്പും ഗേറ്റ് വേ ഓഫ് ഇന്ത്യയുടെ കമാനങ്ങൾ കടന്നുപോയി.

രണ്ടു മാസത്തിനുശേഷം അതേ കമാനത്തിനു കീഴിലൂടെ മിസ്സ് എതൽ മൺറോയും കടന്നുപോയി. പോകുന്നതിനു മുമ്പ് വിങ്ങിപ്പൊട്ടൽ തുളുമ്പാതിരിക്കാൻ കിണഞ്ഞു ശ്രമിച്ചുകൊണ്ടിരിക്കുന്ന കുഞ്ഞുലക്ഷ്മിയെ കൊട്ടിപ്പിടിച്ച് ഉമ്മവെച്ചുകൊണ്ട് എതൽ പറഞ്ഞു:

"നീ എന്റെ ഏഞ്ചലാണ്. നീ കരയരുത്. ഏഞ്ചലിന്റെ പൗരസ്ത്യ സ്വപ്നങ്ങൾ നിന്നിലൂടെ വേണം നിറവേറാൻ."

എതൽ വെച്ചു നീട്ടിയ കവർ വാങ്ങാൻ കുഞ്ഞുലക്ഷ്മി മടിച്ചു.

"വാങ്ങിക്കൊള്ളു. ഇതു നിന്റെ ഇതുവരെയുള്ള സ്കോളർഷിപ്പാണ്. നിനക്കുവേണ്ടെങ്കിൽ അർഹിക്കുന്ന മറ്റൊരാൾക്കുവേണ്ടി."

തിരുവിതാംകൂർ ബാങ്കിന്റെ മുണ്ടിക്കയം ശാഖയിലെ കുഞ്ഞുലക്ഷ്മിയുടെ പേരിൽ പതിനായിരം രൂപയുടെ അക്കൗണ്ട് ബുക്കും ചെക്ക് ബുക്കും.

"നിനക്കു ജോലി കിട്ടുന്നതുവരെ സ്കോളർഷിപ്പ് തുടരാൻ കമ്പനി ബോർഡ് തീരുമാനിച്ചിട്ടുണ്ട്."

സകല നിയന്ത്രണങ്ങളും കൈവിട്ട് കുഞ്ഞുലക്ഷ്മി പൊട്ടിക്കരഞ്ഞു.

എതൽ അവളെ ചേർത്തുപിടിച്ചു,

"അരുത്, സ്വതന്ത്ര ഇന്ത്യയിൽ നിനക്കു ദുഃഖിക്കേണ്ടി വരില്ല. നിനക്കു എന്നു ഞങ്ങളെ കാണണമെന്നു തോന്നുന്നോ അന്നു ഒരു കത്തയക്കുക. നിന്റെ കപ്പൽ ടിക്കറ്റ് കമ്പനി വഹിച്ചുകൊള്ളും. നീ തന്നെയല്ലേ പറഞ്ഞതു കാത്തിക്കു എന്റെ സഹായം ആവശ്യമുണ്ടെന്ന്. നീ കരഞ്ഞാൽ ഞാൻ പോകില്ല."

ശരിയാണ്. കുഞ്ഞുലക്ഷ്മി തന്നെയാണ് എതലിനെ ഇംഗ്ലണ്ടിലേക്കു

പോകാൻ ധൈര്യപ്പെടുത്തിയത്. കാത്തിയുടെ നിരന്തരമായ കത്തുകളാണ് അതിനു കാരണം. അവൾക്ക് മോമും കുഞ്ഞുലക്ഷ്മിയും കൂടെ വേണം. കുഞ്ഞുലക്ഷ്മി ഉണ്ടെങ്കിലേ മോം വരു. കുഞ്ഞുലക്ഷ്മി കണ്ണുതുടച്ചു.

"Aunt I will live up to your Angel"

മാസ്മരികമായ ആ ശബ്ദം ഒരിക്കൽക്കൂടി കേട്ടുകൊണ്ട് എതൽ ഗേറ്റ് വേ ഓഫ് ഇന്ത്യയുടെ കമാനങ്ങൾ കടന്നുപോയി.

മുപ്പത്തി നാല്

ടിസ്സിൽ എല്ലാവർക്കും തിരക്കായിരുന്നു. ഹിന്ദു-മുസ്ലീം സംഘട്ടന ങ്ങൾ നിയന്ത്രണത്തിലായെങ്കിലും അതുണ്ടാക്കിയ മുറിവ് ഉണങ്ങാൻ മടിച്ചു. ടിസ്സിൽനിന്ന് വിദ്യാർത്ഥികൾ ബാച്ചുകളായി ഗുജറാത്തിലെ ഗ്രാമഗ്രാമാന്തരങ്ങളിലൂടെ സഞ്ചരിച്ചു. അറിയാവുന്ന ഹിന്ദിയും കേട്ടു പഠിച്ച മറാട്ടിയും ഗുജറാത്തിയുമായി കുഞ്ഞുലക്ഷ്മി എല്ലായിടത്തു മെത്തി. വൈകുന്നേരങ്ങളിൽ അന്നത്തെ അനുഭവങ്ങൾ പങ്കു വെക്കുന്ന യോഗങ്ങളിൽ കെട്ടുപിണഞ്ഞ പ്രശ്നങ്ങൾ ഇഴപിരിച്ചെടുക്കുന്നതിൽ കുഞ്ഞുലക്ഷ്മി കാണിക്കുന്ന സാമർത്ഥ്യം എല്ലാവരേയും ആകർഷി ക്കുന്നതായിരുന്നു. സാമുദായിക ലഹളകൾ സൃഷ്ടിക്കുന്ന പ്രശ്നങ്ങൾ സാമൂഹ്യ പുരോഗതിക്കു മാത്രമല്ല, വ്യക്തി വികാസത്തിനും തടസ്സമാ ണെന്നു നേരിട്ടു കണ്ടു ബോദ്ധ്യപ്പെട്ട ടിസ്സിന്റെ ക്യാമ്പസ് പ്രശ്ന പരി ഹാര ത്തിനു വേണ്ടിയുള്ള പരീക്ഷണശാലയായി മാറി. അദ്ധ്യാപകരും വിദ്യാർത്ഥികളും നിരന്തരമായ സംവാദങ്ങളിൽ ഏർപ്പെട്ടു. സംവാദങ്ങൾ വഴിമാറുമ്പോൾ കുഞ്ഞുലക്ഷ്മി ഇടപെട്ടു. പിന്നീട് സംവാദങ്ങളിൽ മോഡ റേറ്ററാകാൻ അദ്ധ്യാപകർതന്നെ കുഞ്ഞുലക്ഷ്മിയെ ചുമതലപ്പെടുത്തി.

ഇതിനിടയിൽ ശങ്കരാനന്ദശാസ്ത്രികളെ കണ്ടു. ബാബാ സാഹി ബിനു നല്ല സുഖമില്ല എന്നറിഞ്ഞു ആശുപത്രിയിൽ പോയി. ബാബാ സാഹിബിന്റെ അടുത്ത് ഒരു ലേഡി ഡോക്ടറുണ്ടായിരുന്നു. കണ്ടപ്പോഴേ തിരിച്ചറിഞ്ഞു ഡോക്ടർക്ക് പരിചയപ്പെടുത്തി. അദ്ദേഹത്തെ അധികം സംസാരിക്കാതിരിക്കാൻ അനുവദിക്കാതെ കുഞ്ഞുലക്ഷ്മി ശങ്കരാനന്ദ ശാസ്ത്രിയോട് കാര്യങ്ങൾ ഒക്കെ തിരക്കി. സാഹിബിന്റെ കൂടെ എപ്പോഴും ഒരു ഡോക്ടർ വേണമെന്ന് ഡോക്ടർമാർ നിർദ്ദേശിച്ചു. ഈ ഡോക്ടർ അദ്ദേഹത്തെ വിവാഹം ചെയ്യാമെന്നു സമ്മതിച്ചു. അടുത്ത മാസം കല്യാണ മുണ്ടാകും. വിവരം അറിയിക്കാമെന്നും ശങ്കരാനന്ദ ശാസ്ത്രി പറഞ്ഞു.

ഗുജറാത്തിൽനിന്ന് തിരിച്ചെത്തിയ കുഞ്ഞുലക്ഷ്മി ഹോസ്റ്റലിലും ലൈബ്രറിയിലുമായി കഴിഞ്ഞു. ഉടനെതന്നെ ഡൽഹി ക്യാമ്പിൽ നിന്ന് വിളി വന്നു. കുഞ്ഞുലക്ഷ്മിയെ അവിടെ ആവശ്യമുണ്ടെന്ന്. ഡൽഹി റെയിൽവേസ്റ്റേഷനിലെത്തിയ കുഞ്ഞുലക്ഷ്മിയെ ക്യാമ്പിൽനിന്നുവന്ന സഹപാഠികൾ കൂട്ടിക്കൊണ്ടു പോയി. ക്യാമ്പ് കോർഡിനേറ്റർ മിസ്റ്റർ. സന്ദീപ കാറഡ്ലെ അടുത്തു വിളിച്ചു പറഞ്ഞു:

"Thank god, You made it. I was afraid you would miss the

occassion. Baba Sahib's marriage is tomorrow. It was my dtuy to bring you here"

ടിസ്സിന്റെ ക്യാമ്പ് റ്റാറ്റയുടെ ഗസ്റ്റ് ഹൗസിലായിരുന്നു. കല്യാണത്തിനു പോയി വന്ന കുഞ്ഞുലക്ഷ്മി പാകിസ്ഥാനിൽനിന്നു വന്ന ഹിന്ദുക്കളുടെയും പാകിസ്ഥാനിലേക്കു പോകാൻ തയ്യാറല്ലാത്ത മുസ്ലീമുകളുടെയും കൂടാരങ്ങൾ കയറിയിറങ്ങി. മതഭ്രാന്തന്മാർ അശരണരാക്കിയവർ. പാകിസ്ഥാ നിൽ ബലാത്സംഗം ചെയ്യപ്പെട്ട ഹിന്ദു പെൺകുട്ടികൾക്കും ഇന്ത്യയിൽ തന്നെ ബലാത്സംഗം ചെയ്യപ്പെട്ടിട്ടും ഇവിടം വിട്ടുപോകാൻ മടിക്കുന്ന മുസ്ലീം പെൺകുട്ടികളും ഒരേ കഥ തന്നെ പറഞ്ഞു. അധികാരം പ്രയോഗിക്കപ്പെടുന്നത് അവരുടെ മേലാണ്. അച്ഛന്റെയും ഭർത്താവിന്റെയും മക്കളുടെയും മുന്നിൽ പിച്ചിച്ചീന്തപ്പെട്ട സ്ത്രീത്വത്തിന്റെ വിങ്ങലുകൾ ഏറ്റുവാങ്ങിയ കുഞ്ഞുലക്ഷ്മി അറിയാവുന്ന ഭാഷയിൽ തട്ടിയും തലോടിയും അവരെ സാന്ത്വനപ്പെടുത്താൻ കിണഞ്ഞു പരിശ്രമിച്ചു. തുടർച്ചയായ സന്ദർശനങ്ങൾ ഫലം കണ്ടു തുടങ്ങിയപ്പോൾ ക്യാമ്പ് അവസാനിപ്പിക്കാനുള്ള നിർദ്ദേശമെത്തി. തിരിച്ചുപോരുമ്പോൾ കുഞ്ഞുലക്ഷ്മിയെ അലട്ടിയത് ഒരു കാര്യം മാത്രമായിരുന്നു. ബലാത്സംഗം ചെയ്യപ്പെട്ട അമ്മയും ഭാര്യയും മകളുമായി അശരണരുടെ കൂടാരത്തിൽ കഴിയുന്ന ഒരാൾ എന്തിനാണ് തന്നോട് ജാതി ചോദിച്ചത്?. അവൾ അക്കാര്യം കാംബ്ലെ സാബുമായി പങ്കുവെച്ചു. അപ്പോഴാണ് അവൾക്ക് കാര്യങ്ങൾ വ്യക്തമായത്. മുസ്ലീം പീഡനത്തിൽനിന്നു രക്ഷിച്ച മുസ്ലീം കുടുംബത്തിന്റെ സംരക്ഷണയിൽ കഴിഞ്ഞപ്പോഴാണ് ഹിന്ദുക്കളുടെ പീഡനത്തിൽ മുസ്ലീം സ്ത്രീകളോടൊപ്പം അവരും ഇരയായത്. ഹിന്ദുക്കളാണ് അവരെ വെറുതെ വിടണമെന്ന മുസൽമാന്റെ തൊള്ള അവർ കഠാര മൂർച്ചയിൽ തീർത്തു. നല്ല ജാതി ഹിന്ദുക്കളായതു കൊണ്ട് അയാൾക്കു പരാതിയില്ലത്രേ. ജാതിക്കുറ്റം ഇല്ലല്ലോ.

തിരിച്ചെത്തിയപ്പോൾ തന്നെ കാത്തുകിടക്കുന്ന കത്തുകൾ..

ആദ്യത്തെ കത്തിന്റെ പുറം തിരിച്ചുനോക്കി. പെണ്ണമ്മയുടേതാണ്, മിസ്സ്. റിവെറ്റിന്റെയും എതൽ ഓണ്ടിന്റെയും കത്തുകളുമുണ്ടായിരുന്നു. അമ്മയുടെ കാര്യമറിയാൻ പെണ്ണമ്മയുടെ കത്ത് ആദ്യം പൊട്ടിച്ചു. അപ്പോഴാണ് ഓർമ്മ വന്നത് താൻ കണ്ട പെൺകുട്ടികൾക്കൊക്കെ പെണ്ണമ്മയുടെ മുഖമാ യിരുന്നെന്ന്.

മുപ്പത്തിയഞ്ച്

ഇന്ത്യൻ രാഷ്ട്രീയത്തിലെ സ്വപ്നങ്ങളുടെ പെരുമഴക്കാലം. നാട്ടുരാജ്യങ്ങൾ ഓരോന്നായി ഇന്ത്യൻ യൂണിയനിൽ ലയിച്ചുകൊണ്ടിരിക്കുന്നു. ഭരണഘടനാ സമിതിയുടെ യോഗങ്ങൾ അവയ്ക്ക് അന്തിമരൂപം നല്കുന്നതിലുള്ള തിരക്കിലാണ്. ടിസ്സിലെ ജീവിതം തിരക്കുപിടിച്ചതായി. അവസാന വർഷമാണ്. ലഹളക്കാലത്തു നഷ്ടപ്പെട്ട സമയംകൂടി തിരിച്ചു പിടിക്കേണ്ടതുണ്ട്. എന്നാലും ഇൻസ്റ്റിറ്റ്യൂട്ടിന്റെ എല്ലാ പ്രോഗ്രാമിലും കുഞ്ഞുലക്ഷ്മിക്ക് എന്തെങ്കിലും റോളുണ്ടാകും. ഒന്നും തള്ളിക്കളയാൻ കഴിയു ന്നില്ല. എല്ലാത്തിനും പിന്നിൽ സന്ദീപ് കാമ്പ്ലെ സാബ് ഉണ്ടാകും. ഫാക്കൽട്ടി

യിൽനിന്ന് വിലപിടിപ്പുള്ള പുസ്തകങ്ങൾ വായിക്കാൻ തരുന്നതും, മാഗസിനുകളിൽ വരുന്ന ആർട്ടിക്കൾസിനെക്കുറിച്ച് പറഞ്ഞു തരുന്നതും, ബാബാസാഹിബിന്റെ തീസിസുകളും പുസ്തകങ്ങളും എത്തിച്ചു തരുന്നതും എല്ലാം കാമ്പ്ലെ സാബാണ്. അതുകൊണ്ട് ഒന്നിൽനിന്നും ഒഴിഞ്ഞുമാറാനാവില്ല.

പരീക്ഷ കഴിഞ്ഞ് നാട്ടിലെത്തി. കുറച്ചുനാൾ തിരുവല്ലായിൽ ബന്ധുക്കളുടെ വീടുകളിൽ നിർബ്ബന്ധിത തടങ്കലിൽ. തിരിച്ചെത്തിയാൽ ലയത്തിലെ കുട്ടികളുമായി സല്ലാപം.

രണ്ടു മാസം കഴിഞ്ഞപ്പോൾ കാംമ്പ്ലെ സാബിന്റെ കമ്പി വന്നു. ഉടനെ എത്താൻ. എസ്റ്റേറ്റ് മാനേജർ എങ്ങനെയൊക്കെയോ ബോംബെക്കുള്ള ടിക്കറ്റ് ശരിയാക്കി കൊടുത്തു. അവിടെ ചെന്നപ്പോൾ കുഞ്ഞുലക്ഷ്മി ശരിക്കും ഞെട്ടി. ഡയറക്ടർ മുറിയിലേക്കു വിളിപ്പിച്ചു. ഇൻസ്റ്റിറ്റ്യൂട്ടിൽ ഒരാൾ ദീർഘനാൾ ലീവിലായിരിക്കും. കഴിവും കാര്യപ്രാപ്തിയും വെച്ചു കുഞ്ഞുലക്ഷ്മിക്ക് താല്ക്കാലിക നിയമനം തരാൻ മാനേജ്മെന്റ് ഒരുക്കമാണ്. കുഞ്ഞുലക്ഷ്മിയുടെ സമ്മതം മാത്രമേ ആവശ്യമുള്ളു. പിന്നീട് ഒഴിവുണ്ടാകുന്ന മുറയ്ക്ക് സ്ഥിരം നിയമനത്തിനു സാദ്ധ്യതയുമുണ്ട്.

എതൽ ഓണ്ടിനു കത്തയച്ചു. മിസ്. റിവെറ്റിന് ഒരു കമ്പി സന്ദേശവും. റിവെറ്റ് ഇൻഡ്യയിൽത്തന്നെ ആയതുകൊണ്ട് മറുപടി ഉടനെ വന്നു. മറ്റൊന്നും ആലോചിക്കേണ്ടതില്ല. ഒരു തുടക്കാരിക്കു കിട്ടാവുന്ന ഏറ്റവും വലിയ് സൗഭാഗ്യമാണിത്. എതൽ ഓണ്ടിന്റെയും കാത്തിയുടെയും സന്തോഷം നിറച്ച ലക്കോട്ടു വന്നപ്പോഴേക്കും കുഞ്ഞുലക്ഷ്മി ക്ലാസിലായിരുന്നു.

സ്വതന്ത്ര ഇൻഡ്യയുടെ ഭരണഘടന നിലവിൽവന്ന ദിവസം കൂടിയ മീറ്റിങ്ങിൽ ഭരണഘടനയിൽ സമത്വത്തിന്റെയും സാഹോദര്യത്തിന്റെയും സ്വാതന്ത്ര്യത്തിന്റെയും മാറ്റ് തെളിയിക്കുന്ന പ്രസംഗമാണ് കുഞ്ഞുലക്ഷ്മി അവതരിപ്പിച്ചത്.

വിദ്യാർത്ഥികളുമായി നല്ലബന്ധം പുലർത്താൻ കഴിഞ്ഞെങ്കിലും തന്റെ കാണാമറയത്ത്, ക്ലാസ്റൂമിന് പുറത്ത് എന്തോ ചീഞ്ഞുനാറുന്നത് കുഞ്ഞുലക്ഷ്മി തിരിച്ചറിഞ്ഞു. അധികം കഴിയാതെ, കാംബ്ലെ സാബ് കുഞ്ഞുലക്ഷ്മിയോടു നടക്കുന്നതെന്താണെന്ന് വിശദീകരിച്ചു. ഫാക്കൽട്ടി രണ്ടുചേരിയായി തിരിഞ്ഞിരിക്കുന്നു. കാംബ്ലെയെ കൂടാതെ മറ്റൊരു നീച സാന്നിദ്ധ്യംകൂടി വേണമോ? കാംബ്ലെ രാജിവെക്കാൻ പോകുന്നു. കാംബ്ലെക്കു മറ്റെവിടെയെങ്കിലും ജോലി കിട്ടും. പക്ഷേ, കുഞ്ഞുലക്ഷ്മി അതു സമ്മതിച്ചില്ല. തനിക്കിനിയും സമയമുണ്ട്. മാത്രവുമല്ല, തന്നെ ആവശ്യമുള്ള ഒരു ജനത നാട്ടിൽ കാത്തിരിക്കുന്നു. സ്വന്തം നേട്ടത്തിനു വേണ്ടി ആ ഉത്തരവാദിത്വത്തിൽനിന്നും ഒഴിഞ്ഞുമാറാൻ തനിക്കു കഴിയില്ല. അതുകൊണ്ട് തനിക്കു പോയേ തീരു.

വിവരം അറിഞ്ഞ് എതൽ ഓണ്ടും കാത്തിയും വെവ്വേറെ കത്തുകളിൽ, കുഞ്ഞുലക്ഷ്മിയോടു ഇംഗ്ലണ്ടിലേക്കു ചെല്ലാൻ ആവശ്യപ്പെട്ടു. വെവ്വേറെ കത്തുകളിൽ കുഞ്ഞുലക്ഷ്മി തന്റെ തീരുമാനം ഉറപ്പിച്ചു. ഏതെങ്കിലും ജോലിയുടെയോ സ്ഥലത്തിന്റെയോ ആകർഷണവലയത്തിൽ പെട്ടുപോയാൽ താൻ തന്റെ കർത്തവ്യത്തിൽനിന്ന് വ്യതി

ചലിക്കുകയായിരിക്കും ചെയ്യുന്നത്. അതിനു തന്നെ നിർബ്ബന്ധിക്കരുത്. ഏഞ്ചലിന്റെ ലക്ഷ്യം അതായിരുന്നില്ലെന്ന് ഓണ്ടിനു പറയാൻ കഴിയുമോ?

ബോംബെ വിക്ടോറിയ ടെർമിനൽസിൽനിന്നുള്ള രാത്രി വണ്ടിക്കു കാത്തുനില്ക്കുമ്പോൾ കാംബ്ലെ സാബും കുടുംബവും എത്തി. മറാട്ടിയുടെ മുട്ടുവഴികളിലൂടെ കുഞ്ഞുലക്ഷ്മി കാംബ്ലെ സാബിന്റെ ഭാര്യയോടു സംസാരിച്ചു. കുഞ്ഞു കാംബ്ലെയെ എടുത്തൊരു മുത്തം കൊടുത്തു. കാംബ്ലെ സാബ് പതിഞ്ഞ സ്വരത്തിൽ വിളിച്ചു:

"കുഞ്ഞുലക്ഷ്മി"

പറയാൻ പോകുന്നതെന്താണെന്നു അറിയാവുന്ന കാംബ്ലെയുടെ ഭാര്യ കുഞ്ഞിനെ ഏറ്റുവാങ്ങി മാറി നിന്നു.

"'Baba saheb resigned"

കുഞ്ഞുലക്ഷ്മി ഒരു നിമിഷം തേങ്ങി. ബാബാസാഹിബ് നിയമ മന്ത്രി സ്ഥാനം രാജി വെച്ചതിലല്ല. ഹിന്ദുകോഡ് ചർച്ച ചെയ്യാൻ കൂട്ടാക്കാതെ ഒരു മയിലേക്കുള്ള വഴി കൊട്ടിയടച്ചവരുടെ കൂടെ എന്തിനു നില്ക്കണം എന്നു താൻ ചിന്തിച്ചതു ഇന്നു കാലത്താണ്. അതിങ്ങനെ തന്നെ വേണ്ടിയിരുന്നു. അതുതന്നെ സംഭവിച്ചു.

കാംബ്ലെ സാബ്, വിശദമായി ബാബാസഹിബിന്റെ രാജിയിലേക്കു വഴിമരുന്നിട്ട സംഭവങ്ങൾ കുഞ്ഞുലക്ഷ്മിയുമായി ചർച്ചചെയ്തു. തീവണ്ടി പുറപ്പെടാൻ ഇനിയും സമയമുണ്ട്. അവർ സംസാരിച്ചുകൊണ്ടു നില്ക്കുമ്പോൾ കുഞ്ഞു കാംബ്ലെ ഇടയ്ക്കിടയ്ക്കു കുഞ്ഞുലക്ഷ്മിയുടെ കൈയിലേക്കു വരാൻ ശാഠ്യം പിടിക്കുകയും കുഞ്ഞുലക്ഷ്മിയുടെ ഉമ്മയ്ക്കു വേണ്ടി കവിൾ കാണിച്ചു കൊടുക്കുകയും കിട്ടിക്കഴിഞ്ഞാൽ അവളുടെ മുഖ മെല്ലാം നക്കിതുടയ്ക്കും. കാംബ്ലെയുടെ ഭാര്യ അതു സാരിതലപ്പു കൊണ്ടു അതു സാരമില്ല എന്ന കുഞ്ഞുലക്ഷ്മിയുടെ തടസ്സത്തെ വകവെക്കാതെ തുടയ്ക്കും.

അല്പം കഴിഞ്ഞപ്പോൾ ഒരാൾക്കൂട്ടം. ടീസ്സിലെ വിദ്യാർത്ഥികളാണ്. എല്ലാവരോടും നമസ്തേ പറഞ്ഞു. അടുത്തുവന്ന പെൺകുട്ടികളെ ചേർത്തുപിടിച്ചു.

"'Madam, we will miss you."

"'I too"

ബംഗാളിൽനിന്നുള്ള അപർണ്ണ സഹ കരച്ചിലിന്റെ വക്കത്താണ്. അവളെ ചേർത്തുപിടിച്ചപ്പോൾ അവൾ പൊഴിഞ്ഞു വീണിരുന്നു. അവൾ കാലു തൊട്ടു വന്ദിക്കാൻ കുനിഞ്ഞപ്പോൾ കുഞ്ഞുലക്ഷ്മി തടഞ്ഞു:

"No. You are god's grace. Never touch anybody's feet"

അപ്പോൾ എതൽ ഓണ്ടിനെ ഓർമ്മ വന്നു.

കുട്ടികൾ കൊണ്ടുവന്ന പലഹാരങ്ങളും പഴങ്ങളും അവർതന്നെ ട്രെയിനിൽ എടുത്തുവെച്ചു. സമയമായി. കുഞ്ഞുലക്ഷ്മി തീവണ്ടിയിൽ കയറിയിരുന്നു. എല്ലാവരും ജനാലയ്ക്കു പുറത്ത് അവളോട് വർത്തമാനം പറഞ്ഞുകൊണ്ടിരുന്നു. ജനലിലൂടെ കുഞ്ഞു കാംബ്ലെയുടെ മുഖത്ത് ഒരു മുത്തം കൂടി കൊടുത്തപ്പോൾ തീവണ്ടി ചലിക്കാൻ തുടങ്ങി. അവർ ഒപ്പം നടന്നു. പിന്നെ കൈവീശികൊണ്ട് മരങ്ങൾക്കൊപ്പം പിന്നിലേക്കു പാഞ്ഞു.

കുഞ്ഞുലക്ഷ്മിയെയും വഹിച്ച് തീവണ്ടി ഇരുളിലേക്കു മറഞ്ഞു.

9 789387 842007

Printed by Libri Plureos GmbH in Hamburg,
Germany